രോഷം

ghosham
novel

•

anupama niranjana

•

translation
payyannoor kunjiraman

•

first chintha edition
january 2016

•

typesetting
megha

•

published
chintha publishers, thiruvananthapuram

•

•

cover
ambeesh

•

വിതരണം

ദേശാഭിമാനി ബുക്ക് ഹൗസ്

H O തിരുവനന്തപുരം–695 035
phone: 0471-2303026, 6063026
www.chinthapublishers.com
chinthapublishers@gmail.com

ബ്രാഞ്ചുകൾ

ഹെഡ്ഡാഫീസ് ബ്രാഞ്ച് കുന്നുകുഴി • സ്റ്റാച്യു തിരുവനന്തപുരം • കെ എസ് ആർ ടി സി ബസ് സ്റ്റേഷൻ ആലപ്പുഴ • കെ എസ് ആർ ടി സി ബസ് സ്റ്റേഷൻ എറണാകുളം • മച്ചിങ്ങൽ ലെയിൻ തൃശൂർ • ഐ ജി റോഡ് കോഴിക്കോട് • മാവൂർ റോഡ് കോഴിക്കോട് • എൻ ജി ഒ യൂണിയൻ ബിൽഡിങ് കണ്ണൂർ • സെൻട്രൽ ബസ് ടെർമിനൽ കോംപ്ലക്സ് താവക്കര കണ്ണൂർ

CO - 2300 / 3795

ഘ്ലോഷം
(നോവൽ)

അനുപമ നിരഞ്ജന

പരിഭാഷ

പയ്യന്നൂർ കുഞ്ഞിരാമൻ

ചിന്ത പബ്ലിഷേഴ്സ്
തിരുവനന്തപുരം-695 035

അനുപമ നിരഞ്ജന

അയിരത്തിത്തൊള്ളായിരത്തി മുപ്പത്തിനാല് മെയ് 17 ന് കർണ്ണാട കയിലെ തീർത്ഥഹള്ളിയിലാണ് അനുപമ നിരഞ്ജന ജനിച്ചത്. ലക്ഷ്മീ ദേവിയും ശിവരാമയ്യയുമാണ് മാതാപിതാക്കൾ. മനശ്ശാസ്ത്രത്തിൽ ഡോ ക്ടറേറ്റ് നേടിയ പിതാവ് വിദ്യാഭ്യാസവകുപ്പിൽ ഉദ്യോഗസ്ഥനായിരുന്നു.

അനുപമയുടെ യഥാർത്ഥനാമം വെങ്കിടലക്ഷ്മി എന്നാണ്. തുംകൂറി നടുത്തുള്ള സർക്കാർ മിഡിൽ സ്കൂളിൽ വിദ്യാഭ്യാസം തുടങ്ങി. 1949 ൽ എസ് എസ് എൽ സി പാസായി. മഹാറാണി കോളേജിൽ ഇന്ററി നു ചേർന്നു. തുടർന്ന് മൈസൂർ മെഡിക്കൽ കോളേജിൽനിന്ന് എം ബി ബി എസ് ബിരുദം കരസ്ഥമാക്കി.

ചെറുപ്പത്തിലേ വെങ്കിടലക്ഷ്മിയിൽ വായനാശീലം പ്രകടമായി രുന്നു. പതിമൂന്നാമത്തെ വയസ്സിലാണ് ആദ്യത്തെ കഥയെഴുതിയത്. പ്രഥമകഥാസമാഹാരം-*കൺമണി*-1952 ൽ പുറത്തിറങ്ങി. പഠിക്കുന്ന കാലത്ത് സ്റ്റുഡന്റ്സ് ഫെഡറേഷനിൽ പ്രവർത്തിച്ചിരുന്നു. ഈ പ്രവർ ത്തനമാണ് പ്രശസ്ത കന്നഡ സാഹിത്യകാരനായ നിരഞ്ജനയെ കണ്ടുമുട്ടാനിടയാക്കിയത്. അദ്ദേഹത്തെ കണ്ടുമുട്ടിയ രംഗം അവർ വിവരി ക്കുന്നത് ഇങ്ങനെയാണ്: "ഒളിവിൽ കഴിയുന്ന വിദ്യാർത്ഥി നേതാവിനെ കാണാനാണു ഞങ്ങൾ ചെന്നത്. കുളുകുന്ത ശിവറാവു എന്നു കേട്ടത ല്ലാതെ കണ്ടിരുന്നില്ല. അമ്പത്-അറുപതു വയസ്സു പ്രായം കാണുമെന്നും ഞങ്ങളൂഹിച്ചു. എന്നാൽ പൈജാമയിട്ടു വെളുത്ത സുന്ദരനായ ചെറുപ്പ ക്കാരനെ കണ്ട് ഞാനത്ഭുതപ്പെട്ടു പോയി."

വെങ്കിടലക്ഷ്മിയുടെ വ്യക്തിജീവിതവും സാഹിത്യജീവിതവും മാറ്റിത്തീർത്ത കൂടിക്കാഴ്ചയായിരുന്നു അത്. കർണ്ണാടകത്തിലെ കമ്യൂ ണിസ്റ്റ് പാർട്ടി പത്രമായ *ജനശക്തി*യുടെ പത്രാധിപസ്ഥാനം നിരഞ്ജന വഹിക്കുന്നുണ്ടായിരുന്നു. 'അനുപമ' എന്ന തൂലികാനാമം നിരഞ്ജ നയിട്ടതാണ്. അനുപമയുടെ കഥകളും നോവലുകളും പ്രസിദ്ധം ചെയ്യാൻ മുൻകൈയെടുത്തതും അദ്ദേഹമാണ്. അനുപമ വീട്ടുകാരുടെ എതിർപ്പ് അവഗണിച്ച് നിരഞ്ജനയുടെ സഹധർമ്മിണിയായി.

ഒമ്പതു കഥാസമാഹാരങ്ങൾ, ഇരുപത്തിരണ്ട് നോവലുകൾ, പതിമൂന്നു ബാലസാഹിത്യകൃതികൾ, പന്ത്രണ്ട് ആരോഗ്യഗ്രന്ഥങ്ങൾ, നാടകം, ആത്മകഥ, യാത്രാവിവരണം എന്നിങ്ങനെ എഴുപതോളം രചനകൾ അനുപമ നിരഞ്ജനയുടേതായിട്ടുണ്ട്. നോവലുകളിൽ ചിലത് ഇതരഭാഷകളിലേക്കു പരിഭാഷപ്പെടുത്തിയിട്ടുണ്ട്.

സോവിയറ്റ്ലാന്റ് അവാർഡ്, കർണ്ണാടകസാഹിത്യ അക്കാദമി അവാർഡ്, കർണ്ണാടക രാജ്യോത്സവ അവാർഡ് എന്നിവയ്ക്ക് അർഹ യായിട്ടുണ്ട്.

പയ്യന്നൂർ കുഞ്ഞിരാമൻ

പയ്യന്നൂരിൽ മഹാദേവഗ്രാമത്തിനടുത്ത രാമനാത്ത് വീട്ടിൽ ജനനം. പ്രാഥമികവിദ്യാഭ്യാസം കഴിഞ്ഞ് തൊഴിലാളിയായി. പ്രൈവറ്റായി പഠിച്ച് ബിരുദങ്ങൾ നേടി. ഹൈസ്കൂൾ അദ്ധ്യാപകനായി. തളിപ്പറമ്പ് മൂത്തേടത്ത് ഹൈസ്കൂളിൽ നിന്ന് വിരമിച്ചു. പുരോഗമനകലാസാഹിത്യസംഘം സംസ്ഥാന കമ്മിറ്റിയംഗമാണ്. സാക്ഷരതാമിഷൻ എക്സി ക്യൂട്ടീവ് അംഗമായും പ്രവർത്തിച്ചു. വിവർത്തനം, ചരിത്രം, ജീവചരിത്രം, ബാലസാഹിത്യം തുടങ്ങിയ മേഖലകളി ലായി 57 കൃതികൾ പ്രസിദ്ധീകരിച്ചിട്ടുണ്ട്. ചിന്ത പുറത്തി റക്കുന്ന പതിനാറാമത്തെ ഗ്രന്ഥമാണിത്. 2005 ൽ അബു ദാബി ശക്തി അവാർഡ് ലഭിച്ചു.

ചിന്ത പുറത്തിറക്കിയ കൃതികൾ: ചാർവാകൻ (നോവൽ), പിറവി, നിരഞ്ജനയുടെ കഥകൾ, കാവേരി എന്റെ രക്തം (വിവർത്തനം), ഒരേയൊരു പി ജി – ജീവചരിത്രം, ഒറ്റക്കാ ലൻ ഞണ്ട്, ഏലംകുളത്തെ കുഞ്ചു, എനിക്കും വേണം സ്വാതന്ത്ര്യം, കളിയാട്ടക്കഥകൾ, കൃതികൾ കഥകൾ, കുട്ടി കളുടെ നായനാർ, പുരാണത്തിലെ അമ്മമാർ, പുരാണ ത്തിലെ കുട്ടികൾ, ബീർബലിന്റെ തമാശകൾ, ഇ എം എസ് കഥകൾ (ബാലസാഹിത്യം).

ഭാര്യ	:	സത്യഭാമ എ കെ
മക്കൾ	:	സബിത, സൂരജ്
വിലാസം	:	'ശ്രീഹരി'
		ചാലക്കോട് പി ഒ
		പയ്യന്നൂർ – 670307
		കണ്ണൂർ ജില്ല
ഫോൺ	:	9447209774

പ്രസാധകക്കുറിപ്പ്

മലയാളിക്ക് സുപരിചിതമായ പേരുകളാണ് നിരഞ്ജ നയും അനുപമ നിരഞ്ജനയും. ജീവിതത്തിൽ പൊരുതി മുന്നേറിയ ദമ്പതികൾ. ശാന്ത സമുദ്രത്തിലെ ദ്വീപു സമൂഹത്തിൽപ്പെട്ടതാണ് നീലദ്വീപ്. ഏകാധിപതിയുടെ കിരാതവാഴ്ചയിൽ വീർപ്പുമുട്ടുന്ന ദ്വീപിൽ ചെറുത്തുനില്പ് തിരമാലകൾപോലെ അടിച്ചുയരുന്നു. ജനരോഷം അഗ്നിപർവ്വതംപോലെ പൊട്ടിത്തെറിക്കുന്നു. തടവറകൾ ഭേദിച്ച് സ്വാതന്ത്ര്യത്തിലേക്കു കുതിച്ച ഒരു ജനതയുടെ കഥയാണ് അനുപമ നിരഞ്ജനയുടെ *ഘോഷം*. ഇന്ത്യ കടന്നുപോയ അടിയന്തരാവസ്ഥയുടെ ഇരുണ്ട നാളുകളെ ഓർമ്മിപ്പിക്കുന്ന സംഭവ പരമ്പരകൾ. കലാപത്തിന്റെ ചൂടും പുകയും നെഞ്ചിലേറ്റി എന്തും നേരിടാനുറപ്പിച്ച ജനതയുടെ ത്രസിപ്പിക്കുന്ന കഥ. ഉജ്ജ്വലമായ ആഖ്യാനപാടവം.

ചിന്ത പബ്ലിഷേഴ്സ്

നാന്ദി

അനുപമ നിരഞ്ജനയുടെ ഏറ്റവും ശ്രേഷ്ഠമായ നോവലാണ് *ഘോഷം.* ശൈലിയിലും പ്രതിപാദനത്തിലും ഉള്ളടക്കത്തിലും ഈ കൃതി വേറിട്ടു നില്ക്കുന്നു. സമൂഹം വ്യവസ്ഥയുടെ മർക്കടമുഷ്ടിയിൽ പ്പെട്ട് എങ്ങനെ ഞെരുങ്ങുന്നുവെന്ന ചിത്രീകരണം സാധാരണയു ള്ളതാണ്. എന്നാൽ ഈ കൃതിയിലെ പ്രമേയം ലോകത്തിൽ ഏതെങ്കിലും ഭാഗത്ത് വേണമെങ്കിൽ നടക്കാവുന്നതാണ്. അതുകൊണ്ടാകണം സാങ്കല്പികമായൊരു ദ്വീപിൽ സംഭവങ്ങൾ കേന്ദ്രീകരിച്ചത്.

ശാന്തസമുദ്രത്തിലെ നീലദ്വീപ സമൂഹങ്ങളിൽ പ്രധാനപ്പെട്ട അഞ്ചു ദ്വീപുകളുണ്ട്. ഓരോന്നും ഓരോ സവിശേഷതയാൽ ശ്രദ്ധേയമാണ്. ഒരു ദ്വീപുമാത്രമാണ് അഭിവൃദ്ധിപ്രാപിച്ചത്. ബാക്കിയുള്ളതിൽ ദാരിദ്ര്യവും പട്ടിണിയുമാണ്. ഈ ദ്വീപുകളെ അടക്കിഭരിച്ച പ്രഭുക്കന്മാർക്കും പട്ടാളമേധാവികൾക്കുമെതിരെയുള്ള കലാപമാണ് നോവലിൽ അനാ വരണം ചെയ്യപ്പെടുന്നത്. അടിയന്തരാവസ്ഥയിൽ ഇന്ത്യൻ ജനത യനുഭവിച്ച പീഡനങ്ങൾ പല സന്ദർഭങ്ങളിലും ഓർമ്മിപ്പിക്കപ്പെടുന്നതു യാദൃച്ഛികമാവാനിടയില്ല.

എല്ലാ കലകളും മനുഷ്യനുവേണ്ടിയാണല്ലോ? സമൂഹത്തിന്റെ വികാരവിചാരങ്ങളുമായി വിലയംപ്രാപിക്കാനുള്ള കഴിവ് സാഹിത്യ ത്തിനു മാത്രമുള്ളതാണ്. ഇന്നും നമ്മുടെ രാജ്യത്തിലെ വലിയൊരു വിഭാഗം ജനങ്ങൾ അജ്ഞതയിലും അന്ധകാരത്തിലും കഴിയുകയാണ്. തലമുറകളായുള്ള ഈ നരകയാതനകളിൽനിന്ന് അവർക്ക് മോചനം നേടിക്കൊടുക്കുകയെന്നത് ഭാരിച്ച ഉത്തരവാദിത്വമാണ്. ഈ ബാദ്ധ്യത രാഷ്ട്രീയപ്രവർത്തകർക്കെന്നപോലെ സാഹിത്യ-കലാകാരന്മാർ ക്കുമുള്ളതാണ്.

ഇന്ത്യൻസാഹിത്യത്തിലെതന്നെ അനുപമമായ ജോഡിയാണ് നിരഞ്ജനയും അനുപമയും. ഈ ദമ്പതികളുടെ സാഹിത്യപ്രവർത്തനം സമൂഹത്തിന്റെ പുരോഗതിക്കുള്ള അടിത്തറയായിത്തീരുന്നു.

നിരഞ്ജനയുടെയും അനുപമയുടെയും രചനകൾ ആവേശ ത്തോടും ഉത്സാഹത്തോടും സ്വീകരിക്കാൻ മലയാളികൾ മടിച്ചിട്ടില്ല. ഘോഷം എന്ന ഈ നോവലും വായനക്കാർ സന്തോഷപൂർവ്വം സ്വീകരി ക്കുമെന്നു വിശ്വസിക്കുന്നു.

പയ്യന്നൂർ കുഞ്ഞിരാമൻ

ഒന്ന്

സമയം അർദ്ധരാത്രി കഴിഞ്ഞിരിക്കണം. ശക്തിയായ ഒരു സ്ഫോടനം നടന്ന ഒച്ച കേട്ട് സുലുദ്വീപിലെ ജനത ഒന്നിച്ച് ഞെട്ടിയുണർന്നു. കണ്ണുകൾ തിരുമ്മിക്കൊണ്ട് അവർ കുടിലുകളിൽനിന്നു പുറത്തേക്കോടിയിറങ്ങി. മുന്നിൽ കണ്ട കാഴ്ച അവരെ നടുക്കിക്കളഞ്ഞു. ആകാശത്തോളം ഉയർന്നുനില്ക്കുന്ന കരിയും പുകയും.

സുജിദ്വീപിൽ അഗ്നിപർവ്വതം പൊട്ടി. തീജ്ജ്വാലകളിൽ അത് വെന്തുരുകുന്നു...വാർത്തകൾ അമ്പരപ്പിച്ചുകൊണ്ട് വായുവിൽ പറന്നു.

സീൽക്കാരങ്ങളും നിലവിളികളുമായി സുലുദ്വീപുവാസികൾ എന്തുചെയ്യണമെന്നറിയാതെ നിന്നു. കുട്ടികളുടെയും വൃദ്ധന്മാരുടെയും സ്ത്രീകളുടെയും ദീനരോദനങ്ങൾ അലയൊലിയെ ഭേദിച്ച് അന്തരീക്ഷത്തിൽ മാറ്റൊലിക്കൊള്ളുന്നു...

ഏകദേശം ഇരുപതു നാഴിക അകലെയാണ് സുജിദ്വീപ്. എങ്കിലും ആ തീക്കുണ്ഡം അടുത്തടുത്തെത്തുന്നതുപോലെ...സുജിദ്വീപ് കാറന്നുതിന്നശേഷം ആ ജ്വാല കറുത്ത സമുദ്രം കടന്ന് തങ്ങളുടെ ദ്വീപിലും എത്തിക്കൂടായ്കയില്ല.

പർവ്വതഗർഭത്തിൽനിന്ന് സടകുടഞ്ഞെണീറ്റ തീനാമ്പുകൾ വർണ്ണപ്രപഞ്ചം സൃഷ്ടിച്ചുകൊണ്ടിരുന്നു. പൊട്ടിത്തെറിക്കുന്ന ലാവകൾ പതഞ്ഞ് താഴേക്കുരുണ്ടുവീഴുന്നു. ചിലപ്പോൾ അതിന് വെള്ളച്ചാട്ടത്തിന്റെ ഊക്കുണ്ടാകുന്നു...ആകപ്പാടെ ഭയമുളവാക്കുന്ന കാഴ്ച... ആ രൗദ്ര ഭാവത്തിൽ ഇരുപതു നാഴികകൾക്കിപ്പുറത്തുള്ള ഈ തീരവും ചുടുപിടിക്കുന്നു.

നാഭിക്കുള്ളിൽ പിറക്കുന്ന ഭയപ്പാടുകളുമായി ജനം നിന്നു വിറച്ചു...! അഗ്നിപർവതത്തിൽനിന്നും തെറിക്കുന്ന തീയുണ്ടകൾ കടലിൽ വീണ്

ചുറ്റിലും ഒഴുകിക്കൊണ്ടിരിക്കുന്നു...ആ തീത്തിര നമ്മെയും പിടികൂടു മോ? മുമ്പൊന്നും ഇത്തരത്തിലുണ്ടായിട്ടില്ല...ഭയങ്കരംതന്നെ, ഭയങ്കരം...!

കഴിഞ്ഞ ഇരുപതു വർഷത്തിനിടയിൽ രണ്ടു തവണ ആ തീജ്ജ്വാല സുലുദ്വീപിനെ ആക്രമിച്ചിരുന്നു. ഏതാനും കുടിലുകൾ ചുട്ടുകരിക്കുകയും ചെയ്തു...ഇത്തവണയും അങ്ങനെയുണ്ടാകുമോ...? ആർക്കും പറയാൻ കഴിയില്ല...പരവശരായ ആ ജനതതി മുഖത്തോടു മുഖം നോക്കിനിന്നു.

"ഏതോ ആപത്തിനുള്ള സൂചനയാണ്..." പ്രായംചെന്ന ഒരു വൃദ്ധൻ ആരോടെന്നില്ലാതെ പറഞ്ഞു.

"ഈ നാട്ടിൽ ആപത്തൊഴിഞ്ഞ നേരമുണ്ടായിട്ടുണ്ടോ? ആപത്തും ഈ അഗ്നിപർവ്വതവും തമ്മിൽ എന്തു ബന്ധം?" വൃദ്ധന്റെ വാക്കിന് മറ്റൊരാൾ പ്രതികരിച്ചു.

എല്ലാം കണ്ടും കേട്ടും നിന്നിരുന്ന ഭൂദേവി നെടുവീർപ്പിട്ടു. എന്തോ വലിയ വിപത്ത് അടുക്കലെത്തിയിരിക്കുകയാണെന്ന് അവരൂഹിച്ചു. കഴിഞ്ഞതവണ അഗ്നിപർവ്വതം പൊട്ടിയപ്പോൾ...ഭർത്താവ് നഷ്ടപ്പെട്ടു...! പകർച്ചവ്യാധികളുണ്ടായി...കുഞ്ഞുങ്ങൾ ഒന്നിനു പിറകെ ഒന്നായി മരിച്ചു വീണു...മാരകമായ ആ പർവ്വം കഴിഞ്ഞിട്ട് നാലുവർഷം മാത്രമേ കഴിഞ്ഞിട്ടുള്ളൂ...

ഇങ്ങനെ നോക്കിനില്ക്കുന്നതെന്തിന്? വരാനുള്ളതു വഴിയിൽ തങ്ങില്ലല്ലോ...മകൾ മഞ്ജരിയെയും മകൻ മനിലനെയും കൂട്ടി അവർ വീട്ടിനുള്ളിലേക്കു നടന്നു. അടിയുറയ്ക്കാത്ത കുട്ടികൾ...ഇവർക്ക് ചിന്തയോ ഭയമോ ഇല്ല...കിടന്നപാടേ ഉറങ്ങിപ്പോയതു കണ്ടില്ലേ...?

ഭൂദേവി കണ്ണുമിഴിച്ച് മലർന്നു കിടന്നു...

പുറത്ത് സംസാരം. ഓടിപ്പോകുന്ന കാലടിയൊച്ച. ഇടയ്ക്കിടെ ദീനമായ വിലാപം...

...അദ്ദേഹത്തെ പിന്തിരിപ്പിക്കാൻ എത്ര ശ്രമിച്ചു...? ഒന്നും കേട്ടില്ല. വെറുതെ വേണ്ടാത്ത കുടുക്കുകളിൽ ചെന്നുചാടുന്നതെന്തിന്...? സ്വന്തം കുടുംബം നോക്കി സ്വസ്ഥമായിരുന്നാൽ പോരെ? പല്ലവി കേൾക്കുമ്പോൾ അദ്ദേഹം ചിരിക്കും...ദേവീ...എല്ലാ മനുഷ്യരും ചെയ്യുന്നതാണ് നീ പറഞ്ഞത്. നാം അവരിൽനിന്നു ഭിന്നരാണ്. ഉണ്ണാത്തവരും ഉടുക്കാത്ത വരും കുടിയില്ലാത്തവരും നമുക്കു ചുറ്റുമില്ലേ...? അവർക്കുവേണ്ടി വല്ലതും ചെയ്യാൻ കഴിഞ്ഞില്ലെങ്കിൽ ഈ ജീവിതത്തിന് പിന്നെന്തർത്ഥം?

ഉള്ള ഭൂമിയിൽ അദ്ധ്വാനിച്ച് സുഖമായി കഴിയാമായിരുന്നു. പക്ഷേ, അദ്ദേഹത്തിന് സദാ മറ്റുള്ളവരുടെ ചിന്തയായിരുന്നു. കൃഷിക്കാരെ സംഘടിപ്പിച്ചു. ഇളയച്ഛന്റെ മകൻ കാളീചരൺ എല്ലാറ്റിനും സഹായി യായി കൂടെ നിന്നു. ജ്യേഷ്ഠാനുജന്മാർ ഒത്ത ജോഡിയായിരുന്നു... ഹരിചരൺ... കാളീചരൺ... ആത്മാഹുതിക്കായി പിറന്നവർ...

ഭൂദേവി ചരിഞ്ഞുകിടന്നു...മഞ്ജരിക്കു പ്രായമായി...രണ്ടോ മൂന്നോ മാസം കഴിഞ്ഞാൽ അവളുടെ വിവാഹം നടക്കും. മനില പഠിപ്പിൽ മിടുക്കനാണ്. ക്ലാസിൽ എന്നും ഒന്നാമൻ. ഭാവിയിൽ ഇവൻ ആരായി

ത്തീരും...? വലിയ ഓഫീസർ...! ഈ പട്ടണത്തിലെ ബഹുനിലക്കെട്ടിട ത്തിലിരുന്ന് അധികാരം കൈകാര്യംചെയ്യുമോ...? അല്ല അച്ഛനെ അനു ഗമിക്കുമോ...? ജനങ്ങളെ സംഘടിപ്പിച്ച്...അവരെ സേവിച്ച്... അവർക്കു വേണ്ടി പോരാടി...ഒന്നും നിശ്ചയിക്കാനാവില്ല...

"നീയിങ്ങനെ പഠിച്ചിട്ടും വീട്ടിലടങ്ങിയിരിക്കരുത്. അക്ഷരമറിയാത്ത ഒരുപാടുപേർ ചുറ്റുമുണ്ട്. അവർക്കു വല്ലതും പറഞ്ഞുകൊടുത്തു കൂടെ...?" അദ്ദേഹം പലപ്പോഴും ചോദിക്കും.

അങ്ങനെയാണ് ചുറ്റുമുള്ള സ്ത്രീകളെ അക്ഷരം പഠിപ്പിക്കാൻ തുടങ്ങിയത്. അക്ഷരങ്ങൾ തപ്പിത്തടഞ്ഞു വായിക്കുമ്പോൾ അവരുടെ മുഖത്ത് പ്രസന്നത നിറഞ്ഞുനിന്നിരുന്നു...പഠിപ്പിക്കാൻ തുടങ്ങിയപ്പോൾ സ്വയംപഠനവും ആരംഭിച്ചു...ധാരാളം പുസ്തകങ്ങൾ വായിച്ചുതള്ളി... ഹരിചരണിനു പറ്റിയ പത്നിയാണ് ഭൂദേവി...ജനങ്ങൾ പറഞ്ഞുതുടങ്ങിയ പ്പോൾ ആത്മാർത്ഥമായി സന്തോഷിച്ചു...

കർഷകർ സംഘടിച്ചതോടെ സഹകരണസംഘം ഉടലെടുത്തു. ജമീന്ദാർ ഇളയരാജന്റെ മുന്നിൽ ഓരോ കാര്യങ്ങൾക്കുംവേണ്ടി കൈ നീട്ടുന്നതു ശരിയല്ലെന്ന് സംഘം ഉപദേശിച്ചു. വിതയ്ക്കുവാനുള്ള വിത്തും പണിയായുധങ്ങൾക്കുള്ള കടവും വിവാഹസമയത്തുള്ള സാമ്പ ത്തികസഹായവും സഹകരണസംഘംവഴി വിതരണം ചെയ്യുന്നതിനുള്ള ഒരു പദ്ധതി ആസൂത്രണംചെയ്തു. ഇളയരാജന്റെ മുന്നിൽ കൈനീട്ടി ല്ലെന്ന് ഓരോ കർഷകനും ശപഥമെടുത്തു. ഒരു വർഷം സംഘത്തിന്റെ പ്രവർത്തനം ഭംഗിയായി നടന്നു. ഹരിചരണിനെ എല്ലാവരും പുകഴ്ത്തി. പക്ഷേ, ജമീന്ദാർ ഒളിഞ്ഞിരുന്ന് കരുക്കൾ നീക്കുന്നുണ്ടായിരുന്നു ...ഒരുദിവസം പെട്ടെന്ന് സഹകരണസംഘം പൊളിഞ്ഞു. ഓർക്കാപ്പുറ ത്തുള്ള ഈ ആഘാതം ഹരിചരണിനെ തകർത്തു. സ്വന്തം പത്തേക്ര നിലത്തിൽനിന്ന് ഏഴേക്രയോളം ഈ വകയിൽ നഷ്ടപ്പെട്ടു...

മക്കളുടെ ഭാവിയോർത്ത് പലപ്പോഴും അദ്ദേഹം ദുഃഖിച്ചു. ചിലപ്പോൾ മൗനമായിരിക്കും. സമാധാനിപ്പിക്കാൻ നന്നേ പാടുപെടേണ്ടിവന്നു... പഠിപ്പുള്ളതുകൊണ്ട് വല്ല സ്കൂളിലും ജോലികിട്ടുമായിരുന്നു. അദ്ദേഹ ത്തോട് അക്കാര്യം പറയാൻ ധൈര്യം വന്നില്ല.

ഒരുദിവസം അഗ്നിപർവ്വതം പൊട്ടിത്തെറിച്ചു. തുടർച്ചയായി മൂന്നു ദിവസം അതു കത്തിയെരിഞ്ഞ് തീ വർഷിച്ചു.

കരിയും പുകയും ഉരുണ്ടുകൂടിയ ഒരു സന്ധ്യക്ക് പരവശനായി അദ്ദേഹം വീട്ടിലെത്തി. ഭക്ഷണം കഴിക്കാൻ വിളിച്ചപ്പോൾ വേണ്ടെന്നു പറഞ്ഞു. വയറ്റിൽ നല്ല സുഖമില്ലെന്നും അല്പം മോര് കുടിക്കാൻ തന്നാൽ മതിയെന്നും അറിയിച്ചു. മോര് കുടിച്ച് ഉറങ്ങാൻ കിടന്ന അദ്ദേഹം പൊടുന്നനവേ നിലവിളിച്ചു. അടുക്കളയിൽനിന്ന് ഓടിയെത്തി യപ്പോൾ ദീർഘശ്വാസംവിടുകയായിരുന്നു. നെഞ്ചിൽ കൈയമർത്തിപ്പിടി ച്ചിരിക്കുന്നു. നാലഞ്ചു നിമിഷമേ കഴിഞ്ഞുള്ളൂ ...തളർന്നു താഴത്തു വീണു. ഡോക്ടറെ വിളിച്ചുകൊണ്ടുവരാൻ പോലും സമയമുണ്ടായില്ല...

മരണകാരണമെന്ത്...? ഹാർട്ട് ഫെയിലാണോ? ജമീന്ദാർ ഇളയരാജ മാരണംവച്ചോ...? കാരണമെന്തായാലും ജീവിതത്തോടുള്ള ആസക്തി അദ്ദേഹത്തിനു നഷ്ടപ്പെട്ടിരുന്നു എന്നതാണ് സത്യം...

ജീവിച്ചിരിക്കുന്നവർക്ക് ആഹാരം വേണമല്ലോ...അങ്ങനെ അദ്ധ്യാ പികയായി. ശമ്പളം തുച്ഛമാണെങ്കിലും ജീവൻ നിലനിർത്താൻ കഴിഞ്ഞു. ഇനി മക്കൾ നന്നായി വളരണമെന്ന ആഗ്രഹമേയുള്ളൂ... ഈശ്വരാ... കുട്ടികൾക്ക് ഒരാപത്തും വരുത്തല്ലേ...!

പുലർകാലത്ത് ചിന്തയൊതുങ്ങിയപ്പോൾ ഭൂദേവിക്ക് ഉറക്കം വന്നു...

പൂർവ്വസമുദ്രത്തിലെ ആ ദ്വീപുകളിൽ സൂര്യനുദിച്ചു. പ്രഭാതകിരണ ങ്ങൾ തൊട്ടുവിളിച്ചപ്പോൾ ജനങ്ങളെണീറ്റു. ഇന്നലെ അവർ ഉറങ്ങിയിട്ടില്ല... ഭയവും സംഭ്രമവും അവരുടെ ഉറക്കത്തെ നശിപ്പിച്ചിരുന്നു.

പുകയുന്ന അഗ്നിപർവ്വതത്തിനുനേർക്ക് ഉറ്റുനോക്കിക്കൊണ്ട് ജനം കടൽക്കരയിൽ വന്നുനിന്നു. തീനാളങ്ങൾ കെട്ടടങ്ങിയെങ്കിലും പുക അന്തരീക്ഷത്തിൽ കട്ടപിടിച്ചു നില്ക്കുന്നു. തിരമാലകൾക്ക് ഇന്ന് ഊക്കു കൂടുതലാണ്...

ഒരു സംഘം പൊലീസുകാർ കടൽക്കരയിലെത്തി. "ആരും മീൻ പിടിക്കാനിറങ്ങരുത്... പ്രസിഡന്റ് കലമന്ത് അവർകളുടെ ആജ്ഞ യാണ്..." അവർ പറഞ്ഞു.

ജനം ഭയന്നു പിന്മാറി. ഉറഞ്ഞുതുള്ളുന്ന കടലിൽ സൂര്യകിരണങ്ങൾ ചിന്നിച്ചിതറുന്നു...ഇന്നു മീൻപിടിക്കുന്ന തോണികളില്ലാതെ കടൽ ഒഴി ഞ്ഞുകിടപ്പാണ്...

അഗ്നിപർവ്വതത്തിൽനിന്നും ഒലിച്ചിറങ്ങുന്ന ലാവ ഭൂമിയെ ഫല പുഷ്ടിയുള്ളതാക്കിത്തീർക്കും. അവിടെ കൃഷി തഴച്ചുവളരും. പല യുവാ ക്കളും അവിടെ ചെല്ലുന്നതിനെക്കുറിച്ച് ആലോചിച്ചു. പക്ഷേ, സുജിദ്ധീപ് ഒരു പേടിസ്വപനമാണ്. പകൽപോലും അവിടത്തെ വനങ്ങളിൽ ഇരുൾ നിറഞ്ഞുനില്ക്കുമത്രെ. നരഭോജികളായ കടുവകൾ അവിടെ ധാരാള മുണ്ട്. അവിടെയുള്ള ഗുഹകളിൽ മനുഷ്യരെ തിന്നുന്നവരുമുണ്ടത്രേ. അവരെക്കുറിച്ച് പല കഥകളും പ്രചാരത്തിലുണ്ട്. കരയിലടുക്കുന്നവരെ വിഷബാണങ്ങൾ എയ്താണത്രേ അവർ പിടിക്കുക. നഗ്നരായി ഓടിനട ക്കുന്ന അവർ മനുഷ്യരെന്ന പദത്തിന് അർഹരേയല്ല. അവർക്കു മൂർച്ച യുള്ള പല്ലുകളുണ്ടത്രേ. ഒരാളെ കിട്ടിയാൽ വയർ പിളർന്ന് ശാപ്പിടും. തലയോട് കഴുത്തിൽ തൂക്കിയിട്ട് നൃത്തം ചെയ്യും. മൃഗങ്ങളുമായി ഇടപഴകിയാണ് അവർ കഴിയുന്നത്.

ആ ദ്വീപിൽ പല ഭാഗത്തും ചതുപ്പുപ്രദേശങ്ങളുണ്ടത്രേ. അവിടെ കാലുകുത്തിയ ആൾ പിന്നെ രക്ഷപ്പെടില്ല. ചളിയിൽ ആണ്ടുപോകും. അങ്ങനെയുള്ളവരുടെ മുഖം കഴുകന്മാർ കൊത്തിത്തിന്നും. അവിടെ എല്ലിൻകുമ്പാരങ്ങളുണ്ടത്രേ! ആ ദ്വീപിലേക്ക് പുറപ്പെട്ടു പോയവരാരും തിരികെ വരാതായപ്പോൾ ഇത്തരം കഥകൾക്കു പ്രചാരവും വിശ്വാസവും വർദ്ധിച്ചു. അങ്ങനെ സുജിദ്ധീപ് നാശത്തിന്റെ പര്യായമായി നിലകൊണ്ടു.

ആ ദിവസത്തെ ഗ്രാമജീവിതമാകെ കുഴഞ്ഞുമറിഞ്ഞു. വയലിലും തോട്ടത്തിലും പണിയെടുക്കേണ്ടവർ ചിന്താമഗ്നരായിരുന്നു.

നായ്ക്കൾ ഇടവഴിയിലൂടെ ഓരിയിട്ട് പാഞ്ഞുനടന്നു. നാടാകെ ഭയന്നു വിറച്ചിരുന്നു. അഗ്നിപർവ്വതം വീണ്ടും പൊട്ടിത്തെറിച്ചാൽ... ആ തീജ്ജ്വാല ഈ ദ്വീപിലോളം വന്നെത്തിയാൽ...

"അമ്മേ...എഴുന്നേല്ക്കുന്നില്ലേ...? സ്കൂളിൽ മണിയടിക്കാറായല്ലോ..." മഞ്ജരി അമ്മയെ കുലുക്കിവിളിച്ചു.

ഭൂദേവി ഞെട്ടിപ്പിടഞ്ഞെണീറ്റു. അയ്യോ! നേരം ഒരുപാടായയോ...? ഞാനെന്തുറക്കമാണുറങ്ങിയത്...

കുളിമുറിയിൽ ചെന്നു മുഖം കഴുകി. മകൾ തയ്യാറാക്കിയ കാപ്പി കുടിച്ചു. പുറത്തിറങ്ങി വന്ന മനില പറഞ്ഞു: "അഗ്നിപർവ്വതം തണുത്തു തുടങ്ങിയിരിക്കുന്നു."

ഭൂദേവി ആശ്വാസത്തോടെ നെടുവീർപ്പിട്ടു. ആർക്കും ഒരാപത്തും വരുത്തിയില്ലല്ലോ...അവർ ധൃതിയിൽ സ്കൂളിൽപോകാനുള്ള ഒരുക്കം കൂട്ടി.

പുറത്തുനിന്ന് 'അമ്മേ, അമ്മേ' എന്ന വിളി കേട്ട് ഭൂദേവി ഇറങ്ങി നോക്കി. കാളീചരണിന്റെ വേലക്കാരൻ. അയാളാകെ പരിഭ്രമിച്ചിരുന്നു. മുഖം വിയർപ്പിൽ കുളിച്ചിട്ടുണ്ട്. ഓടിക്കൊണ്ടാകണം വന്നത്... അയാൾ നല്ലപോലെ കിതയ്ക്കുന്നുണ്ട്. എന്താ... എന്തുണ്ടായി എന്നു ചോദിക്കാൻ ഭൂദേവി ഒരുങ്ങുകയായിരുന്നു.

"അമ്മേ, കാളീചരണ്യജമാനൻ ഉടനെ അങ്ങോട്ടു ചെല്ലാൻ പറഞ്ഞു. നമ്മുടെ സുജചേച്ചി കിണറ്റിൽ ചാടിയത്രേ...”!

ഭൂദേവി ഇടിവെട്ടേറ്റതുപോലെ നിന്നു. അമ്മയുടെ പിന്നിൽ നിന്നിരുന്ന മഞ്ജരി അറിയാതെ നിലവിളിച്ചു. കൂടെ പുറപ്പെടാൻ അവളും ഒരുങ്ങി. ഭൂദേവി പറഞ്ഞു: "വേണ്ട, ഞാൻ വേഗം പോയി വരാം. നീ വീട് നോക്കണം. മനില സ്കൂളിൽ ചെന്നു വിവരമറിയിക്ക്. ഉച്ചഭക്ഷണ ത്തിന് എന്നെ കാക്കണ്ട. എപ്പോഴാണു മടങ്ങാൻ പറ്റുകയെന്ന് അറിയി ല്ലല്ലോ..."

ഭൂദേവി തിടുക്കത്തിൽ ഇറങ്ങി നടന്നു.

അവൾക്കെന്തു പറ്റി...? കിണറ്റിൽ ചാടാൻ വല്ല കാരണവും...? കഴിഞ്ഞയാഴ്ച അവൾ വീട്ടിൽ വന്നതല്ലേ... ചുവന്ന സാരിയാണുടു ത്തിരുന്നത്. തലയിൽ ചുവപ്പു റിബ്ബണും കെട്ടിയിരുന്നു. നല്ല മുഖശ്രീ യുള്ള പെണ്ണ്... ഞാനുണ്ടാക്കുന്ന മധുരപലഹാരം അവൾക്ക് വളരെ ഇഷ്ടമാണ്. എപ്പോൾ വന്നാലും പറയും. 'അടുത്ത തവണയും ഇതുണ്ടാ ക്കിത്തരണം.' ഇനി അതുണ്ടാക്കിക്കൊടുക്കാൻ പറ്റില്ലേ...? കഴിഞ്ഞ ദിവസം മനിലനെ വിളിക്കാൻ പറഞ്ഞയച്ചിരുന്നു. പക്ഷേ, വന്നില്ല.

ഭൂമിദേവിയുടെ തൊണ്ടയിടറി. കൂടെ നടക്കുന്ന ഭൃത്യനോടു ചോദിച്ചാൽ എല്ലാം വ്യക്തമായി എന്നു വരില്ല...ജിജ്ഞാസയാണെങ്കിൽ വീർപ്പുമുട്ടിക്കുന്നു...ഏതായാലും ഇനി കുറച്ചുകൂടിയല്ലേ നടക്കാനുള്ളൂ...

വഴിവക്കിലെ വീട്ടിനു മുന്നിൽനിന്ന് ഒരു സ്ത്രീ വിളിച്ചുചോദിച്ചു: "ഇന്നെന്താ സ്കൂളില്ലേ? ടീച്ചറെങ്ങോട്ടാ?"

ഭൂദേവി ഉത്തരം പറഞ്ഞില്ല. മൂക്കിലേക്കിറങ്ങിപ്പോയ കണ്ണട ഉയർത്തിവച്ചു...

കാളീചരണത്തിന്റെ വീട്ടിനു മുന്നിൽ ആളുകൾ കൂടിനില്ക്കുന്നു. പലരും പൊട്ടിക്കരയുന്നു. ചിലർ ദുഃഖം കടിച്ചിറക്കുന്നു. ഭൂദേവിയെ കണ്ട ഉടൻ കാളീചരണത്തിന്റെ പത്നി അമിയ ഓടിവന്നു കെട്ടിപ്പിടിച്ചു. വിതുമ്പിക്കരയുന്ന ആ അമ്മയെ ആശ്വസിപ്പിക്കാൻ ഭൂദേവിക്കു നന്നേ പാടുപെടേണ്ടി വന്നു...

സുജലയുടെ ശരീരം വരാന്തയിൽ കിടത്തിയിരുന്നു. തിരിച്ചറിയാൻ കഴിയാത്ത വിധം ആകെ വീർത്തുപോയിരിക്കുന്നു. അന്ന് വീട്ടിൽ വന്ന പ്പോൾ ഉടുത്ത ചുവപ്പുസാരിയാണ് ദേഹത്തുള്ളത്...ഭൂദേവിക്ക് ആശ്ചര്യം തോന്നി. അന്ന് ഈ സാരിയുടുത്തപ്പോൾ എന്തു ഭംഗിയായിരുന്നു. ഇപ്പോൾ ഈ മുഖം ഭയപ്പെടുത്തുന്നു. ഈ ശരീരം വികൃതമായിരി ക്കുന്നു. ഇനി മധുരപലഹാരമുണ്ടാക്കിത്താ എന്ന് ഇവളെങ്ങനെ പറയും...? എല്ലാം ഒരു ചാരമായിത്തീരാൻ പോകുന്നു.

നിയന്ത്രിച്ചിട്ടും കണ്ണീർപ്രവാഹം തടയാനാകാതെ ഭൂദേവി കുഴങ്ങി...

പൊലീസുകാരെത്തി. രണ്ടുപേർ. അന്തരീക്ഷം പെട്ടെന്ന് നിശ്ശബ്ദ മായി..."ആത്മഹത്യയാണ്. പോസ്റ്റ്മോർട്ടം ചെയ്യണം-"അവർ പറഞ്ഞു.

"എന്റെ അനുജത്തി എങ്ങനെയായാലും മരിച്ചു. ഞങ്ങളുടെ ദുഃഖം കണ്ടിട്ടുതന്നെ നിങ്ങൾക്ക് തൃപ്തിയാവുന്നില്ലേ? ഇനിയുമെന്തിനാ ബുദ്ധി മുട്ടിക്കുന്നത്?" കാളീചരൺ ചോദിച്ചു.

"നിയമം തെറ്റി നടക്കാൻ ഞങ്ങളനുവദിക്കില്ല...തടസ്സം സൃഷ്ടിച്ചാൽ ബലം പ്രയോഗിക്കേണ്ടി വരും..."

കാളീചരൺ പിന്നീടൊന്നും പറഞ്ഞില്ല. മിഴികൾ തുടച്ചുകൊണ്ട് അയാൾ എണീറ്റു. ചോരയോട്ടം നിലച്ച കവിളുകൾക്കു താഴെ താടിയെ ല്ലുകൾ എഴുന്നുനില്ക്കുന്നു...അയാൾ ഭൂദേവിയുടെ അരികിലെത്തി: "ജ്യേഷ്ഠത്തീ... ഇവിടത്തെ കാര്യങ്ങളെല്ലാം നോക്കണം. ഞാൻ ആസ് പത്രിയിൽ ചെന്നു വരാം."

ജനം പിരിഞ്ഞുപോയി. ഭൂദേവിയും അമിയയും വരാന്തയിൽ കുനിഞ്ഞിരുന്നു...

"ഇളയരാജ എല്ലാറ്റിനും പകരംവീട്ടി..." വിതുമ്പിക്കരഞ്ഞുകൊണ്ട് അമിയ തുടർന്നു... "ആറുമാസം മുമ്പ് ഇവരെല്ലാം ചേർന്ന് അയാളുടെ നെല്ലറ കുത്തിത്തുറന്ന് നെല്ലെടുത്തു വിതരണം ചെയ്തില്ലേ...? അന്നുമുതലുള്ള വിദ്വേഷമാണ്. ഇപ്പോഴാണ് അവസരം കിട്ടിയത്..."

ഭൂദേവിക്ക് അതെല്ലാം നല്ല ഓർമ്മയുണ്ട്...

അക്കൊല്ലം മഴയുണ്ടായിരുന്നില്ല. കൃഷിയെല്ലാം ഉണങ്ങിപ്പോയി. ജനങ്ങൾ പരക്കംപാഞ്ഞു. എല്ലാ സൗകര്യങ്ങളുമുള്ള ജന്മിക്കു മുട്ടുണ്ടാ യില്ല. ദരിദ്രരായ കർഷകർ തങ്ങളുടെ തുണ്ടുഭൂമി പണയംവച്ചു വായ്പ

വാങ്ങി എന്നിട്ടും അവരുടെ വയർ നിറഞ്ഞില്ല. നാട്ടിലെ ദുഃസ്ഥിതിയിൽ മനംനൊന്ത കാളീചരണും കനുവും മനുവും ജനങ്ങളെ സംഘടിപ്പിച്ചു. മറ്റു ദ്വീപുകളിൽനിന്നും സമാനചിന്താഗതിക്കാരെ വരുത്തി. ഒട്ടിയ വയറും ഒടിഞ്ഞ നടുവുമുള്ള ജനത...പക്ഷേ, അവരുടെ മിഴികളിൽ അഗ്നിജ്ജ്വാല കളുണ്ടായിരുന്നു...

അഞ്ഞൂറോളം പേർ ഒരു സുപ്രഭാതത്തിൽ ഇളയരാജന്റെ മുറ്റത്തെ ത്തിച്ചേർന്നു...

"ഇവർക്കെല്ലാം വിശപ്പടക്കാനുള്ളതു കൊടുക്കണം" കാളീചരൺ ആവശ്യപ്പെട്ടു.

"ഇതെന്താ ധർമ്മസ്ഥാപനമാണോ? കടന്നുപോകുന്നതാണു നല്ലത്... ഇല്ലെങ്കിൽ പൊലീസിനെ വിളിക്കേണ്ടിവരും..." ജമീന്ദാർ പല്ലി റുമ്മി.

പിന്നെ താമസമുണ്ടായയില്ല. ജനം മുന്നോട്ടു നീങ്ങി. ഇളയരാജ നെയും സിൽബന്തികളെയും പിടിച്ചുകെട്ടി. കലവറ തുറന്നു ധാന്യ മെല്ലാം പുറത്തെടുത്തു. തുല്യമായി വീതിച്ചുകൊടുത്തു. പണയംവച്ച ആധാരങ്ങൾ കർഷകർക്കു തിരികെക്കൊടുത്തു. അവരിൽനിന്ന് ഒപ്പിട്ടു വാങ്ങിയ കടലാസുകൾ കീറിക്കളഞ്ഞു.

ജനങ്ങൾ പിന്തിരിഞ്ഞു. പൊലീസ് പാഞ്ഞെത്തി. മൂന്നുപേർ മാത്രം കൈയിലകപ്പെട്ടു. അവരെ കോടതിയിൽ ഹാജരാക്കി. വിചാരണയ്ക്കു ശേഷം മൂന്നുമാസത്തെ തടവിനു ശിക്ഷിച്ചു.

അമിയ ദീർഘമായി നിശ്വസിച്ചു. ഇങ്ങനെയൊക്കെ സംഭവിക്കു മെന്നു വല്ലവരും കരുതിയോ? പതിവുപോലെ ഇന്നലെ രാവിലെയും സുജല കുളക്കടവിൽ പോയതായിരുന്നു. അപ്പോൾ അടുത്തെങ്ങും ആരുമുണ്ടായിരുന്നുമില്ല. പെട്ടെന്ന് ഇളയരാജന്റെ ആൾക്കാർ പ്രത്യക്ഷ പ്പെട്ടു. അവളെ പിടിച്ചുകെട്ടിക്കൊണ്ടുപോയി. വയലിൽ പണിയെടുക്കുന്ന വർ അവളുടെ കരച്ചിൽ കേട്ടു. അവർക്കതിൽ പുതുമതോന്നിയില്ല. യുവതികളെ പിടിച്ചുകൊണ്ടുപോകുന്നത് ഒരു സാധാരണ കാഴ്ചയല്ലേ?... കൂടാതെ ജമീന്ദാറുടെ ആൾക്കാരും...അവർ മിണ്ടാതെ പണിയെടുത്തതേ യുള്ളൂ...

ഇളയരാജന്റെ മുന്നിൽ സുജലയെ കൊണ്ടുനിർത്തി. മുറുക്കിച്ചു വപ്പിച്ച ചുണ്ടുമായി അയാൾ നടന്നടുത്തു.."നിന്റെ ജ്യേഷ്ഠൻ കാളീചരൺ വലിയ നേതാവാണത്രേ...! നേതാവ്! ഇപ്പോൾ ആരാണു വലിയവനെന്നു കാണിച്ചുതരാം..."

"എന്നെ വിട്...എന്നെ വിട്..." അവൾ കേണപേക്ഷിച്ചു. ചുറ്റും നില്ക്കുന്നവർ പൊട്ടിച്ചിരിച്ചു. ഇളയരാജൻ അവളെ തള്ളിയിട്ടു. സിംഹത്തെപ്പോലെ മീതെ ചാടിവീണു. നിലവിളി കൂടിയപ്പോൾ വായിൽ തുണി തിരുകി...

ഇളയരാജൻ വിയർത്തെണീറ്റു...പിന്നെ അടുത്ത ആൾ...അങ്ങനെ ആറുപേർ...

തനിക്കു ഭ്രാന്തുപിടിക്കുമെന്ന് ഭൂദേവിക്കു തോന്നി...

വെയിലിനു ശക്തി കൂടിക്കൊണ്ടിരിക്കുന്നു...

അമിയയ്ക്കു കരച്ചിലടക്കാൻ കഴിയുന്നില്ല...കഴിഞ്ഞ ഓരോ സംഭവവും അവളുടെ മനസ്സിൽ പറ്റിപ്പിടിച്ചിട്ടുണ്ട്...തുടച്ചിട്ടും തുടച്ചിട്ടും അവ മാഞ്ഞുപോകുന്നില്ല...

ബോധംനശിച്ച സുജല ഉണർന്നപ്പോൾ സന്ധ്യയായിരുന്നു. മുറിയിൽ തനിച്ചാണ്. വസ്ത്രം കീറിപ്പറിഞ്ഞിട്ടുണ്ട്. ദേഹം രക്തത്തിൽ കുളിച്ചിരി ക്കുന്നു... പതുക്കെ എണീറ്റിരുന്നു. പുറത്തു കാവൽക്കാരൻ ഇരുന്നുറ ങ്ങുന്നു. വാതിലടച്ചിട്ടില്ല. ശബ്ദമുണ്ടാക്കാതെ പുറത്തു കടന്നു. അങ്ങനെ രക്ഷപ്പെട്ടു...

സുജലയെ ആശ്വസിപ്പിക്കാൻ അമിയ വളരെ ശ്രമിച്ചു നോക്കി... "ഇനിയെനിക്കു ജീവിക്കേണ്ട ചേച്ചീ..." അവൾ പിറുപിറുത്തുകൊണ്ടി രുന്നു...

അമിയ വെള്ളം ചൂടാക്കി അവളെ കുളിപ്പിച്ചു. ഭക്ഷണം കഴിച്ച് ഉറങ്ങാൻ കിടന്നു. അന്ന് കാളീചരൺ വരാൻ അല്പം വൈകിയിരുന്നു. അനുജത്തിയോട് അദ്ദേഹമൊന്നും സംസാരിച്ചില്ല...അവളെ പ്രത്യേകം ശ്രദ്ധിക്കണമെന്ന് ഭാര്യയോടു നിർദ്ദേശിച്ചു...

പ്രഭാതത്തിൽ ഉണർന്നപ്പോൾ സുജലയെ കാണാനില്ലായിരുന്നു... ആകെ ബഹളമായി. അങ്ങുമിങ്ങും അന്വേഷിച്ചു...കിണറ്റിൽ പൊങ്ങി ക്കിടക്കുന്ന സാരിയുടെ അറ്റം കണ്ടപ്പോൾ എല്ലാവരും ഞെട്ടിപ്പോയി...

ഭൂദേവിയും അമിയയും മുഖത്തോടുമുഖം നോക്കി. എന്താണു സംസാരിക്കേണ്ടത്?... മൗനത്തെ ഭേദിച്ചുകൊണ്ട് നെടുവീർപ്പുകൾ മാത്രം ഉയർന്നു...

ഭൂദേവിക്ക് മകളെ ഓർമ്മവന്നു... മഞ്ജരിക്ക് ഒരു ആലോചന വന്നിട്ടുണ്ട്. നിശ്ചയം അടുത്താഴ്ച നടത്തണമെന്നാണു തീരുമാനി ച്ചിരിക്കുന്നത്. അമിയയും സുജലയും മുൻകൂട്ടിയെത്തി എല്ലാം ഭംഗി യാക്കേണ്ടതായിരുന്നു... അതിനുപകരം...

കാളീചരൺ തിരിച്ചെത്തുമ്പോൾ ഉച്ചതെറ്റിയിരുന്നു. ജനം വീണ്ടും ഒത്തുകൂടി. കരച്ചിൽ ഉച്ചത്തിലായി. സുജല ശ്മശാനത്തിലേക്കു പുറ പ്പെട്ടു. ദുഃഖത്തിന്റെ ചിത... തീനാമ്പുകൾ ആളിപ്പടർന്നു...

നിമിഷംതോറും കാളീചരണിന്റെ മിഴികളിൽ രൗദ്രഭാവം ഉരുണ്ടു കൂടുകയായിരുന്നു...ആ ഇളയരാജനെ വെറുതെവിടില്ല...അയാൾ മുഷ്ടി ചുരുട്ടി... ഭൂദേവി ആശ്വസിപ്പിക്കാൻ ശ്രമിച്ചു... പ്രതികാരം കൊണ്ടു പ്രയോജനമൊന്നുമില്ല. അതു കൂടുതൽ അപകടത്തിനു വഴിവയ്ക്കും. നമ്മൾ ഒരുപാടു ക്ലേശങ്ങൾ അനുഭവിച്ചുകഴിഞ്ഞു. ഇനിയെങ്കിലും അടങ്ങിയിരുന്നുകൂടേ...?

വരാന്തയിൽ സുജല കിടന്നിരുന്നിടത്ത് ഒരു മൺവിളക്കെരിയുന്നു.... ആടിക്കളിക്കുന്ന അതിന്റെ നാളത്തിൽ കണ്ണുനട്ടിരുന്ന കാളീചരൺ ഉറച്ചസ്വരത്തിൽ പറഞ്ഞു: "ഇല്ല...ഒരിക്കലും അടങ്ങിയിരിക്കാനാവില്ല."

രണ്ട്

ഭൂദേവി ക്ലാസിൽ ഭൂഗോളത്തെപ്പറ്റി പഠിപ്പിക്കുകയായിരുന്നു...

നമ്മുടെ രാജ്യമായ നീലദ്വീപസമൂഹം ശാന്തസമുദ്രത്തിലാണു നിലകൊള്ളുന്നത്. നീലദ്വീപ്, മുലുദ്വീപ്, കുലുദ്വീപ്, സുലുദ്വീപ്, സുജിദ്വീപ് എന്നീ അഞ്ചെണ്ണമാണ് പ്രധാനപ്പെട്ടവ. നീലദ്വീപ് കൈ ത്തൊഴിലുകളുള്ള സമൃദ്ധമായ പ്രദേശമാണ്. ഇവിടെ വജ്രഖനികളു മുണ്ട്. നീലദ്വീപിലെ പ്രധാനപട്ടണമാണ് നീലനഗരം. ഇതിന്റെ അറ്റത്ത് ആഴമുള്ള തുറമുഖമുണ്ട്. മറ്റു രാജ്യങ്ങളിലെ കപ്പലുകൾ ഇതിലൂടെ കടന്നുപോകുന്നു. നമ്മുടെ രാജ്യത്തിലെ ഏറ്റവും വലിയ കാരാഗൃഹം സ്ഥിതിചെയ്യുന്നതു മുലുദ്വീപിലാണ്. സുലുവും കുലുവും കർഷകരുടെ ദ്വീപാണ്. അവിടെയുള്ളവർ ഭൂരിഭാഗവും ദരിദ്രരാണ്. അഗ്നിപർവ്വത മുള്ളത് സുജിയിലാണ്. മൂന്നുനാലു വർഷത്തിലൊരിക്കൽ ഈ പർവ്വതം പൊട്ടിത്തെറിക്കും. നമ്മുടെ രാജ്യം ഭരിക്കുന്നത് ആജീവനാന്ത പ്രസിഡ ന്റായ സർവ്വാധികാരി കലമന്താണ്...

ഹരിചരൺ പറയുമായിരുന്നു... "ഏകാധിപത്യഭരണം നിലനില്ക്കു ന്നിടത്തോളം നമുക്ക് അഭിവൃദ്ധിയോ സുഖമോ ഉണ്ടാവുകയില്ല... കൊട്ടാരത്തിനുള്ളിൽ അടച്ചിരുന്നാൽ ജനങ്ങളുടെ കഷ്ടപ്പാട് മനസ്സി ലാകില്ലല്ലോ... ജനങ്ങളുടെ ഇടയിൽനിന്നുള്ള അധികാരിയുണ്ടാകണം... അയാൾ അഴിമതിക്കാരനാകയുമരുത്... എങ്കിലേ വല്ലതും സാദ്ധ്യമാകൂ..."

ഭൂദേവി ഒരുനിമിഷം സംശയിച്ചുനിന്നു. ഇതെല്ലാം കുട്ടികളോടു പറയണോ...? പാവങ്ങൾ!... ഇവർക്കെന്തറിയാം...?

ശാന്തസമുദ്രമെന്നതു പേരുമാത്രം...അതിന്റെ മദ്ധ്യത്തിലുള്ള ഈ ദ്വീപുകളിൽ ദുഃഖവും അതൃപ്തിയും അനീതിയും നിറഞ്ഞുനില്ക്കുന്നു...

വൈകുന്നേരം വീട്ടിലെത്തിയപ്പോൾ മഞ്ജരി വളരെ സന്തോഷത്തി ലായിരുന്നു. അടുക്കളയിൽനിന്നു നല്ല മണം ഉയരുന്നു...

"അമ്മേ ഇന്നു മീൻചാറുണ്ടാക്കി. രണ്ടുമൂന്നു ദിവസമായിട്ടു കടലിൽ തോണിയിറങ്ങിയതല്ലേ...മാർക്കറ്റിൽ ധാരാളം മീനുണ്ട്..."

അമ്മയും മക്കളും ഒന്നിച്ചിരുന്നു ഭക്ഷണം കഴിച്ചു. കറിക്കു നല്ല രുചി. പതിവിലധികം ഓരോരുത്തരും കഴിച്ചു. വയറു മാത്രമല്ല... ഭൂദേവിയുടെ മനസ്സും നിറഞ്ഞു...ആപത്തെല്ലാം അവസാനിച്ചെന്നു തോന്നുന്നു...ഇനി സമാധാനത്തിന്റെ ദിവസങ്ങൾ...

"ഇന്നെന്തോ വല്ലാത്ത ഉറക്കം വരുന്നു. ഞാൻ കിടക്കട്ടെ മഞ്ജരീ..." ഭൂദേവി കിടക്ക വിരിച്ചു.

പുലരാറായപ്പോൾ പെട്ടെന്ന് ഭൂദേവി ഞെട്ടിയുണർന്നു. പുറത്ത് ആളുകൾ സംസാരിക്കയും ഓടിപ്പോകയും ചെയ്യുന്നു എന്തോ സംഭവി ച്ചിരിക്കുന്നു. അഗ്നിപർവ്വതം വീണ്ടും പൊട്ടിയോ? ജിജ്ഞാസ തടുക്കാനാ കാതെ മകനെ വിളിച്ചുണർത്തി, പുറത്തു നടക്കുന്നതെന്താണെന്നു നോക്കിവരാൻ പറഞ്ഞു...

മനില വാതിൽ തുറന്നു. ഭൂദേവിയും അവന്റെ പിന്നാലെ പുറത്തിറ ങ്ങി. വടക്കുഭാഗത്തായി ഉയർന്ന പ്രദേശത്തുള്ള ഒരു വീടു കത്തിയെരി യുന്നു...

"ഇളയരാജന്റെ വീടിനു തീപറ്റി..." മനില പിറുപിറുത്തു.

ഭൂദേവി നടുങ്ങിവിറച്ചു. അവരുടെ കാലുകൾ തളർന്നു. നില്ക്കാനാ കാതെ കുനിഞ്ഞിരുന്നു. എന്താണെന്ന് അറിഞ്ഞുവരാൻ പുറപ്പെട്ട മകനെ അവർ വിലക്കി...വെറുതെ ചെന്നു വലയിൽ കുടുങ്ങേണ്ടല്ലോ... മകനെയും കൂട്ടി അകത്തു കടന്ന് അവർ വാതിലടച്ചു.

മനില ഉറങ്ങിയിട്ടും ഭൂദേവിക്ക് ഉറക്കം വന്നില്ല...ഇളയരാജന്റെ വീടിനു തീവച്ചതാര്? അതു മറ്റാരുമാകാനിടയില്ല...ഇനിയെന്ത് എന്നതേ ചോദിക്കാനുള്ളൂ...ജീവിതം വീണ്ടും താറുമാറാവുകയാണോ...? മകൾ മഞ്ജരിയുടെ വിവാഹം...കടുത്ത പരീക്ഷണങ്ങളെല്ലാം കഴിഞ്ഞെന്നു കരുതിയതാണല്ലോ ദൈവമേ!...ഇനിയുമെന്തിനീ പരീക്ഷണം...?

വെളിച്ചംപരന്നു ഭൂദേവി എണീറ്റിരുന്നു. മനിലനെ കാളീചരണിന്റെ വീട്ടിലേക്കു പറഞ്ഞയയ്ക്കണോ? വേണ്ട...കഴിയുന്നതും ദൂരെ ഒതുങ്ങി ക്കഴിയുന്നതാണ് ഉചിതം. തനിക്കു മക്കളുണ്ട്. അവരുടെ ഭാവിയെപ്പറ്റി ഉല്ക്കണ്ഠയുണ്ട്. വെറുതെ വേണ്ടാത്ത കെണിയിലൊന്നും ചെന്നു ചാടരുത്.

അയൽപക്കത്തുള്ളവരോട് അവർ സംസാരിക്കാൻ ചെന്നില്ല. വേഗ ത്തിൽ പ്രഭാതകൃത്യങ്ങൾ കഴിച്ചു. ഉടനെ സ്കൂളിലേക്കു പുറപ്പെടുകയും ചെയ്തു. മഞ്ജരിയോട് വീടു ശ്രദ്ധിക്കാൻ പ്രത്യേകം നിർദ്ദേശിച്ചു. മനിലനോട് ആ ഭാഗത്തേക്കൊന്നും പോകരുതെന്ന് താക്കീതുംചെയ്തു. ഇല്ലെങ്കിത്തന്നെ നമ്മൾ നോട്ടപ്പുള്ളികളാണ്...

കത്തിയമർന്നുകൊണ്ടിരുന്ന ഇളയരാജന്റെ വീടിന്റെ അവശിഷ്ടം ദൂരെനിന്നും കാണാം.

വേണ്ടെന്നുവച്ചിട്ടും ഭൂദേവിയുടെ മിഴികൾ ഇടയ്ക്കിടെ ആ ഭാഗ ത്തേക്കു പാഞ്ഞുചെന്നു. എന്തൊക്കെ സംഭവിച്ചുവെന്നറിയാൻ മനസ്സു തുടിച്ചു...

സ്കൂളിലെത്തിയപ്പോൾ സഹപ്രവർത്തക ചോദിച്ചു: "ഇളയരാജന്റെ വീടിന്റെ ഭാഗത്തു പോയിരുന്നോ?"

ഇല്ലെന്നു പറഞ്ഞു ഭൂദേവി ഒഴിഞ്ഞുമാറി.

"നീചൻമാരുടെ ഗതിയാണ് അയാൾക്കും വന്നതെന്നു കരുതി ക്കൊള്ളൂ...പക്ഷേ, അയാളുടെ ഭാര്യയും മക്കളും എന്തു കുറ്റം ചെയ്തു...? ആരും ബാക്കിയായില്ലത്രേ? ആലയിലെ പശുക്കൾ പോലും..."

തന്റെ മൗനം സഹപ്രവർത്തകയിൽ സംശയം ജനിപ്പിക്കുന്നുണ്ടോ എന്നു ഭൂദേവിക്കു തോന്നി. അവർ വേഗം ക്ലാസിലേക്കു നടന്നു.

പാഠത്തിൽ ശ്രദ്ധ തങ്ങുന്നില്ല. കുട്ടികൾ പലതും ചോദിക്കുന്നുണ്ട്. ഭൂദേവി തപ്പിത്തടഞ്ഞു. മനസ്സ് പരിഭ്രമിച്ചിരിക്കുകയാണ്. ഇടയ്ക്കിടെ മിഴികൾ പുറത്തേക്കു പാഞ്ഞുപോകുന്നു. ചെറിയ ഒച്ചപോലും ഞെട്ട ലുളവാക്കുന്നു.

മൂന്നാം പീരിയഡ് തുടങ്ങിയതേയുള്ളൂ... പെട്ടെന്നു പുറത്ത് ഒരു ജീപ്പ് വന്നുനിന്നു. രണ്ടു പൊലീസധികാരികൾ താഴത്തിറങ്ങി. ഭൂദേവിയുടെ ഉള്ളംകാൽ വിറച്ചു...ധൈര്യം മുഴുവൻ ചോർന്നുപോയി. അവർ ഇങ്ങോട്ടേക്കാകുമോ...? വിചാരിക്കുന്നതിനിടയിൽ ഹെഡ്മിസ്ട്രസ്സിനോടൊപ്പം അവർ ക്ലാസിലെത്തി.

"നിങ്ങളെ അറസ്റ്റ് ചെയ്തിരിക്കുന്നു...!"

"ഞാനെന്താ ചെയ്തത്...?"

"ഇതാ...വാറണ്ട്..."

ഭൂദേവി അതു വായിച്ചു. പരിഭ്രമമെല്ലാം പെട്ടെന്നു നീങ്ങിപ്പോയി. കഴുത്തോളം മുങ്ങി. പിന്നെന്തു ശീതം...?

പുസ്തകം പ്രധാനാധ്യാപികയുടെ കൈയിലേല്പിച്ചു... "നിങ്ങൾക്ക് ബുദ്ധിമുട്ടായതിൽ ക്ഷമിക്കണം. ഞാൻ പോയിവരാം..."

രംഗം നോക്കിക്കൊണ്ട് മറ്റധ്യാപകർ വരാന്തയിൽ നില്പുണ്ട്.

മുന്നോട്ടു നീങ്ങിയ ഭൂദേവിയെ കുട്ടികൾ പൊതിഞ്ഞു: "ടീച്ചർ പോകല്ലേ...ടീച്ചർ പോകല്ലേ" അവർ വിലപിച്ചു...

ഭൂദേവിയുടെ മിഴികൾ തുളുമ്പി. അവർ കുനിഞ്ഞു...അവരെ തലോടി... "എന്റെ പൊന്നുമക്കളല്ലേ... ഞാൻ വേഗം മടങ്ങിവരും... നിങ്ങൾ മാറിനില്ക്ക്..."

കുട്ടികൾ മാറിനിന്നില്ല. പൊലീസധികാരിക്കു ദേഷ്യംവന്നു. അയാൾ ലാത്തികൊണ്ടുന്തി. ഒരു പെൺകുട്ടി കമഴ്ന്നടിച്ചു വീണു. അതു കണ്ട് മറ്റുള്ളവർ നിലവിളിക്കാൻ തുടങ്ങി.

രംഗം കാണാൻ കരുത്തില്ലാതെ ഭൂദേവി മുറ്റത്തിറങ്ങി. ജീപ്പിലിരുന്ന പ്പോൾ മനസ്സിന് കട്ടികൂടുന്നതുപോലെ തോന്നി. വരുന്നതെന്തും അനുഭവിക്കുകതന്നെ. ഭയപ്പെട്ടിട്ടു കാര്യമില്ല. താനൊരു തെറ്റും ചെയ്തി ട്ടില്ലല്ലോ-

പൊലീസ്റ്റേഷനു മുന്നിൽ ജീപ്പു നിന്നു. കൊമ്പൻമീശയും കഴുകൻകണ്ണുമുള്ള പൊലീസ് ഇൻസ്പെക്ടർ അവരെ പ്രതീക്ഷിച്ചിരി ക്കുകയായിരുന്നു. ഭൂദേവിയെ കണ്ടപ്പോൾ ആ കണ്ണുകൾ ചുവന്നു...

"നിനക്കറിയണമല്ലോ...? ഇളയരാജനും ഭാര്യയും രണ്ടു മക്കളും എല്ലാം ചത്തുപോയത്രേ!"

"ഇന്ന് സ്കൂളിലേക്കു വരുമ്പോൾ ആരോ പറയുന്നതു കേട്ടു മറ്റൊന്നുമറിയില്ല..."

"ഈ ഗൂഢാലോചനയിൽ നിന്റെ പങ്കെന്താ...?"

"എനിക്കിതൊന്നുമറിയില്ല..."

"കള്ളം പറയണ്ട. സത്യമാണറിയേണ്ടത്."

"എന്റെ മക്കളാണേ ഞാനൊന്നുമറിയില്ല."

"ഒന്നുമറിയില്ല അല്ലേ...? എന്ത്നാടാ നോക്കി നില്ക്കുന്നത്? നാലെണ്ണം കൊടുക്ക്..."

ചുമരിൽനിന്ന് ചാട്ട വലിച്ചെടുത്ത് ഒരു കോൺസ്റ്റബിൾ മുന്നോട്ടു നീങ്ങി. നാലുതവണ അത് വായുവിൽ ചീറി...

ഭൂദേവി നിലവിളിച്ചുപോയി: "എനിക്കൊന്നുമറിയില്ല. എനിക്കൊന്നു മറിയില്ല. സത്യമാണ്."

പറഞ്ഞു തീരുന്നതിനുമുമ്പ് ചാട്ട വീണ്ടും വായുവിൽ പുളഞ്ഞു. ഭൂദേവി നിലവിളിച്ചില്ല. കോപത്തോടെ അവർ ചോദിച്ചു: "നാണമില്ലേ നിങ്ങൾക്ക്...? നിങ്ങളുടെ അമ്മയുടെ പ്രായമില്ലേ എനിക്ക്!"

കോൺസ്റ്റബിൾ തലകുനിച്ചു നിന്നു.

"തള്ള തരക്കേടില്ലല്ലോ... കൊണ്ടുപോയി ലോക്കപ്പിലിട്" ഇൻസ്പെക്ടർ കല്പിച്ചു.

വലിച്ചിഴച്ചു ലോക്കപ്പിലിട്ടു...

ഇടുങ്ങിയ ഒരിരുട്ടുമുറി, മൂത്രത്തിന്റെയും രക്തത്തിന്റെയും ദുർഗ്ഗന്ധം. നിലം നിറയെ പൊടിപടലങ്ങൾ... പാറ്റകളും മൂട്ടകളും പാഞ്ഞു കളിക്കുന്നു... ആകപ്പാടെ ശ്വാസംമുട്ടിപ്പോകുന്നു... എങ്ങു നിന്നോ ഒരെലി പാഞ്ഞുവന്ന് ഭൂദേവിയെ നോക്കിയ ശേഷം തിരികെ പോയി...

തളർച്ച തോന്നിയെങ്കിലും ഭൂദേവി ഇരുന്നില്ല. ഇരുമ്പഴികളിൽ പിടിച്ച് ആലോചനയിൽ മുഴുകി... മഞ്ജരിയും മനിലനും ഇപ്പോൾ വിവര മറിഞ്ഞുകാണും. അവർക്കെന്തു തോന്നുമോ എന്തോ...? അവരുടെ മനോഭാവമെന്തായിരിക്കും...? നിലവിളിച്ചു ബഹളംകൂട്ടുകയായിരിക്കുമോ? അച്ഛനില്ലാത്ത മക്കൾ... അവരുടെ ഗതിയെന്തായിരിക്കും...?

കാളീചരൺ ഇപ്പോഴെവിടെയാകും...? മിക്കവാറും പിടിക്കപ്പെട്ടിരി ക്കും... അമിയ ഒറ്റയ്ക്കാകും...തന്റെ വീട്ടിൽ വന്നിരുന്നെങ്കിൽ മക്കൾക്ക് ഒരാശ്വാസമാകുമായിരുന്നു...

പുറത്തു ചാട്ടവാറടിയൊച്ച കേൾക്കുന്നു... ഭൂദേവി ശ്വാസമടക്കി പ്പിടിച്ചു ശ്രദ്ധിച്ചു...

അടിയേറ്റവശനായ കാളീചരണിനോട് ഇൻസ്പെക്ടർ ചോദിച്ചു: "ഈ ഗൂഢാലോചനയിൽ വേറെ ആരെല്ലാമുണ്ട്?"

"ആരുമില്ല, ഞാനൊറ്റയ്ക്കാണ്."

"പച്ചക്കള്ളം! ആ വലിയ വീട്ടിനു തീവയ്ക്കാൻ നിനക്കൊറ്റയ്ക്കു കഴിയുമെന്നോ? ഒരിക്കലും സാദ്ധ്യമല്ല. ആരെല്ലാമാണെന്നു വേഗം പറയണം."

"ഇല്ല...വേറെയാരുമില്ല..."

"മനുവും കനുവും...?"

"ഇല്ല..."

"ഗബ്രിയേലോ സയ്യിദോ ജയതിലകോ...?"

"എന്തു ചോദിച്ചാലും ഉത്തരം വേറെയില്ല. ഇതിൽ മറ്റാർക്കും കൈയില്ല. ഞാനൊറ്റയ്ക്കാണ്."

ഇൻസ്പെക്ടർ ആംഗ്യം കാട്ടി. നാലുപേർ മുന്നോട്ടു നീങ്ങി. കാളീ ചരണിനെ ബലമായി പിടിച്ചു. കൈച്ചങ്ങലയിൽ ഒരു കയർ കെട്ടിത്തൂ

ക്കിയിട്ടു. തൂങ്ങിയാടുമ്പോൾ തോളുകൾ പറിഞ്ഞു പോകുന്ന വേദന. ആടുന്ന പിൻകാലുകളിൽ നിർത്താതെയുള്ള അടി...

"അയ്യോ!" അയാൾ ഞരങ്ങി...

"ഇനി പറയൂ..."

കാളീചരൺ മിണ്ടിയില്ല. ആ മുഖം വിയർപ്പിൽ കുളിച്ചു. കാലുകളിൽ രക്തം പൊടിഞ്ഞു.

അല്പം കഴിഞ്ഞ് ആ അഭ്യാസം മതിയാക്കി. മർദ്ദനം അവസാനി ച്ചെന്നു കാളീചരൺ കരുതി. എന്നാൽ അത് മറ്റൊന്നിനുള്ള ഒരുക്കമായി രുന്നു. ചാട്ടവാർ പലതവണ വായുവിൽ ചീറി.

"ആരെല്ലാമാണ്...മനു...കനു...?"

"ആരും ഇല്ല..."

നിങ്ങളെങ്ങനെ ചോദിച്ചാലും ശരി...ഇതിൽക്കവിഞ്ഞൊരു ഉത്തര മെനിക്കില്ല. എന്റെ പ്രതികാരം നിറവേറ്റാൻ സഹായിച്ചവരെ ഒരിക്കലും ഒറ്റിക്കൊടുക്കില്ല...ഇത്രത്തോളം വേദന തിന്നില്ലേ...? ഇനി എന്താകാൻ? ...ഒരുപക്ഷേ, മരണം സംഭവിച്ചേക്കും...മരിക്കുന്നെങ്കിൽ മരിക്കട്ടെ... മനസ്സിപ്പോൾ നിശ്ചലാവസ്ഥയിലെത്തിയിരിക്കുന്നു...

വീണ്ടും ചാട്ട പുളഞ്ഞു. കാളീചരണിന്റെ ദേഹം മുഴുവൻ രക്തം പൊടിഞ്ഞു. വസ്ത്രം രക്തത്തിൽ കുതിർന്നു. അടുത്ത അടി തലയി ലാണു പതിച്ചത്. അതോടെ ബോധം നശിച്ചു...

പിന്നെ എത്രനേരം കഴിഞ്ഞിരിക്കുമെന്നറിയില്ല...ബോധം തെളിയു മ്പോൾ ഇൻസ്പെക്ടർ ചായകുടിക്കയായിരുന്നു. മുന്നിൽ പലഹാരം. ഇന്നു പുലർന്നിട്ട് താനൊന്നും കഴിച്ചില്ലെന്ന് കാളീചരൺ ഓർത്തു. നല്ല വിശപ്പ്...അല്പം ചായ വേണമെന്ന് അയാളാവശ്യപ്പെട്ടു. അതു കേട്ട് ഇൻസ്പെക്ടർ പൊട്ടിച്ചിരിച്ചു...

"തരാമല്ലോ...എല്ലാം ഒന്നിച്ചു തരാം...ആ മുലു ജയിലിലെത്തട്ടെ..." അവിടെ നിന്ന കോൺസ്റ്റബിളിനോടായി അയാൾ തുടർന്നു... ഉടനെ ഡോക്ടറെ കൂട്ടിക്കൊണ്ടുവാ. കുറച്ച് മരുന്നു കൊടുക്കട്ടെ. ഇവനെ അടിച്ച് കൊല്ലാനാക്കിയെന്ന കീർത്തി നമുക്കു വേണ്ട..."

അപ്പോൾ തന്നെ മുലു ജയിലേക്കാണയയ്ക്കുന്നത്. ശരീരത്തിലെ നീറ്റൽ കൂടുതൽ ചിന്തിക്കാൻ അയാളെ അനുവദിച്ചില്ല...

വയസ്സനായ ഡോക്ടർ വന്നു. കാളീചരണിന്റെ അവസ്ഥ കണ്ടിട്ടും ആ മുഖത്ത് പറയത്തക്ക ഭാവമൊന്നുമുണ്ടായില്ല. പിണഞ്ഞുകിട ക്കുന്നതു നേരെയാക്കുകയാണ് തന്റെ ജോലിയെന്ന ചിന്തയോടെ അയാൾ മുട്ടുകുത്തിയിരുന്നു. മുറിവിൽ ടിഞ്ചർ പുരട്ടി. മുറിവ് കൂടുതൽ നീറി. അടികൊള്ളുന്നതിനേക്കാൾ വിഷമം. തലയിലും കൈയ്ക്കും ബാൻഡേജ്...

വാഹനം റെഡിയായെന്ന് ഒരു കോൺസ്റ്റബിളറിയിച്ചു...

മറ്റുള്ളവരെക്കൂടി വിളിച്ചുകൊണ്ടുവരാൻ ഇൻസ്പെക്ടർ കല്പിച്ചു ഇരുട്ടുന്നതിനുമുമ്പ് എല്ലാവരെയും മുലുവിലെത്തിക്കണം. പിന്നെ ഉത്തരവാദിത്വമില്ലല്ലോ...

അപരാധികൾ ആറുപേർ... കൈകളിൽ ചങ്ങലകൾ. ഭൂദേവിയെ മാത്രം ഒഴിവാക്കിയിരുന്നു. കാവലിന് പത്തു തോക്കുധാരികൾ. കറുപ്പു നിറമുള്ള വാഹനം. എല്ലാവരെയും ഉന്തിക്കയറ്റി... ശ്വാസംകഴിക്കാൻ പോലും ഇടമില്ല...കാളീചരണിനെ കണ്ട് ഭൂദേവിയുടെ ഉള്ള് തേങ്ങി...

പത്തുമിനിട്ടുനേരത്തെ യാത്ര. വാഹനം കടൽക്കരയിൽ നിന്നു. പിന്നെ മോട്ടോർബോട്ടിൽ...എല്ലാവരും നിവർന്നിരുന്നു. ഇരിക്കാനാകാതെ കാളീചരൺ പലകമേൽ കിടന്നു. പടിഞ്ഞാറൻദിശയിലേക്ക് അതു പാഞ്ഞുപോയി...

സൂര്യൻ ചക്രവാളത്തിലേക്ക് ഓടിക്കൊണ്ടിരുന്നു...

കടലലകൾക്ക് ഇപ്പോൾ പച്ചനിറം. തണുത്ത കാറ്റ്.

ഭൂദേവി തിരിഞ്ഞുനോക്കി...വീടുകളും തെങ്ങുകളും വിദൂരതയി ലേക്ക് നീങ്ങിക്കൊണ്ടിരിക്കുന്നു...അറിയാതെ ഒരു നെടുവീർപ്പ് അവരിൽ നിന്നുയർന്നു...ആ മിഴികൾ ബോട്ടിലൂടെ സഞ്ചരിച്ചു... പരവശനായ കാളീ ചരൺ...അപ്പുറത്തുള്ളത് മനുവല്ലേ...? പിന്നെ കനു? ശേഷിച്ച ഇരുവരാ രാണ്? കണ്ടുപരിചയമില്ല...ക്രൂരമുഖമുള്ള പൊലീസുകാർ...! ബയണറ്റി നേക്കാൾ തീക്ഷ്ണത ആ മിഴികൾക്കുണ്ട്...!

കാളീചരൺ ആകെ മാറിപ്പോയിരിക്കുന്നു. ഒരു കണ്ണ് വീർത്തിട്ടുണ്ട്. തലയിലെ കെട്ട് രക്തത്തിൽ കുതിർന്നിരിക്കുന്നു. കൈയും കാലും കരുവാളിച്ചിരിക്കുന്നു...

"അയ്യോ...! ഇതെന്തൊരു ക്രൂരതയാണ്. മനുഷ്യത്വമുള്ളവർ ഇങ്ങനെ ചെയ്യില്ല..."

"വൃദ്ധേ...വായടച്ചുപിടിക്ക്. വേണ്ടാത്തതു മുരണ്ടാൽ നിന്റെ കൈയ്ക്കും ചങ്ങലയിടും..."

പൊലീസുകാരന്റെ വാക്കു കേട്ടിട്ടും ഭൂദേവിക്കു തടുക്കാൻ കഴിഞ്ഞില്ല:

"ചങ്ങലയിട്...എന്റെ കൈയ്ക്കും ചങ്ങലയിട്. കുറ്റം ചെയ്യാത്ത ഒരു സ്ത്രീയെ ശിക്ഷിച്ചിട്ട് ഈ നാട് എവിടെയെത്തുമെന്നു കാണാമല്ലോ..."

പൊലീസധികാരി എഴുന്നേറ്റു. ചുരുട്ടിയ മുഷ്ടി മുഖത്താഞ്ഞു പതിച്ചു. ഭൂദേവിയുടെ വായിൽനിന്ന് രണ്ടു പല്ല് താഴെ വീണു. രക്തം ധാരധാരയായൊഴുകി. രംഗം കണ്ട് മുന്നോട്ടു കുതിച്ച മനുവിനെയും കനുവിനെയും പൊലീസുകാർ അടിച്ചിരുത്തി.

സാരിത്തല വായിൽത്തിരുകി ഭൂദേവി കുനിഞ്ഞിരുന്നു.

ദൂരെ മുലുദ്വീപിലെ കാരാഗൃഹം ദൃശ്യമായി. ഉയരമുള്ള മതിലുകൾ. താഴത്ത് വാർഡർമാർക്കും മറ്റുമുള്ള വീടുകൾ. ഇടതുവശത്തു രണ്ടു കെട്ടിടം. ഒന്നിൽ ജയിൽ സൂപ്രണ്ട്. മറ്റൊന്നിൽ അസിസ്റ്റന്റ്.

ഫോൺവഴി സന്ദേശം കൈമാറിയിരുന്നു. ജയിലധികാരികൾ തടവുപുള്ളികളെ കാത്ത് തീരത്തു നില്പുണ്ട്.

ബോട്ടു കരയ്ക്കടുത്തു. ഓരോരുത്തരായി ഇറങ്ങി.

"ഇവന് സ്ട്രെച്ചർ വേണോ?" കാളീചരണിനെ ചൂണ്ടി ഒരു വാർഡൻ ചോദിച്ചു;

"സ്ട്രച്ചറല്ല, രണ്ടടിയാണു കൊടുക്കേണ്ടത്..."

ആഞ്ഞുവലിഞ്ഞുള്ള നടത്തം...

മുന്നിലുള്ള വലിയ കവാടം ഭൂദേവി ശ്രദ്ധിച്ചു. പതിനഞ്ചടിയോളം ഉയരം കാണും. ഇരുമ്പുപലകകളുടെ വാതിൽ. വലതുവശത്തു ചെറി യൊരു കവാടം. അതു തുറക്കപ്പെട്ടു. എലി മാളത്തിൽ കടക്കുന്നതു പോലെ എല്ലാവരും നൂണു കയറി.

വിശാലമായ മുറിയിൽ ജയിൽ സൂപ്രണ്ട്. പിന്നിലെ ചുമരിൽ പ്രസിഡന്റ് കലമന്തിന്റെ വർണ്ണചിത്രം.

നീലക്കണ്ണുകളും നീണ്ട മൂക്കുമുള്ള മെലിഞ്ഞ സൂപ്രണ്ട്. ആറടി പൊക്കം കാണും. കഴുകനെ ഓർമ്മിപ്പിക്കുന്ന പ്രകൃതം. ആ കഴുകൻ കണ്ണ് ഓരോരുത്തരെയും നിരീക്ഷിച്ചു.

വിവരങ്ങൾ രേഖപ്പെടുത്തി. നമ്പറുകൾ നല്കി.

"നമ്പർ 1050 കാളീചരൺ, അപകടകാരി. ഇവനെ കണ്ടംസെല്ലിൽ ഇട്. മറ്റുള്ളവർ പത്താം വാർഡിൽ. ഇവൾ സ്ത്രീകളുടെ വാർഡിൽ" സൂപ്രണ്ട് കല്പിച്ചു.

"നമ്പർ 173 ഇങ്ങോട്ടു വാ" വാർഡൻ ഭൂദേവിയെ വിളിച്ചു. ഭൂദേവി യുടെ ഉള്ളു പിടഞ്ഞു. തന്റെ പേരെവിടെപ്പോയി? താനിനി വെറും നമ്പർ മാത്രം...

വാർഡറുടെ നിഴൽപറ്റി സ്ത്രീവാർഡിലേക്ക് അവർ നടന്നു. കറു ത്തുതടിച്ച മേട്രൺ വാതിൽ തുറന്നു. അവർ മുഖത്തു കട്ടിയിൽ പൗഡർ പൂശിയിരുന്നു. വലംകൈയിൽ സ്വർണ്ണവളകളുണ്ടായിരുന്നു. വിരലുക ളിൽ മോതിരങ്ങളും...

ഭൂദേവി നോക്കിനിന്നുപോയി...

"അകത്തേക്കു നടക്ക്..." പ്രകൃതംപോലെ മേട്രന്റെ ഒച്ചയും കനത്തതാണെന്നു ഭൂദേവിയറിഞ്ഞു.

ഭക്ഷണത്തിനുള്ള സൈറൺ മുഴങ്ങി. അലുമിനീയത്തട്ടുകളുമായി തടവുകാർ മുറ്റത്തിറങ്ങി വരിവരിയായി നിന്നു. നീലവസ്ത്രം ധരിച്ച രണ്ടു തടവുകാർ ചുമലിലെ തണ്ടിൽ തൂക്കിയിട്ട ചോറ്റുപാത്രവുമായി വന്നു. ഓരോ തട്ടിലും ഓരോ ഉരുള ചോറ്. ഒരു കയിൽ ചാറ്.

ഒട്ടിയ ഒരു അലുമിനിയത്തട്ട് ഭൂദേവിയുടെ കൈയിൽ കൊടുത്തു കൊണ്ട് മേട്രൺ പറഞ്ഞു: "ഉണ്ടെങ്കിൽ നീയും വാങ്."

രാവിലെ വീട്ടിൽനിന്നു വല്ലതും കഴിച്ചതാണ്. അതിൽപ്പിന്നെ ജല പാനംപോലുമില്ല. വയറു കരിയുന്നു. ഭൂദേവി സങ്കോചത്തോടെ തട്ടു നീട്ടിക്കാണിച്ചു. ചോറും കറിയും വീണു. അടുത്തിരിക്കുന്നവർ വാരി വലിച്ചു തിന്നുകയാണ്. കറിയിൽ എന്തോ പൊങ്ങിക്കിടക്കുന്നു. അവർ സൂക്ഷിച്ചു നോക്കി. ചത്ത ഒരു കൂറ! ഓക്കാനം വന്നുപോയി. അടുത്തി രുന്ന സ്ത്രീ അതു ശ്രദ്ധിച്ചു. എച്ചിൽക്കൈ കൊണ്ടു കൂറയെ എടുത്തു ദൂരത്തെറിഞ്ഞു...

"സാരമില്ല തിന്നോ. ഒന്നും പറ്റുകയില്ല-"

മനമില്ലാമനസ്സോടെ അവർ ചോറിൽ വിരലോടിച്ചു.

ഇന്നലെ ഈ സമയത്തു വീട്ടിലായിരുന്നു. മീൻചാറു കുഴച്ചു നിറയെ ഉണ്ണുകയായിരുന്നു... ഇന്നീ ഗതി വരുമെന്ന് ആരറിഞ്ഞു? മഞ്ജരിയും മനിലനും എന്തു ചെയ്യുകയാവും? അമ്മയെ ഓർത്തു കരയുന്നുണ്ടാവണം. ഒരുപക്ഷേ, ധൈര്യത്തോടെ ഇരിക്കാനും മതി. ഈ അലുമിനീയത്തട്ടിലെ കല്ലും മണ്ണും നിറഞ്ഞ ചോറ് ഉണ്ണേണ്ടിവരുമെന്ന് സ്വപ്നത്തിൽപ്പോലും കരുതിയിരുന്നില്ല. ഇരിക്കട്ടെ... ഇനി എത്രനാൾ ഈ ദുരിതം തിന്നേണ്ടിവരും? വിചാരണ കഴിഞ്ഞാൽ താൻ നിരപരാധി യാണെന്നു ബോദ്ധ്യമാകും. പുറത്തിറങ്ങാൻ കഴിയും. അതുവരെ അയൽ പക്കത്തുള്ളവർ സഹായത്തിനുണ്ടാകും... ദരിദ്രർ തങ്ങളുടെ കൂട്ടരെ ഒരിക്കലും ഉപേക്ഷിക്കില്ല...

ഭക്ഷണം കഴിഞ്ഞു. ഇനി ഉറങ്ങണം. വിരിക്കാൻ ഒരു ചാക്ക്. കീറിയ ഒരു കമ്പിളി. മുട്ടിയുരുമ്മിക്കിടക്കണം. തിരിയാനും മറിയാനും പ്രയാസം. വിയർപ്പുനാറ്റം, മൂട്ടയുടെ കടി, എലികൾ ഇടയ്ക്കിടെ എത്തിനോക്കുന്നു.

ഏതോ കുഞ്ഞുണർന്നു കരഞ്ഞു. അമ്മ അതിനോടു ദേഷ്യപ്പെട്ടു. അടിച്ചു...

ആശ്ചര്യത്തോടെ ഭൂദേവി എല്ലാം ശ്രദ്ധിച്ചു. ഒരു പുതിയ ലോകം. പുതിയ ജീവിതക്രമം...

ഉറക്കം വരാത്ത ഒരു സ്ത്രീ പാട്ടുപാടുന്നു... സുലുദ്വീപിലെ നാടൻപാട്ട്. ഭൂദേവിയുടെ മനസ്സു കുളിർത്തു. പുതിയ ഉത്സാഹം തളിരിട്ടു. ചിലർ ആ പാട്ട് ഏറ്റുപാടി.

"ഈ രാത്രീല് ആരാ പാടുന്നത്...? ഒന്നു കെടന്നുറങ്ങാനും വിടി ല്ലേ..." ഏതോ സ്ത്രീയുടെ പരാതി.

പാട്ടു നിലച്ചു...

തന്നെ മുട്ടിക്കിടക്കുന്ന യുവതിയുടെ പേർ ഭൂദേവി ചോദിച്ചു.

"ഗിൽഡ..."

ഭൂദേവി കണ്ണടയൂരി. ഇതെവിടെ സൂക്ഷിക്കും? കൂടില്ലല്ലോ. കണ്ണട മടക്കി ബ്ലൗസിനുള്ളിൽ തിരുകിവച്ചു.

വല്ലാത്ത തളർച്ച...

"ഈ വിളക്കു കെടുത്തില്ലേ...?"

"ഇല്ല..."

വിളക്കു കണ്ടുകൊണ്ടുള്ള ഉറക്കം... അതു ശീലിക്കേണ്ടിയിരി ക്കുന്നു.

മലർന്നു കിടന്നു... ക്രമേണ കൺപോളകൾ കനത്തു...

പൊടുന്നനവെ ഒരു നിലവിളി. അടുത്ത മുറിയിൽ നിന്നാകണം...

"അയ്യോ!... എന്റെ കുഞ്ഞിനെ തായോ!... തൊട്ടിലിലിട്ടാട്ടണം..."

അവിടെ ഒറ്റപ്പെട്ട ഒരു സെല്ലുള്ളത് ഭൂദേവി ശ്രദ്ധിച്ചിരുന്നു. അതിനു ള്ളിൽ തലമുടിയഴിച്ചിട്ട് ഒരു യുവതി നിന്നിരുന്നു. ഭ്രാന്തിയാണവളെന്നു വ്യക്തമായി...

കുട്ടികളും അമ്മമാരും ഭ്രാന്തന്മാരും രോഗികളും എല്ലാമുള്ള വിചിത്ര
മായ ലോകം...

മൂന്ന്

ജയിലിലെ ചുമർഘടികാരം ആറുതവണ ശബ്ദിച്ചു. മുറ്റത്തുള്ള
അരയാൽമരത്തിൽനിന്നു പറവകൾ കൂട്ടംകൂട്ടമായി പറന്നുയർന്നു.

പത്തു ബ്ലോക്കുകളുടെയും വാതിലുകൾ തുറക്കപ്പെട്ടു. തടവുകാർ
വേഗത്തിൽ പുറത്തിറങ്ങി. വരിവരിയായി നാലുപേർ വീതം കുത്തിയി
രുന്നു. ഓരോരുത്തരുടെയും കൈയിൽ മൂത്രം നിറഞ്ഞ പാത്രം. നിമിഷം
കൊണ്ട് അന്തരീക്ഷം മൂത്രഗന്ധത്തിൽ മുങ്ങി. ഒപ്പം വിയർപ്പുനാറ്റവും.

"മാർച്ച് .....!" കല്പന കേട്ടയുടൻ മുന്നിലുള്ള നാലുപേർ കക്കൂസി
ലേക്കു കയറി. ഒരുനിമിഷം കഴിഞ്ഞില്ല അതിനുമുമ്പു പുറത്തിറങ്ങാൻ
പൊലീസുകാർ ധൃതികാട്ടി. ലാത്തികൊണ്ടു വാതിലിൽ കുത്തി. പലതും
വിളിച്ചു പറഞ്ഞു. അരമണിക്കൂർ മാത്രമേ സമയമുള്ളൂ. അതിനുള്ളിൽ
മലമൂത്രവിസർജ്ജനം കഴിയണം.

മനുവും കനുവും അടുത്തുള്ള വെള്ളത്തൊട്ടിയുടെ അടുക്കലേക്കു
നടന്നു. അതിന്റെ അടിയിൽ അല്പം ചെളിവെള്ളം. അതിൽ ഇലകളും
പക്ഷിക്കാഷ്ഠങ്ങളും വീണിട്ടുണ്ട്. ചേറുപിടിച്ച ഒരു പ്ലാസ്റ്റിക് പാട്ടകൊണ്ടു
ചെളിവെള്ളം കോരിയെടുത്തു. കൂട്ടിയിട്ട ഇഷ്ടികയിൽ നിന്ന് ഒരു
കഷ്ണമെടുത്തു പല്ലു തേച്ചു.

അടുക്കളയ്ക്കു മുന്നിൽ ക്യൂ നീണ്ടു. ഓരോ തടവുപുള്ളിക്കും
ഓരോ പാത്രം റാഗി നുറുക്കിയ കഞ്ഞി.

കഞ്ഞികുടി കഴിഞ്ഞ ഒരാൾ മരത്തിനു ചേർന്നുനിന്നു ബീഡി
പുകച്ചു. അവനു ചുറ്റും അഞ്ചാറുപേർ വന്നുനിന്നു. അവർക്കെല്ലാം ഓരോ
കവിൾ പുകവേണം.

ഏഴുമണിയായി.

"അറ്റൻഷൻ!"

വീണ്ടും വരികൾ. തലതൊട്ടെണ്ണൽ. കൃത്യമാണെന്നു ബോദ്ധ്യ
പ്പെട്ടാൽ ഓരോരോ ജോലിക്കു പോകേണ്ടവർ പ്രത്യേകം അണിനിരക്കും.
ഓരോ അണിക്കും തോക്കുധാരികൾ കാവലിന്...

ശിക്ഷിക്കപ്പെട്ടവരാണു ജോലിക്കു പോകേണ്ടത്. ജയിലിനു പുറ
ത്തുള്ള തോട്ടത്തിലോ തുണിമില്ലിലോ, മരംപണിയുന്ന വർക്ക് ഷോപ്പി
ലോ അവർ ചെല്ലുന്നു. ജയിലധികാരികളുടെ വീടുകളിലും അവർ പോകേ
ണ്ടിവരും.

ശേഷിച്ചവർ തങ്ങളുടെ സെല്ലിൽ കിടന്നും ഇരുന്നും സൊറ
പറഞ്ഞും കലഹിച്ചും സമയം തള്ളിനീക്കുന്നു.

മനുവും കനുവും വെയിൽ കാഞ്ഞുകൊണ്ടു തറമേലിരുന്നു.
അവിടെയിരുന്നാൽ ജയിലിന്റെ നാലു മൂലയ്ക്കുള്ള കാവൽഗോപുരം

കാണാം. അവിടെ തോക്കു ധരിച്ച പടയാളി അങ്ങുമിങ്ങും നടക്കുന്നു.

കോട്ടപോലെ ഇരുപതടി ഉയർന്നുനില്ക്കുന്ന ജയിൽഭിത്തി കനു ശ്രദ്ധിച്ചു. എന്നെങ്കിലും ഇതു ചാടിക്കടന്നു രക്ഷപ്പെടാൻ കഴിയുമോ?

കുപ്പായത്തിൽ ഇഴഞ്ഞുനടന്ന മൂട്ടയെ പിടിച്ചു താഴത്തിട്ടു കനു പറഞ്ഞു: "വെറുതെയിരുന്നു കാലം കളയാൻ പറ്റില്ല. നമ്മുടെ വിചാരണ എന്നു നടക്കുമെന്നു ആർക്കറിയാം...?"

മനു അറിയില്ലെന്നർത്ഥത്തിൽ തലയാട്ടി.

"കഴിഞ്ഞതവണ മൂന്നുമാസത്തെ ശിക്ഷ കിട്ടി. ഇപ്രാവശ്യം..."

"അല്പം കൂടുതൽ കിട്ടിയേക്കും...."

"നാം വെറുതെയാണ് ഇതിൽ പെട്ടുപോയത്..." കനു പശ്ചാത്താപ ത്തോടെ തുടർന്നു: "മിണ്ടാതിരിക്കുന്നതിനുപകരം എന്തോ ചെയ്യാൻ പുറപ്പെട്ടിട്ട് മറ്റെന്തോ ആയിത്തീർന്നു..."

കയ്പു നിറഞ്ഞ ഈ സംസാരം മനുവിന് ഇഷ്ടപ്പെട്ടില്ല.

"കനു... നൂറു തവണയായയല്ലോ ഇതു പറയുന്നു... ഒന്നു മനസ്സിലാ ക്കണം. മുഖ്യശത്രു ഇളവരാജനാണ്. അവൻ നശിച്ചാലല്ലാതെ ഒരു കാര്യവും വിജയിക്കില്ലെന്നു നിശ്ചയിച്ചതുകൊണ്ടല്ലേ നാമെല്ലാം ചേർന്നു ഇതു ചെയ്തത്. കാളീചരണിന്റെ പേരിൽമാത്രം ഇതു ചുമത്തരുത്. സുജലയുടെ മരണം പ്രവൃത്തിക്ക് വേഗം കൂട്ടിയെന്നേയുള്ളു. എന്നാ യാലും ഇതു നടക്കേണ്ടതാണല്ലോ..."

"നമ്മുടെ കുടുംബത്തിലുള്ളവരുടെ ഗതിയെന്താവുമെന്നു ചിന്തി ച്ചിട്ടുണ്ടോ?"

"നമ്മുടെ സുഹൃത്തുക്കൾ പുറത്തുണ്ടല്ലോ. അവർ നോക്കി ക്കൊള്ളും. പോരാട്ടമെന്നൊക്കെ പറയുമ്പോൾ ചിലതെങ്കിലും ത്യാഗം സഹിക്കാതെ പറ്റില്ലല്ലോ..."

"ആ ത്യാഗം എന്നെപ്പോലുള്ളവർക്കു ചേർന്നതല്ല. ഇവിടെനിന്ന് എങ്ങനെയെങ്കിലും രക്ഷപ്പെടണമെന്നാണു ഞാനാഗ്രഹിക്കുന്നത്. ഇവിടെ മഴക്കാലത്ത് ദിവസം കഴിക്കാൻ സാധിക്കുമോ?"

മനു ഒച്ചയില്ലാതെ ചിരിച്ചു. ചുമരിനു നേർക്കു കൈ ചൂണ്ടിക്കൊണ്ടു ചോദിച്ചു... "എങ്ങനെ രക്ഷപ്പെടും? എവിടെ പോയാലും കലമന്തിന്റെ സൈന്യം നിന്നെ പിന്തുടരും."

"സുജിദ്വീപിലേക്കു പോയാലൊ...?"

"അവിടെ കാട്ടുമനുഷ്യരുണ്ട്..."

"ഇവിടത്തെ ആൾക്കാരെക്കാൾ ഭേദമല്ലേ അവർ..."

അതിനകം വാർഡൻ കടന്നുവന്നു. "പുറത്തിരുന്ന് എന്താ ആസൂ ത്രണം ചെയ്യുന്നത്?...നടക്കൂ..." അയാൾ ലാത്തി നിലത്തു കുത്തിപ്പിടിച്ചു.

ഉള്ളിലെത്തിയ അവരെ നോക്കി ഒരു ദൃഢകായൻ ചിരിച്ചു:

"ആ വാർഡനെ പേടിച്ചേ ഇവിടെ കഴിയാനൊക്കൂ..."

"നിങ്ങൾ കുറേ നാളായി വന്നിട്ടെന്നു തോന്നുന്നല്ലോ. എവിടെയാ നാട്? എന്താ പേര്?" മനു ചോദിച്ചു.

"പേരു മാൻസിങ് നാട് കലുദ്വീപിൽ. കൃഷിപ്പണി. ഭാഗ്യം തലേലു ണ്ടായില്ല. അതുകൊണ്ട് ഇവിടെ വന്നെത്തി..."

ഇത്രയും പറഞ്ഞ് അയാൾ എന്തോ ആലോചനയിൽ മുങ്ങി. ആ മിഴികൾ വിദൂരതയിൽ തങ്ങിനിന്നു. വിവിധ ഭാവങ്ങൾ ആ മുഖത്തു നിഴലിച്ചു....

കലുദ്വീപിൽ അടങ്ങിയൊതുങ്ങി സുഖജീവിതം നയിച്ചുകൊണ്ടി രുന്ന മാൻസിങ്.... ആയിടയ്ക്കാണ് വിവാഹിതനായത്. ഭാര്യ ഛാബേലി. അതിസുന്ദരി. പക്ഷേ, സ്വഭാവം പിഴച്ചതായിരുന്നു. വീട്ടിനടുത്തുള്ള ഒരു യുവാവുമായി അവൾ രഹസ്യബന്ധം പുലർത്തിയിരുന്നു.

ഒരു ദിവസം അവൾ ആ യുവാവുമായി സംസാരിക്കുന്നതു മാൻ സിങ്ങിന്റെ കണ്ണിൽ പെട്ടു. അയാളുടെ മുഖം വിളറി. പുരികം ചുളിഞ്ഞു. സംശയങ്ങൾ കൂടുതൽ ബലപ്പെട്ടു...

"നിന്നോടു സംസാരിച്ചവനാരാ...?" അയാൾ ചോദിച്ചു.

"എന്റെ അകന്ന ഒരു ബന്ധുവാണ്..."

അതു വിശ്വസിക്കാൻ അയാൾക്ക് പ്രയാസം നേരിട്ടു....

മറ്റൊരു ദിവസം ഇരുവരും ചിരിച്ചു തമാശ പറയുന്നതു അയാൾ കണ്ടു. അയാളുടെ ചോര തിളച്ചു. ചോദിച്ചപ്പോൾ അവൾ പറഞ്ഞു. "പരി ചയമുള്ള അകന്നബന്ധുവുമായി സംസാരിക്കുന്നതിൽ തെറ്റെന്താണ്...?"

മാൻസിങ് പല്ലു കടിച്ചു സ്വയം അടങ്ങി....

പിന്നീട് യുവാവിന്റെ ഉപദ്രവമുണ്ടായില്ല. എന്നാൽ വേറൊരു പതിവ് പുതുതായുണ്ടായി. ഇടയ്ക്കിടെ വീട്ടിലേക്കെന്നു പറഞ്ഞു ഛാബേലി ഗ്രാമത്തിലേക്കുപോയി....

എന്തു ചെയ്യണമെന്നറിയാതെ അയാൾ കുഴങ്ങി. ക്ഷമയുടെ എല്ലാ അതിരുകളും കടന്നിരിക്കുന്നു.....

ഒരുദിവസം മാൻസിങ് വയൽപ്പണി കഴിഞ്ഞു മടങ്ങുകയായിരുന്നു. അയൽപക്കത്തുള്ള ഒരാളെ വഴിയിൽ കണ്ടുമുട്ടി....

"നിങ്ങളുടെ വീട്ടിൽ ആരോ വിരുന്നു വന്നിട്ടുണ്ട്..." അയാളറിയിച്ചു....

അത് അവനല്ലാതെ വേറെ ആരുമാകില്ല. വീട്ടിലേക്കു അയാൾ ഓടുകയായിരുന്നു.

ഛാബേലി മൂളിപ്പാടിക്കൊണ്ടു പാത്രം കഴുകുകയാണ്. മുഖത്തു എന്തെന്നില്ലാത്ത ആനന്ദം.... അവൻ പോയിരിക്കണം....മാൻസിങ് നിന്നു വിറച്ചു....എന്തായാലും ഇവൾക്കവനെ മറക്കാനാവില്ല. തന്റെ ഭാര്യയായി രിക്കുമ്പോൾ ഇത് അനുവദിക്കാനും പ്രയാസം....ഇതിനൊരു പരിഹാരം കണ്ടേ പറ്റൂ....ദീർഘനേരം അയാൾ തലപുകഞ്ഞാലോചിച്ചു....

ഏതാനും ദിവസങ്ങൾ കഴിഞ്ഞുപോയി....

അന്നു പതിവിലും നേരത്തെ അയാൾ വീട്ടിൽ വന്നു.

"ഛാബേലി...നിന്റച്ഛന് നല്ല സുഖമില്ലത്രെ. ഉടനെ വീട്ടിൽ ചെല്ലണ മെന്നു പറഞ്ഞയച്ചിരുന്നു...വേഗം ഒരുങ്ങിവാ..."

ഛാബേലി വേഗത്തിൽ പുറപ്പെട്ടു...

ഇരുവരും ധൃതിവച്ചു നടന്നു... വിജനമായ വഴി. മദ്ധ്യത്തിൽ ഒരു കാട്ടുപ്രദേശം. അവിടെയെത്തിയപ്പോൾ മാൻസിങ് നിന്നു...

"നീയിവിടെയിരിക്ക്. ഞാൻ മൂത്രമൊഴിച്ചിട്ടു വരാം..." അയാൾ ഒരു മരത്തിനു മറവിൽ ചെന്നിരുന്നു.

ഛബേലി ദൂരെയുള്ള പ്രകൃതിഭംഗി ആസ്വദിക്കയായിരുന്നു...

മാൻസിങ് വലിയൊരു കരിങ്കല്ലു പൊക്കിയെടുത്തു. ഛബേലി കാണാതെ പിന്നിലൂടെ ചെന്നു. ഒരുനിമിഷം...സർവശക്തിയുപയോഗിച്ച് ആ കല്ല് അവളുടെ തലയിൽ ആഞ്ഞിടിച്ചു...നിലവിളിപോലുമുയരാതെ തല പൊട്ടിച്ചിതറി. രക്തം നാലുപാടും ചീറി...

ഭാര്യയുടെ ദേഹം നിശ്ചലമായപ്പോൾ ഒരു നിമിഷത്തേക്ക് അയാള മ്പരന്നുപോയി. അടുത്ത ക്ഷണം കാര്യഗൗരവം വീണ്ടെടുത്തു. ആരെ ങ്കിലും കാണുന്നുണ്ടോ...? അയാൾ ചുറ്റും നോക്കി..ഇല്ല...ഈ ശരീരം എന്തു ചെയ്യും...? അയാൾ അവിടമാകെ ഒന്നു നിരീക്ഷിച്ചു. അപ്പോഴാണ് ഒരു പൊട്ടക്കിണർ കണ്ടത്. മൃതദേഹം വലിച്ചിഴച്ച് അതിലിട്ടു.

ഉടനെ വീട്ടിൽ തിരിച്ചെത്തി. കുളിച്ചു വസ്ത്രം മാറി പിന്നെ ഭാര്യ വീട്ടിലേക്കു പുറപ്പെട്ടു. ഛബേലിയുടെ പിതാവ് വരാന്തയിൽ നില്പു ണ്ടായിരുന്നു:

"ഛബേലിയെവിടെ...?"

"ഇങ്ങോട്ടു വന്നല്ലോ..."

"ഇങ്ങോട്ടോ...?"

"അതേ...രാവിലെതന്നെ പുറപ്പെട്ടതാണല്ലോ..."

ബഹളമായി. അയൽക്കാർ ഓടിയെത്തി. അന്വേഷണം തുടങ്ങി.

മാൻസിങ് നേരെ പൊലീസ് സ്റ്റേഷനിൽ ചെന്നു പരാതി നല്കി...

മാൻസിങ് മറ്റുള്ളവരുടെ മുന്നിൽ ദുഃഖിച്ചും കരഞ്ഞും സമയം കഴിച്ചുകൂട്ടി...

ഒരുദിവസം തോട്ടപ്പണിക്കു പോയവർ ആ കാഴ്ച കണ്ടു. പൊട്ട ക്കിണറ്റിൽ ഒരു സ്ത്രീയുടെ ശവം. പൊലീസ് വന്നു. മൃതദേഹം പുറത്തെ ടുത്തു. മാൻസിങ് ഭാര്യയുടെ ദേഹം കെട്ടിപ്പിടിച്ചു പൊട്ടിക്കരഞ്ഞു...

പോസ്റ്റ്മോർട്ടത്തിനുള്ള ഏർപ്പാടുകൾ നടന്നു...

അതിനകം മറ്റൊരു വാർത്തകൂടി ലഭിച്ചു...കാലികളെ മേയ്ക്കാൻ കാട്ടിൽ പോയവർക്ക് ചോരപുരണ്ട ഒരു ടവ്വൽ കിട്ടി. പൊലീസ് അതിന്റെ തുമ്പു പിടിച്ച് അന്വേഷണം തുടങ്ങി. രക്തം തെറിച്ച പാടുകൾ...നിലം... കാലടിപ്പാടുകൾ...എല്ലാം പരിശോധിച്ചു. തലയ്ക്കടിച്ച കല്ലും കണ്ടെടുത്തു. പിന്നെ താമസമുണ്ടായില്ല. മാൻസിങ്ങിനെ അറസ്റ്റ് ചെയ്തു.

വിചാരണ തുടങ്ങിയിട്ടു മാസങ്ങൾതന്നെ കഴിഞ്ഞു. ഇനിയും പൂർത്തിയായിട്ടില്ല...

കനുവും മനുവും മാൻസിങ്ങിന്റെ കഥയിൽത്തന്നെ അലിഞ്ഞി രുന്നു.

"ഏതോ ദേഷ്യംകൊണ്ട് അന്നങ്ങനെ ചെയ്തുപോയി..." മാൻസിങ്ങ്
തുടർന്നു. "ഇപ്പോൾ ദുഃഖം തോന്നുന്നു. ഇനി എന്തു ശിക്ഷ ലഭിച്ചാലും
അനുഭവിക്കുകതന്നെ..."

നാല്

ഒറ്റസെല്ലിൽ കഴിയുന്ന കാളീചരണിന് രാത്രിയിൽ ഉറക്കം വന്നതേ
യില്ല. ശരീരം ചുട്ടുനീറുന്നു. പോരാത്തതിന് കൊതുകും മൂട്ടയും. മൂലയ്
ക്കുള്ള പാത്രത്തിൽനിന്ന് മലത്തിന്റെയും മൂത്രത്തിന്റെയും ദുർഗ്ഗന്ധം.

തണുപ്പുള്ള നിലത്ത് വിരിക്കാൻ കിട്ടിയത് കീറച്ചാക്ക്. പുതയ്ക്കാൻ
കിട്ടിയ കമ്പിളി പകുതി വിരിച്ച് പകുതി പുതച്ച് ഉറങ്ങാൻ ശ്രമിച്ചു.

കാവൽക്കാരുടെ ബൂട്ടടിയൊച്ചയും ചുമർഘടികാരത്തിലെ മണിയടി
യും അയാളുടെ കാതുകളിൽ പതിഞ്ഞു കൊണ്ടിരുന്നു.

കഴിഞ്ഞ ദിവസത്തെ സംഭവങ്ങൾ ഓരോന്നായി കൺമുന്നിൽ
തെളിഞ്ഞുവന്നു. ഇളയരാജൻ മരിച്ചതിൽ നാട്ടിലുള്ളവരാരും കരയില്ല.
അയാളുടെ വംശം നശിപ്പിച്ചതിൽ ഒട്ടും പശ്ചാത്താപവുമില്ല. പകരം
വീട്ടിയെന്ന സമാധാനം മാത്രം. ഹരിചരണിന്റെ പ്രതികാരം! സുജലയുടെ
പ്രതികാരം...! അയാൾ എത്രപേരെയാണ് ചൂഷണം ചെയ്തത്! എത്ര
പെൺകുട്ടികളെ അയാൾ ഗർഭിണികളാക്കി! അയാളെ കൊന്ന കുറ്റത്തിന്
തൂക്കുമരത്തിൽ കയറേണ്ടിവന്നേക്കും...അല്ലെങ്കിൽ ജീവപര്യന്തം...
ഏതിനും താനൊരുക്കമാണ്...

പ്രഭാതത്തിൽ ആറുമണിയടിക്കുമ്പോഴും ആ മിഴികൾ തുറന്നു
തന്നെയിരുന്നു...

ജയിലാകെ ഉണരുന്ന ശബ്ദം. വാർഡുകളുടെ വാതിലുകൾ തുറ
ക്കുന്നു. തടവുകാർ പുറത്തിറങ്ങുന്നു. മാർച്ച്...! ഹാൾട്ട്...!

മലമൂത്രവിസർജ്ജനം നടത്തിയ പാത്രമെടുത്തുകൊണ്ടുപോകുന്ന
തടവുകാരനായ സേവകൻ വന്നു. വാതിൽ തുറന്നില്ല. അഴികൾക്കിടയി
ലൂടെ പാത്രം പുറത്തേക്ക് നിരക്കിക്കൊടുത്തു. പകരം ഒഴിഞ്ഞതൊന്ന്.
കഞ്ഞിപ്പാത്രവും അതേ മാർഗ്ഗത്തിലൂടെ ഉള്ളിലെത്തണം...

കഞ്ഞി കിട്ടിയപ്പോൾ ഒറ്റവലിക്ക് അതു കുടിച്ചുതീർത്തു. ഒരു
രുചിയുമില്ല. മണ്ണു ചവയ്ക്കുന്ന അനുഭവം. വീട്ടിലായിരുന്നെങ്കിൽ
രാവിലെ എഴുന്നേറ്റ ഉടൻ അവൾ ചൂടുള്ള ചായ തരുമായിരുന്നു. വയലി
ലേക്ക് പുറപ്പെടുംമുമ്പ് റാഗിയുടെ പലഹാരവും അല്പം കറിയും...

മുറിയിൽ ഇപ്പോഴും ഇരുട്ടാണ്. അടുത്തുള്ള നാലു സെല്ലുകൾ
ഒഴിഞ്ഞുകിടപ്പാണ്. ആ ഏകാന്തത കാളീചരണിനെ വീർപ്പുമുട്ടിച്ചു...

പെട്ടെന്ന് സെല്ലിനു മുന്നിൽ വെയിൽനാളം പരന്നു.

ഒരു കുരുവി പറന്നുവന്നു. മുറ്റത്തുള്ള ഒരു പുഴുവിനെ കൊത്തി
ത്തിന്നശേഷം അത് കാളീചരണിനെ നോക്കി, അയാൾ ബാ...ബാ...എന്നു
വിളിച്ചു. പരിഭ്രമിച്ച കുരുവി തന്റെ ചിറകു വിരുത്തി വേഗത്തിൽ പറന്നകന്നു.

കാളീചരൺ നെടുവീർപ്പിട്ടു. വീട്ടിൽ പൊലീസെത്തിയ രംഗം ആ മനസ്സിൽ തെളിഞ്ഞുവന്നു. അമിയയോട് ഒന്നും സംസാരിക്കാൻ കഴിഞ്ഞില്ല. അതിന് അവർ അനുവദിച്ചതുമില്ല. താൻ ചെയ്ത തെറ്റിന് മറ്റാരും ശിക്ഷിക്കപ്പെടരുത്. മനുവും കനുവും ഭൂദേവിയും വിട്ടയയ്ക്ക പ്പെടണം. ഹരിചരണും താനും ആരംഭിച്ച പോരാട്ടം ഇവർ പൂർത്തിയാ ക്കണം.

ഒരുതവണ ഹരിചരണും താനും കുലുദ്വീപിൽ ചെന്നിരുന്നു. പായ ത്തോണിയിലാണ് യാത്രചെയ്തത്. വെള്ളപ്പായയിൽ കാറ്റു നിറഞ്ഞ പ്പോൾ തോണി അനായാസം തിരമാലകൾ നീന്തിക്കടന്നു...അന്ന് തെക്കു ഭാഗത്തുള്ള സുജിദ്വീപ് കണ്ണിൽ പെട്ടിരുന്നു...

"കാളീ... ഒരിക്കൽ നമുക്ക് സുജിയിലും പോകണം" ഹരിചരൺ പറഞ്ഞിരുന്നു.

ഇപ്പോൾ ഹരിചരണിനെ ഓർമ്മിച്ചതെന്തിന്...?

തോണി സുജിദ്വീപിലേക്കു നീങ്ങുന്നു...ഇരുണ്ട വനത്തിൽ പെട്ടെന്ന് തപ്പുകൊട്ടുന്ന ഒച്ച. നഗ്നരായ കറുത്ത മനുഷ്യർ നൃത്തം ചെയ്തു തുള്ളിക്കൊണ്ട് എതിരേല്ക്കാൻ വരികയാണ്. ഇലകൾകൊണ്ട് നാണം മറച്ചിട്ടുണ്ട്. സ്ത്രീകളും പുരുഷന്മാരും ഒരേപോലെ... കഴുത്തിൽ കാട്ടു പൂക്കളുടെ മാലകൾ. ഹരിചരണും കാളീചരണും തോണിയിൽ നിന്നിറങ്ങിയപ്പോൾ നൃത്തം തീവ്രമായി. എന്തെല്ലാമോ ശബ്ദം പുറപ്പെടുവിച്ചുകൊണ്ട് ഉയരംകൂടിയ താടിയും മുടിയും വളർത്തിയ രണ്ടുപേർ മുന്നോട്ടു വന്ന് ഇരുവരെയും മാലയണിയിച്ചു. മണൽപ്പു റത്തുള്ള കല്ലിന്മേലിരുത്തി കൈമുട്ടിക്കൊണ്ട് പാടിത്തുടങ്ങി. പറയുന്നത് മനസ്സിലാകുന്നില്ലെങ്കിലും ഹൃദയം സംവദിച്ചു കൊണ്ടിരുന്നു...

നിബിഡവനത്തിൽ മരംകൊണ്ടുണ്ടാക്കിയ വാസസ്ഥാനം. തീയിൽ ചുട്ടെടുത്ത പുതുമീൻ. മസാലയില്ലാത്ത കറി. എങ്കിലും നല്ല രുചി.

ഭക്ഷണം കഴിഞ്ഞപ്പോൾ കൺപോളകൾ കനംവച്ചു. രണ്ടു മരങ്ങൾ ക്കിടയിൽ കെട്ടിയ ഊഞ്ഞാലുപോലുള്ള ഇടം... ഇരുവരും അവിടെ കിടന്നു... ഉറക്കം വരുന്നതുവരെ ശുശ്രൂഷിക്കാൻ കറുത്ത സുന്ദരികൾ.

ഉയർന്നപ്പോൾ സിംഹവും പെരുമ്പുലികളും ചുറ്റുപാടും നിന്നിരുന്നു. വരൂ...ഞങ്ങളുടെ നാട് കാണൂ എന്നു ക്ഷണിക്കുന്നതുപോലെ...ഇവിടെ ഭയം എന്ന വികാരമേയില്ല..ആശ്ചര്യം തോന്നുന്നു...

ഹരിചരൺ സിംഹത്തിന്റെ പുറത്തുകയറി. താൻ പുലിപ്പുറത്ത്. ആ യാത്രയുടെ ഗമ ഒന്നു കാണേണ്ടുന്നതു തന്നെയാണ്. നിത്യഹരിതാഭ തങ്ങിനില്ക്കുന്ന കാടുകൾ. വിരിഞ്ഞുനില്ക്കുന്ന നക്ഷത്രപ്പൂക്കൾ. കണ്ണഞ്ചിപ്പിക്കുന്ന വർണ്ണപ്രപഞ്ചം. തെളിനീരിന്റെ തിളക്കം... മുഖം കണ്ണാടിയിലെന്നപോലെ കാണാം... പ്രകൃതിയും മനുഷ്യനും ജന്തുക്കളും എല്ലാം ഇവിടെ താദാത്മ്യം പ്രാപിച്ചിരിക്കുന്നു...

ബൂട്ടടിയൊച്ച കാളീചരണിനെ ഉണർത്തി. കാവല്ക്കാരുടെ പിന്നി ലായി വാർഡൻ. ചോറുരുളയും ചാറും... തന്റെ ഊണു സമയം...

"നീലനഗരത്തിൽനിന്ന് ഇന്നത്തെ പത്രം വന്നുകാണുമല്ലോ. വായി ക്കാൻ കിട്ടുമോ?"

കാളീചരണിന്റെ ചോദ്യം കേട്ട് വാർഡൻ കുലുങ്ങിച്ചിരിച്ചു. അടുത്ത ക്ഷണംതന്നെ അയാൾ ഗംഭീരനായി... ഒറ്റസെല്ലിൽ കഴിയുന്നവർ ആരോടും സംസാരിക്കാൻ പാടില്ലെന്ന് നിയമമുണ്ട്. അതു മറക്കരുത് നിയമം പാലിച്ചില്ലെങ്കിൽ പട്ടിണികിടക്കേണ്ടിവരും... ഓർമ്മിച്ചോ..." കാളീ ചരൺ അവരെ തുറിച്ചുനോക്കി...

തനിക്ക് ചോറു കൊണ്ടുവന്നവനെ തുറിച്ചു നോക്കിക്കൊണ്ട് ഒറ്റ സെല്ലിൽ കഴിയുന്ന ഭ്രാന്തി പറഞ്ഞു... "ഞാനാരാണെന്നറിയോ...? മഹാറാണി! എനിക്ക് ചോറു വേണ്ട. നല്ല പായസം കൊണ്ടുവാ..."

വാർഡൻ അതു ശ്രദ്ധിച്ചില്ല. അയാൾ ഭക്ഷണത്തട്ട് അഴികൾക്കിടയി ലൂടെ അകത്തേക്കുന്തിനീക്കി...

ഭക്ഷണം കഴിഞ്ഞ് മുറ്റത്തിറങ്ങിയ ചില കുട്ടികൾ ഭ്രാന്തിയെ നോക്കി മഹാറാണി... മഹാറാണി.. എന്നു പരിഹസിച്ചു ചിരിച്ചു. ഭ്രാന്തി കോപം കൊണ്ടു വിറച്ചു. ഭക്ഷണപാത്രം തട്ടിമാറ്റി. ചോറും കറിയും നിലത്തു ചിതറി. കുട്ടികൾ ആർത്തിയോടെ കുനിഞ്ഞിരുന്ന് ആ ചോറു വാരിത്തിന്നു. ഭ്രാന്തി വീണ്ടും കല്പിച്ചു: "പരിചാരകാ...ഞാൻ മഹാറാണി യാണ്. എനിക്ക് പായസം കൊണ്ടുവാ. എന്റെ മക്കൾക്ക് പാല്... നല്ല പശുവിൻപാല്..."

ഭൂദേവി വേദനയോടെ ആ രംഗം നോക്കി നിന്നു.

"അവളുടെ പേര് സുബൈദയെന്നാണ്..."ഗിൽഡ പറഞ്ഞു. വരാന്ത യിൽ ചിലർ കിടന്നുറങ്ങാൻ വട്ടംകൂട്ടി. ചിലർ പേനെടുക്കുന്നു. മറ്റു ചിലർ സൊറ പറഞ്ഞിരിക്കുന്നു. വെയിലിന്റെ ചൂട് മുറിക്കുള്ളിലേക്കും അടിച്ചു കയറുന്നു. മുറ്റത്തുള്ള മരത്തിനുനേർക്ക് ചൂണ്ടി ഗിൽഡ വിളിച്ചു: "വാ നമുക്കവിടെ പോയിരിക്കാം..."

ചുറ്റുമുള്ള ദുർഗ്ഗന്ധം അസഹ്യമായിരുന്നു...എങ്കിലും മരത്തണല് ആശ്വാസം നല്കി. ഗിൽഡ സുബൈദയുടെ കഥ പറയാൻതുടങ്ങി...

സുബൈദയ്ക്ക് അമ്മയില്ലായിരുന്നു. രണ്ടാനമ്മയുടെ ക്രൂരതയി ലാണ് വളർന്നത്. മകളോടു കാട്ടുന്ന ഈ വിവേചനത്തിനെതിരെ ശബ്ദിക്കാൻ പിതാവിനു കരുത്തില്ലായിരുന്നു. കണ്ണീരും കൈയു മായാണ് അവൾ യൗവനത്തിലേക്കു നടന്നെത്തിയത്. പ്രായം കൂടിയ തോടെ അവളുടെ വികാരങ്ങളിൽ മാറ്റമുണ്ടായി. അയൽപക്കക്കാരനായ മുഹമ്മദ് എന്ന ചെറുപ്പക്കാരൻ ഇടയ്ക്കിടെ അവിടെ വന്നുതുടങ്ങി. താൻ സുബൈദയെ വിവാഹംകഴിക്കാമെന്ന് അയാൾ അവളുടെ അച്ഛനോടു പറഞ്ഞു. മുഹമ്മദ് കൂലിപ്പണിക്കാരനാണ്. സുബൈദയെ എങ്ങനെയെ ങ്കിലും പറഞ്ഞയച്ചാൽ മതിയെന്നു കരുതിയിരുന്ന രണ്ടാനമ്മ ഉടനെ സമ്മതിച്ചു.

വിവാഹം നടന്നു. ചേരിപ്രദേശത്ത് ഒരു കുടിലുണ്ടാക്കി സുബൈദ യേയും കൂട്ടി മുഹമ്മദ് താമസമാക്കി. "നീ എന്റെ ജീവനാണ്. നീയി ല്ലാതെ എനിക്കു ജീവിതമില്ല" അവൻ എപ്പോഴും പറയും.

ഭാര്യയും ഭർത്താവും പരസ്പരം സ്നേഹിച്ചും വിശ്വസിച്ചും കഴി
ഞ്ഞുവന്നു. ഉണ്ടില്ലെങ്കിലും ഒരുമയോടെ സുഖവും ദുഃഖവും പങ്കുവെച്ചു.
കാലം കടന്നുപോയപ്പോൾ സുബൈദ ഗർഭിണിയായി.

മുഹമ്മദിൽ മാറ്റങ്ങൾ കണ്ടുതുടങ്ങിയത് അതിൽപ്പിന്നെയാണ്;
അയാൾ കുടിക്കാൻ ശീലിച്ചു. ഭാര്യയെ തല്ലാൻ തുടങ്ങി.

"അയ്യോ! എന്തിനിങ്ങനെ കുടിക്കുന്നു? കുടിച്ചുകുടിച്ചു നാം നശി
ക്കാറായില്ലേ...? നമുക്കൊരു കുഞ്ഞുണ്ടാകാൻപോവുകയല്ലേ...? അതോർ
ത്തെങ്കിലും കുടി നിർത്തിക്കൂടെ?"

സുബൈദ പറഞ്ഞതൊന്നും അയാളുടെ ചെവിയിൽ വീണില്ല. പകരം
കൂടുതൽ കുടിച്ചു ജോലിയൊന്നും കിട്ടാത്ത നിലവന്നു. അടുപ്പിൽ
തീയുയരാത്ത നാളുകളുണ്ടായി. ദാരിദ്ര്യത്തോടൊപ്പം നിത്യ കലഹവും.
ഒരുദിവസം മുഹമ്മദ് അപ്രത്യക്ഷനായി...

സുബൈദ കണ്ണീരൊഴുക്കി കാത്തിരുന്നു. സ്വന്തം വീട്ടിലേക്കു
തിരികെ പോകാൻ അവളുടെ മനസ്സ് സമ്മതിച്ചില്ല. രണ്ടാനമ്മയുടെകൂടെ
കഴിയുന്നത് ഓർക്കാൻ തന്നെ പ്രയാസം. അയൽപക്കത്തുള്ളവർ കുറ
ച്ചൊക്കെ സഹായിച്ചു. ക്രമേണ ആ സഹായം ഇല്ലാതായപ്പോൾ അവൾ
നിരാശയായി. എട്ടുമാസം തികഞ്ഞ തനിക്കിനി ഗതിയെന്ത്...?

ആത്മഹത്യചെയ്യാൻ അവളൊരുങ്ങിയില്ല. സ്വന്തം ഉദരത്തിൽ ഒരു
കുഞ്ഞു വളരുകയല്ലേ...അതിനുവേണ്ടിയെങ്കിലും ജീവിക്കണം.

അവൾ ഭിക്ഷാടനം തുടങ്ങി. വൈകുന്നതുവരെ ഒരു മരത്തണലിൽ
ചെന്നിരിക്കും. വയറിനുള്ള വക കിട്ടിപ്പോന്നിരുന്നു. എന്നാൽ അന്തിയിൽ
ഒറ്റയ്ക്കു കഴിയാൻ അവൾക്കായില്ല. പുരുഷന്മാർ അവളെ ശല്യപ്പെ
ടുത്തി. ഉപദ്രവിക്കാനെത്തുന്നവരോട് അവൾ ചെറുത്തു നിന്നു.

ഒരു ഉച്ചതെറ്റിയ സമയത്ത് അവൾക്കു പ്രസവവേദനയാരംഭിച്ചു.
അയൽപക്കത്തുള്ള ഒരു സ്ത്രീ സഹായത്തിനെത്തി ഓട്ടോറിക്ഷയിൽ
കയറ്റി ആശുപത്രിയിലെത്തിച്ചു.

വൈകുന്നേരം അവൾ പ്രസവിച്ചു. പെൺകുഞ്ഞ്. അടുക്കൽ
അച്ഛനോ അമ്മയോ ഭർത്താവോ ഇല്ല. കരയുന്ന കുട്ടി മാത്രം. അവൾ
കുഞ്ഞിനെ ശ്രദ്ധിച്ചു. മുഹമ്മദിന്റെ തനിരൂപം. വേദനയിൽ കുതിർന്ന
ഒരു പുഞ്ചിരി ആ ചുണ്ടിൽ തികട്ടിവന്നു. പെട്ടെന്നു അതൊരു വിങ്ങി
ക്കരച്ചിലായി മാറി... നിറുത്താതെയുള്ള കരച്ചിൽ... നേഴ്സ് ഡോക്ടറെ
വിളിച്ചു ഉറങ്ങാനുള്ള മരുന്നു കുത്തിവച്ചു... തൽക്കാലം ശമനം ലഭി
ച്ചെങ്കിലും മരുന്നിന്റെ വീര്യം കുറഞ്ഞപ്പോൾ ആ മനസ്സ് വീണ്ടും അസ്വ
സ്ഥയായി... ഒന്നുരണ്ടു ദിവസം ഈ നില തുടർന്നു. കുഞ്ഞിന് പാലു
കൊടുക്കാൻപോലും അവൾ കൂട്ടാക്കിയില്ല മാറിൽനിന്നു ചൊരിയുന്ന
പാൽ കണ്ടു നേഴ്സ് നിർബ്ബന്ധിച്ചപ്പോൾ അവൾ പറഞ്ഞു: "അതെന്റെ
കുഞ്ഞല്ല. മുഹമ്മദിന്റേതാണ്. ഞാനതിനു മുല കൊടുക്കില്ല. അതു
ചാവണം..."

ഒരമ്മയ്ക്ക് ഇങ്ങനെ പറയാൻ തോന്നുമോ? നേഴ്സിന് ആശ്ചര്യം...

അവൾ കുഞ്ഞിനെ സുബൈദയുടെ കൈയിൽ വച്ചുകൊടുത്തു. ആ കുഞ്ഞിനെ തുറിച്ചുനോക്കിക്കൊണ്ട് അവൾ കുറേനേരമിരുന്നു. "ഇത് എന്റെ കുഞ്ഞല്ല... മുഹമ്മദിന്റേതാണ്... ഇതു ജീവിക്കരുത്...

കുഞ്ഞു കൈകാലിട്ടടിച്ചു മാറിൽ ചുണ്ടുരസി. സുബൈദ കോപ ത്തോടെ അതിനെ കിടക്കയിലിട്ടു. കുഞ്ഞിന്റെ കരച്ചിൽ ഉച്ചത്തിലായി. സുബൈദയുടെ ക്രോധം അതിക്രമിച്ചു. അവളുടെ നാഡീഞരമ്പുകൾ ചൂടായി. ഒരുനിമിഷം അവൾ മറ്റൊന്നും ചിന്തിച്ചില്ല. തലയണയെടുത്തു കുഞ്ഞിന്റെ മുഖത്ത് അമർത്തിപ്പിടിച്ചു...! കരച്ചിൽ നിന്നു. ഒന്നും സംഭവി ക്കാത്തതുപോലെ തലയണ ഉയർത്തി അവൾ ആ കുഞ്ഞിനെ നോക്കി. അതു നിശ്ചലമായിരുന്നു. ഒരു ദീർഘശ്വാസം അവളിൽനിന്നു പുറപ്പെട്ടു.

അടുത്ത ബെഡിലുള്ള സ്ത്രീ ആ കാഴ്ച കണ്ട് നിലവിളിച്ചു. ആകെ ബഹളം. നേഴ്സുമാർ ഓടിയെത്തി; പുറകെ ഡോക്ടർമാരും. പിന്നെ താമസിയാതെ പൊലീസുകാരും.

പത്തുമാസം ചുമന്നു നൊന്തു പ്രസവിച്ച ഒരമ്മ സ്വന്തം കുഞ്ഞിനെ കൊല്ലുക...? ഭൂദേവിക്ക് ആശ്ചര്യം തോന്നി.

മുറ്റത്തു കുട്ടികൾ കല്ലു പെറുക്കിവച്ച് കളിച്ചുകൊണ്ടിരുന്നു. ഭൂദേവി അവരെ ശ്രദ്ധിച്ചു. ഇളംപ്രായത്തിലേ കൂട്ടിലടയ്ക്കപ്പെട്ട പറവകൾ. സ്കൂ ളിൽ ചെന്ന് അക്ഷരാഭ്യാസം നേടേണ്ടവർ. ഭാവിയുടെ വാഗ്ദാനങ്ങൾ... രാജ്യത്തിന്റെ സമ്പത്ത്. ഇവിടെ കൊള്ളക്കാരുടെയും കള്ളന്മാരുടെയും ഭ്രാന്തന്മാരുടെയും ഇടയിൽ കഴിയുന്നു. കുരുന്നിലേ തളച്ചിടപ്പെടുന്ന ജീവിതങ്ങൾ...ഇവരുടെ ഭാവിയെപ്പറ്റി ആരോർക്കുന്നു! ഇവർക്ക് വല്ല ഭാവിയുമുണ്ടോ?

താടിക്കു കൈകൊടുത്തിരിക്കുന്ന ഗിൽഡയെ ഭൂദേവി ശ്രദ്ധിച്ചു... ഇവൾ കാഴ്ചയ്ക്ക് രൂപവതിയാണ്. ആരെയും ആകർഷിക്കുന്ന പ്രകൃതം. എന്നിട്ടും ഇവളെങ്ങനെ ഈ ജയിലിലെത്തി...?

"ഞാനൊരു വേശ്യയാണ്. ഒരുദിവസം ഞങ്ങളുടെ താവളം പൊലീസ് വളഞ്ഞു. എല്ലാവരും രക്ഷപ്പെട്ടു, ഞാൻമാത്രം കുടുങ്ങി പ്പോയി..."

ഭൂദേവി ജാല്യതയോടെ ഗിൽഡയെ നോക്കി. ഒരു വേശ്യയാണ് തന്റെ കൂട്ടാളി...എങ്കിലും ഇവളുടെ മനസ്സ് ശുദ്ധമാണ്. പെരുമാറ്റം സഹ താപമർഹിക്കുന്നു. മറ്റുള്ളവരോട് വാത്സല്യപൂർവ്വമാണ് പെരുമാറുന്നത്.

"നിനക്കിവിടെ വിഷമം തോന്നുന്നില്ലേ?"

"തോന്നുന്നുണ്ട്. എങ്കിലും രണ്ടു നേരത്തെ ചോറിന് ശരീരം വില്ക്കുന്നതു തെറ്റല്ലെന്ന് മനസ്സ് പറയാൻ തുടങ്ങിയിരിക്കുന്നു..."

രണ്ടു നേരത്തെ ചോറ്! അതുമാത്രമാണോ ജീവിതലക്ഷ്യം...?

ഗിൽഡയുടെ ചിന്ത മറ്റെങ്ങോ ആയിരുന്നു...

ആ വേശ്യാഗൃഹത്തിൽ അവൾക്ക് കൂടുതൽ സ്വാതന്ത്ര്യമുണ്ടായി രുന്നു. സമപ്രായക്കാരായ മറ്റു രണ്ടു യുവതികൾ അവളുടെ കൂട്ടിനു ണ്ടായിരുന്നു. പകൽ സമയം അവരൊന്നിച്ച് കുലുവിലെ ചന്തയിൽ

പോകും. പൂക്കളും വളകളും റിബ്ബണും വാങ്ങും. വഴിയിൽ വില്ക്കുന്ന പലഹാരങ്ങൾ വാങ്ങും. ചെറുപ്പക്കാർ അടുത്തുകൂടി തമാശ പറയും. അവർ കുലുങ്ങിച്ചിരിക്കും. അതു കേൾക്കുന്നത് ഒരു സുഖമാണ്...

രാത്രിയായാൽ ഒന്നിനു പിറകെ മറ്റൊന്നായി ആവശ്യക്കാരെത്തും. ചിലപ്പോൾ പകൽ സമയത്തും. വിശ്രമം കിട്ടാറില്ല. പ്രായം കൂടിയവർ വന്നാൽ പണം കൂടുതൽ കിട്ടും. അവിടത്തെ പറ്റുകാരിലധികവും വൃദ്ധ ന്മാരാണ്. എന്നാൽ ചാരുസേനനെന്ന യുവാവ് ഒറ്റപ്പെട്ടവനായിരുന്നു. അയാളുടെ സാമീപ്യം പുളകപ്രദമായിരുന്നു. ഇപ്പോഴും ആ ഓർമ്മ രോമാഞ്ചമണിയിക്കുന്നു. സുന്ദരവും സുദൃഢവുമായ ദേഹം. ചുരുണ്ട തലമുടി ചുമൽവരെ തൂങ്ങിക്കിടക്കുന്നു. ഗിൽഡയെ മാത്രമേ അയാളാ വശ്യപ്പെട്ടിരുന്നുള്ളു. ആ ആലിംഗനത്തിൽ ശരീരം തകരുന്നതായി തോന്നും, എന്തൊരാവേശമായിരുന്നു. ഇപ്പോളയാൾ തന്നെക്കുറിച്ചോർ ക്കുന്നുണ്ടാകുമോ?

ഭൂദേവി ഗിൽഡയുടെ ചുമലിൽ സ്പർശിച്ചു. അവളുടെ ചിന്തയുടെ കണ്ണി പൊട്ടി. നിരാശയോടെ അവൾ ഭൂദേവിയെ നോക്കി. ചതുരാകൃതിയി ലുള്ള മുഖം. പരന്ന മൂക്ക്, കണ്ണടയ്ക്കുള്ളിൽ കാരുണ്യം വഴിയുന്ന മിഴി കൾ. കറുപ്പും വെളുപ്പും കലർന്ന തലമുടി. ഈ പ്രായത്തിൽ ഇവർക്ക് കാമാസക്തിയുണ്ടാകുമോ? ഇവരുടെ തണുപ്പൻപെരുമാറ്റം കാണു മ്പോൾ സംശയം തോന്നുന്നു... തനിക്കാണെങ്കിൽ ഇടയ്ക്കിടെ ആരെയെ ങ്കിലും കെട്ടിപ്പിടിക്കണമെന്നു തോന്നും. അപ്പോൾ കൂടെയുള്ളവളെ കെട്ടിപ്പുണരും. ശാന്തത ലഭിക്കുന്നതു വരെ ആ നിലതുടരും... അന്നൊരു ദിവസം വാർഡൻ രാത്രിയിൽ മരത്തിന്റെ മറവിൽ ചെല്ലാൻ പറഞ്ഞു. ഭയം തോന്നിയിട്ടും കാത്തിരുന്നു. എന്നാൽ അതിനിടയിൽ മേട്രൺ വന്നു. കാര്യം നടന്നതുമില്ല. ഒതുക്കിനിർത്തിയിട്ടും ആഗ്രഹങ്ങൾ ചിലപ്പോൾ തുളുമ്പിപ്പോവുന്നു...! ഇനി തന്റെ ഗതി? ഈ തടവിൽനിന്നിറങ്ങിയാൽ വീണ്ടും വേശ്യാഗൃഹത്തിൽ ചെന്നെത്തും. വയറിനുവേണ്ടി ശരീരം വില്ക്കേണ്ടിവരും. ഇല്ലെങ്കിൽ ജീവിതം ഇവിടെത്തന്നെ തളച്ചിടണം. ഈ ഭൂദേവിയെപ്പോലെ തല വെളുപ്പിക്കണം. മനസ്സു തണുപ്പിക്കണം.

ഭൂദേവി ഗിൽഡയെ കുലുക്കിവിളിച്ചു...

"ഈയാഴ്ച മകൾ മഞ്ജരിയുടെ വിവാഹനിശ്ചയമാണ്."

"നിങ്ങളില്ലാതെ നിശ്ചയമോ?"

"ഞാനില്ലാതെയോ? നീയെന്താ അങ്ങനെ പറഞ്ഞത്? അതിനകം എന്റെ വിചാരണ തീരില്ലെന്നാണോ?"

ഗിൽഡ കുലുങ്ങിച്ചിരിച്ചു...

"നിങ്ങളൊരു പാവമാണ്. നിങ്ങൾക്കൊന്നും അറിയില്ല...ഞാനിവിടെ വന്നിട്ട് കൊല്ലം എത്രയായെന്നറിയോ...? മൂന്ന്! വിചാരണ ഇതുവരെ പൂർത്തിയായിട്ടില്ല. അതായത് എന്നെ പുറത്തു വിടണോ വേണ്ടയോ എന്ന് ഇനിയും തീരുമാനമായിട്ടില്ലെന്ന്. എന്നിട്ടാണോ ഇന്നലെ വന്ന നിങ്ങളുടെ കാര്യം...!"

ഭൂദേവിയുടെ ശിരസ്സ് കുനിഞ്ഞുപോയി. ഇവൾ പറയുന്നതു നേരാണ്. താനില്ലാതെ വിവാഹനിശ്ചയം നടക്കില്ല. ഈ പുതിയ ചുറ്റു പാടിൽ വിവാഹം ചെയ്യുന്നവരുടെ മനോഭാവം എന്താകും? ഒരു ജയിൽ പ്പുള്ളിയുടെ മകളെ വല്ലവരും സ്വീകരിക്കുമോ? ചെറുക്കന് മഞ്ജരിയെ നന്നെ പിടിച്ചിട്ടുണ്ട്... എന്നാലിനി...?

ഭൂദേവി അറിയാതെ ഒന്നു നടുങ്ങി...ഞാൻ നിരപരാധിയാണ്...! നിരപരാധി...! പാവം ഒരു സ്കൂൾടീച്ചർ...! ഒന്നും ചെയ്യാൻ കഴിയാത്ത വൾ!... ദുർബ്ബല...! പിന്നെന്തിനെന്നെ ശിക്ഷിക്കുന്നു...?

ഈ വിചാരങ്ങൾക്ക് എന്തു വില...? ആരെ അറിയിക്കാൻ...? മുകളി ലുള്ളവരുടെ ഇഷ്ടമല്ലേ നടക്കൂ...!

ഗിൽഡ നെടുവീർപ്പിട്ടു. ഭൂദേവിയുടെ മിഴിക്കോണുകളിൽ അശ്രു കണങ്ങൾ പൊടിഞ്ഞുനിന്നിരുന്നു.

അഞ്ച്

"**ന**മ്പർ 127-വിസിറ്റർ വന്നിട്ടുണ്ട്..."-മേട്രൺ വാതിക്കൽ വന്ന് അറി യിച്ചു.

സ്ത്രീകൾ പരസ്പരം നോക്കി. തങ്ങളിലാരാണ് 127?

"ഈ നമ്പറാണ്? ഇവിടെയുള്ളവരല്ലേ?" മേട്രന്റെ സ്വരം പരുഷമായി.

പെട്ടെന്ന് ഗിൽഡയുടെ ദൃഷ്ടി ഭൂദേവിയിൽ പതിഞ്ഞു: "127 നിങ്ങ ളല്ലേ... പോകൂ...ആരോ കാണാൻ വന്നിട്ടുണ്ട്..."

ഭൂദേവിക്ക് ആശ്ചര്യവും സന്തോഷവും ഒന്നിച്ചുണ്ടായി. ആരാണു വന്നിട്ടുള്ളത്? മനിലനോ മഞ്ജരിയോ? എഴുന്നേറ്റ് തലമുടി ഒതുക്കി ക്കെട്ടി അവർ വാർഡനെ അനുഗമിച്ചു.

സന്ദർശകമുറിയിൽ വേറെയും തടവുകാർ. മുറിയുടെ മധ്യത്തിൽ ഇരുമ്പഴികൾ. ഇപ്പുറത്ത് തടവുകാർ. അപ്പുറത്ത് കാണാനെത്തിയവർ... ഉറ്റവരെ കാണുമ്പോൾ പലരും വികാരങ്ങൾക്കടിപ്പെടും. പൊട്ടിക്കരയും. എല്ലാം പതിനഞ്ചുമിനിട്ടിനകം കഴിയണം. ഒന്നും മിണ്ടാൻ കഴിയാതെ പിന്തിരിയുന്നവരുമുണ്ട്...

ഭൂദേവിയെ കാത്ത് മനിലയും മഞ്ജരിയും ഇരുമ്പഴികൾക്കപ്പുറത്ത് നിന്നിരുന്നു...

"അമ്മേ..."

"മക്കളേ...ബുദ്ധിമുട്ടൊന്നുമില്ലല്ലൊ...?"

"ഊം...അമ്മ?"

മക്കളുടെകൂടെ അമിയയുമുണ്ടായിരുന്നു.

ഒരുമാസത്തെ തടവു ജീവിതം അമ്മയിൽ വരുത്തിയ മാറ്റം മഞ്ജരി ശ്രദ്ധിച്ചു. മുഖം വിളറിപ്പോയിരിക്കുന്നു. വായിലെ രണ്ടു പല്ലുകൾ നഷ്ട പ്പെട്ടിരിക്കുന്നു.

"പല്ലിനെന്തു പറ്റിയമ്മേ...?"

"കൊഴിഞ്ഞുപോയി."

മഞ്ജരിക്ക് അതു വിശ്വാസമായില്ല. രണ്ടു പല്ലുകൾ ഒന്നിച്ച് കൊഴി ഞ്ഞുപോയെന്നോ?

"അമ്മേ, ഞങ്ങളെക്കുറിച്ചോർത്ത് അമ്മ വിഷമിക്കരുത്. അമിയാ ച്ചേച്ചി കൂടെത്തന്നെയുണ്ട്."

"നിശ്ചയം നടന്നോ?

"ഇല്ല. അവർ വന്നില്ല."

"സാരമില്ല" നെടുവീർപ്പിട്ടുകൊണ്ട് ഭൂദേവി തിരക്കി... "നാട്ടിലെ നില എങ്ങനെയുണ്ട്?"

"പ്രവർത്തനം ഉഷാറാണ്. കൃഷിക്കാരെല്ലാം സംഘടിച്ചിരിക്കുക യാണ്."

വാർഡൻ താക്കീതുചെയ്തു: "ഇതു ജയിലാണ്. രാഷ്ട്രീയം സംസാരിക്കരുത്."

മനില അതു കേട്ടു ചിരിച്ചു: "അമ്മേ, നാട്ടിലാകെ ഉത്സവംകൊണ്ടാ ടുന്ന തിരക്കാണ്. കുലുവിലും നീലദ്വീപിലും എല്ലാം..."

ഭൂദേവി അതിന്റെ അർത്ഥം ഗ്രഹിച്ചു. താനില്ലെങ്കിലും മകൻ വളരുന്നുണ്ട്. പ്രബുദ്ധത നേടുന്നുണ്ട്. താൻ അധീരയാകരുത്. അഭിമാനം കൊള്ളുകയാണ് വേണ്ടത്.

"അമ്മയുടെ വിചാരണയെപ്പറ്റി എല്ലാവരും അന്വേഷിക്കുന്നു..."

"വിചാരണയ്ക്കുവേണ്ടി ഒരുതവണ നീലദ്വീപിലേക്കു കൊണ്ടു പോയി. വെറും പ്രഹസനം. സാക്ഷികളെല്ലാം ഇളയരാജന്റെ ആൾക്കാ രാണ്. ഞങ്ങളെ മിണ്ടാനനുവദിച്ചില്ല..."

"വീണ്ടും രാഷ്ട്രീയം പറയുന്നോ?" വാർഡൻ ഭീഷണിപ്പെടുത്തി.

"ഇല്ല...രാഷ്ട്രീയം സംസാരിക്കുന്നില്ല..."

"അമിയാ...സുഖംതന്നെയല്ലേ?..."

"എന്തു സുഖം? ജീവനോടെ ഇരിക്കുന്നെന്നുമാത്രം. അദ്ദേഹത്തി നെങ്ങനെയുണ്ട്. ഒന്നു കാണാൻ കഴിഞ്ഞെങ്കിൽ? അപേക്ഷ തള്ളിക്കള യുകയാണു ചെയ്തത്..."

ഇവളോടെന്തു പറയും...? കാളീചരൺ ഒറ്റപ്പെട്ട സെല്ലിലാണ്. ശരീരം ശോഷിച്ചുകാണും. സംസാരം തന്നെ മറന്നിരിക്കും. ഇതൊക്കെ അമിയയോടു പറയുന്നതെങ്ങനെ? ഒന്നും വെളിപ്പെടുത്താതിരിക്കയാണു ഭേദം. കാളീചൺ സുഖമായിരിക്കുന്നെന്നു മാത്രം പറഞ്ഞു.

സന്ദർശനസമയം അവസാനിച്ചു.

"അമ്മേ...അമ്മേ!"

"മനിലാ...മഞ്ജരി!"

"ഇതാ കുറച്ചു പലഹാരം. അമ്മ ധൈര്യത്തോടെയിരിക്കണം."

സന്ദർശകർ പിന്മാറി. മനസ്സിൽ വിഷാദം തള്ളിക്കയറി.

ഭൂദേവി പലഹാരപ്പൊതി തുറന്നു. മധുര ഉണ്ടകൾ.

മക്കൾ വളരുകയാണെന്ന് അവർക്കു ബോദ്ധ്യമായി. ധൈര്യത്തോ ടെയിരിക്കാൻ അമ്മയെ ഉപദേശിച്ചതു കണ്ടില്ലേ? സത്യത്തിൽ താൻ അവരോടു പറയേണ്ട വാക്കായിരുന്നു അത്.

വെല്ലംചേർത്തുണ്ടാക്കിയ അരിപ്പൊടിയുണ്ടകൾ. എത്ര ദിവസമായി ഇതു തിന്നിട്ട്? അമ്മയ്ക്ക് ഇതു വളരെ ഇഷ്ടമാണെന്ന് മക്കൾക്കറിയാം വാർഡിലെത്തിയ ഉടൻ നാലഞ്ചെണ്ണം അകത്താക്കണം. ബാക്കിയുള്ളത് സൂക്ഷിച്ചുവയ്ക്കുന്നതെങ്ങനെ?

വാർഡിലെത്തിയപ്പോഴേക്കും കുട്ടികൾ ചുറ്റും കൂടി.

"എനിക്കൊന്ന്...എനിക്കൊന്ന്..."

ചുറ്റും നീണ്ടുവരുന്ന കൈകൾ. ദൈന്യതയും കൊതിയും നിറഞ്ഞ കണ്ണുകൾ.

അരിയുണ്ടകൾ ആ കൈകളിൽ വച്ചുകൊടുത്തു. ബാക്കിയായ ഒന്ന് ഭൂദേവിക്കുള്ളതാണ്. അതിനകം മരത്തണലിൽ കളിച്ചുകൊണ്ടിരുന്ന ഒരു കുട്ടി ഓടിവന്നു. അവർ ഉണ്ട രണ്ടായി വിഭജിച്ചു. ഒന്ന് കുഞ്ഞുകൈയി ലിട്ടു കൊടുത്തു. മറ്റൊന്നുമായി സുബൈദയുടെ അരികിലെത്തി. ഉണ്ടക്ക ഷ്ണം നീട്ടിക്കൊണ്ട് അവർ പറഞ്ഞു:

"ഉം തിന്നോ."

സുബൈദയുടെ മിഴികൾ തിളങ്ങി. അരിയുണ്ട ആർത്തിയോടെ അവൾ വായിലിട്ടരച്ചു.

സന്ധ്യാസമയം. അസ്തമനസൂര്യന്റെ മങ്ങിയ പ്രകാശം വാർഡിൽ തങ്ങിനില്ക്കുന്നു.

ഒരു യുവതിയെ വലിച്ചിഴച്ചുകൊണ്ട് രണ്ടു വാർഡർമാർ വന്നു. മുറിയുടെ മൂലയിലേക്ക് അവളെ പിടിച്ചുതള്ളി. വാർഡർമാർ കടന്നു പോയി. ഒരു നിമിഷം എല്ലാവരും ജിജ്ഞാസയോടെ അവളെ നോക്കി. പിന്നെ പതിവിൻപടി അവരവരുടെ കാര്യങ്ങളിൽ മുഴുകി. യുവതികൾ വരുന്നതും പോകുന്നതുമെല്ലാം അവിടെ സാധാരണയാണ്.

ഭൂദേവിയും ഗിൽഡയും അവളെ സമീപിച്ചു. പതിനാറോ പതിനേഴോ വയസ്സ് പ്രായം കാണും. കീറിപ്പറിഞ്ഞ വസ്ത്രം. രക്തം പറ്റിപ്പിടിച്ചിരി ക്കുന്നു. മുഖത്തും മാറത്തും കൈകളിലും മുറിപ്പാടുകൾ. അവൾ വേദന കൊണ്ടു ഞരങ്ങുകയായിരുന്നു. അവൾക്ക് എന്താണു സംഭവിച്ചതെന്നു പ്രത്യേകം പറയേണ്ടതില്ല. ഗിൽഡയ്ക്കു കോപം വന്നു. ചണ്ഡാളന്മാർ! ഇങ്ങനെയുണ്ടോ കീറിമുറിക്കുക!...ഭൂദേവിക്ക് സുജലയെ ഓർമ്മ വന്നു. അവരുടെ ഹൃദയം ഉച്ചത്തിൽ മിടിച്ചു. അവർ എന്തൊക്കെയോ ചോദി ച്ചെങ്കിലും യുവതി ഒന്നും മറുപടി പറഞ്ഞില്ല.

രാത്രിഭക്ഷണത്തിനുള്ള മണി മുഴങ്ങി. ഇരുട്ടുന്നതിനു മുമ്പു ഭക്ഷണം കഴിഞ്ഞ് എല്ലാവരെയും വാർഡിൽ അടച്ചു പൂട്ടണം. പത്തു മിനിട്ടിനകം ആ ചടങ്ങു തീർന്നു.

ഒറ്റസെല്ലിൽ കഴിയുന്ന സുബൈദ ഞരങ്ങിക്കൊണ്ടിരുന്നു. ക്രമേണ അത് ഉച്ചത്തിലുള്ള നിലവിളിയിൽ കലാശിച്ചു.

"മുഹമ്മദേ, ഉത്സവത്തിനു പുതിയ വസ്ത്രം കൊണ്ടുവരണം. ഞാൻ കോഴിച്ചാറുണ്ടാക്കാം. മകനും ഇന്നു കോഴിച്ചോറു കൊടുക്കണം" അവൾ പിറുപിറുത്തു.

ഭൂദേവി മലർന്നുകിടന്നു. കൺപോളകൾക്കു ക്രമേണ കനംവച്ചു സ്വപ്നത്തിൽ സുജല തെളിഞ്ഞുവന്നു. കിണറ്റിൽ നിന്ന് അവൾ മുകളി ലേക്കുയർന്നുവരുന്നു. മുഖം സ്പഷ്ടമായി കാണുന്നില്ല. എന്നാൽ ഉടുത്തതു ചുവന്ന സാരിയാണ്. അന്നു വീട്ടിൽ വരുമ്പോഴും അതാണു ടുത്തിരുന്നത്. സംസാരത്തിലും മാറ്റമൊന്നുമില്ല. അവൾ വന്ന് മൂലയി ലിരുന്നു തേങ്ങുന്ന ഈ യുവതിയിൽ ആവേശിച്ചിരിക്കയാണ്. അവളെ ന്തിന് ഇങ്ങോട്ടു വന്നു?

"ഇവൾ ഞാനാണ്... ഇവൾ ഞാനാണ്..." സുജല വിളിച്ചു പറ യുന്നു.

"യുവതിയായ നീയെന്തിന് ഇവിടെ വന്നു? നിങ്ങൾക്കുള്ളതല്ല ജയിൽ... പോകൂ... പുറത്തു പോകൂ..."

"ഇല്ല, ഞാൻ പോകില്ല. എനിക്കു മധുരയുണ്ട ഉണ്ടാക്കിത്തരാമെന്നു പറഞ്ഞിട്ടില്ലേ..."

ഭൂദേവി ഞെട്ടിയുണർന്നു. താൻ കണ്ട സ്വപ്നം വീണ്ടും ഓർമ്മി ക്കാൻ ശ്രമിച്ചു...

മൂലയിലിരുന്നു യുവതി ഞരങ്ങിക്കൊണ്ടിരുന്നു...

ചുമർഘടികാരം നാലുമണിയായെന്നറിയിച്ചു.

ഭൂദേവി അവളെത്തന്നെ നോക്കിയിരുന്നു. ഇവൾ സുജലയാണെ ന്നല്ലേ സ്വപ്നത്തിൽ കണ്ടത്... അയ്യോ! ഇതെന്തൊരു ഗതിയാണ്? സുജലയെ രക്ഷപ്പെടുത്താൻ തന്നെക്കൊണ്ടു കഴിഞ്ഞില്ല. ഇവളെയെ ങ്കിലും രക്ഷപ്പെടുത്തണം... ഇവൾ മരിക്കാനിടയാകരുത്...

കിഴക്കു വെള്ളകീറി.

ഗിൽഡ ഒരു പാട്ടയിൽ വെള്ളം കൊണ്ടുവന്ന് യുവതിയുടെ മുഖത്തു തളിച്ചു. ഭൂദേവി കഞ്ഞി കുടിപ്പിച്ചു.

തളർച്ച തെല്ലു മാറിയെന്നു തോന്നിയപ്പോൾ ഭൂദേവി ചോദിച്ചു: "നിന്റെ പേരെന്താ...?"

"മീന..."

"നാട്?"

"കുലുദ്വീപ്."

മറ്റു ചോദ്യങ്ങൾകൊണ്ടു യുവതിയെ അപമാനിക്കാൻ അവർ തുനിഞ്ഞില്ല.

"വയറും തുടയും കഠിനമായി വേദനിക്കുന്നു... സഹിക്കാൻ കഴിയു ന്നില്ല" യുവതി തേങ്ങി.

ഗിൽഡ തലയിൽ വിരലോടിച്ചുകൊണ്ടു സമാശ്വസിപ്പിച്ചു "ഡോക്ടർ വരും... കാണിക്കാം..."

രോഗികളെ ശുശ്രൂഷിക്കാൻ സാധാരണ ഡോക്ടർ വരാറുണ്ട്.

രോഗം കൂടുതലാണെങ്കിൽ ആസ്പത്രിയിലേക്കു നീക്കം ചെയ്യണമെന്നു നിയമമമുണ്ട്. പക്ഷേ അതെല്ലാം പണക്കാർക്കു മാത്രമല്ലേ... പാവങ്ങൾ ജയിലിലും നരകിച്ചു കഴിയണം...

ഭൂദേവി മേട്രനെ കണ്ടു വിവരം പറയാമെന്നു കരുതി പുറത്തിറങ്ങി. മേട്രൻ ഊണുകഴിക്കുകയായിരുന്നു. മേശപ്പുറത്തു വലിയ ടിഫിൻ കാരിയർ, പലതരം കറികൾ. മണം ഭൂദേവിയുടെ മൂക്കിൽ തുളച്ചുകയറി. വായിൽ ഉമിനീരൂറിവന്നു.

"ഉം... എന്താ വേണ്ടത്...?"

"ആ യുവതി വേദനകൊണ്ടു പിടയുന്നു... ഡോക്ടർ വന്നു നോക്കി യിരുന്നെങ്കിൽ..."

"ഡോക്ടർക്കെന്താ വേറെ പണിയൊന്നും ഇല്ലേ? ഇത്തരം ചീത്ത പ്പെണ്ണുങ്ങളെ ചികിത്സിക്കാൻ പാടില്ല. പോകൂ പോകൂ..."

"അമ്മേ, നിങ്ങൾക്കും കുഞ്ഞുകുട്ടികളില്ലേ..." ഭൂദേവിയുടെ തൊണ്ട ഇടറിപ്പോയി.

"എന്നെ ഉപദേശിക്കാനാണോ ഭാവം...? മിണ്ടാതെ കടന്നു പോകുന്ന താണ് നല്ലത്..."

ഭൂദേവി ഉറച്ചുനിന്നു. താനധീരയാകരുത്. ആ യുവതിക്ക് എങ്ങനെ യും ചികിത്സയെത്തിക്കണം...

"ഞാൻ നിരാഹാരസമരം നടത്തുകയാണ്. അവൾക്കു ചികിത്സ കിട്ടുന്നതുവരെ സമരം തുടരും..."

മേട്രൻ ഉറക്കെച്ചിരിച്ചു:

"ഉം നടക്ക് പോയി നിരാഹാരം കിടക്ക്. തിന്നതു കുറെ കൂടി പ്പോയി..."

ഭൂദേവി ദുഃഖത്തോടെ പിന്തിരിഞ്ഞു. തിന്നതു കൂടിപ്പോയത്രേ... ദിവസത്തിൽ രണ്ടുരുള ചോറ്...അതുകൊണ്ടു ജീവൻ നിലനിർത്തണം... നിങ്ങളെപ്പോലുള്ളവർ സമൃദ്ധിയോടെ ഉണ്ണുന്നു!... ഉണ്ടോ... നന്നായി ഉണ്ടോ! പക്ഷേ, ഞങ്ങളെപ്പോലുള്ളവർക്കും രോഷവും അഭിമാനവും ഉണ്ടാകുമെന്ന് ഓർക്കണം...

വാർഡിലുള്ളവർ ഭൂദേവിയെ കാത്തുനില്ക്കയായിരുന്നു. മേട്ര നെന്തു പറഞ്ഞെന്നറിയാനുള്ള തിടുക്കം. ഭൂദേവിയുടെ മറുപടി എല്ലാവ രിലും നിരാശ പരത്തി...

ഭൂദേവിക്കു കോപവും സങ്കടവും ഒന്നിച്ചുണ്ടായി. തല ചുറ്റുന്നതു പോലെ... എന്തായാലും പിന്മാറുന്ന പ്രശ്നമേയില്ല... എന്താണുണ്ടാ വുകയെന്നു കാണാമല്ലോ... ഒരുപക്ഷേ, പ്രാണൻ നഷ്ടപ്പെടുമായി രിക്കും. നീതിക്കുവേണ്ടി പോരാടിയിട്ടാണു മരിച്ചതെന്ന് ആശ്വസിക്കാ മല്ലോ...

എന്നാൽ അടുത്ത ദിവസം ഡോക്ടർ വന്നു. മീനയെ പരിശോധിച്ചു മരുന്നുകൊടുത്തു.

അങ്ങനെ ഭൂദേവി ആദ്യമായി വിജയിച്ചു. ആവശ്യങ്ങൾ നേടിയെടു

ക്കാൻ പറ്റിയ ആയുധം സ്വന്തം കൈയിൽത്തന്നെയുണ്ടെന്ന് അവർക്കു
ബോദ്ധ്യമായി.

ഒന്നുരണ്ടു ദിവസത്തിനകം മീനയുടെ നില മെച്ചപ്പെട്ടു. ചിന്താശക്തി
തിരിച്ചുകിട്ടി. അതോടെ സംഭവങ്ങൾക്കു നിറംവെച്ചു തുടങ്ങി...

കുലുദ്വീപിലെ ഒരു ഗ്രാമത്തിൽ ജലനൂക് ഒരു സൈക്കിൾ ഷാപ്പ്
നടത്തിയിരുന്നു. മുൻവശത്തു സൈക്കിൾ ഷാപ്പ്. പിന്നിൽ അയാളും
മകൾ മീനയും താമസിക്കുന്നു.

ഒരു വെള്ളിയാഴ്ച രാത്രി. ജലനൂക് സൈക്കിൾ നന്നാക്കുകയാണ്.
ആരോ മുന്നിൽ വന്നുനിന്നു. തലയുയർത്തിയപ്പോൾ രണ്ടു പൊലീസു
കാർ. അയാൾ പരിഭ്രമിച്ചെണീറ്റു.

"നിന്നെ ഇൻസ്പെക്ടർ വിളിക്കുന്നു. ഒരു കൊലക്കേസ് സംബ
ന്ധിച്ച് ചില കാര്യങ്ങൾ അറിയാനാണ്. വേഗം സ്റ്റേഷനിലേക്കു നടക്ക്..."

"അയ്യോ! ഏമാനേ... ഞാൻ പാവമാണ്. എനിക്കൊന്നും അറിയില്ല..."

"അതെല്ലാം സ്റ്റേഷനിൽ ചെന്നു പറ..."

"നിർബ്ബന്ധമാണെങ്കിൽ രാവിലെ വരാം...ഈ രാത്രീയില്... വീട്ടിലാ
ണെങ്കിൽ വേറെ ആരും ഇല്ല. മോള് ഒറ്റയ്ക്കാണ്..."

"അവളെയും കൂട്ടിക്കൊള്ളു..."

വാതിലിനു മറഞ്ഞുനിന്ന മീനയെ ഒരു പൊലീസുകാരൻ പിടിച്ചു
പുറത്തിറക്കി.

അയൽപക്കത്തുള്ളവർ ജനലിലൂടെ രംഗം വീക്ഷിക്കുന്നുണ്ടായി
രുന്നു. ആർക്കും പുറത്തിറങ്ങാനുള്ള ധൈര്യമുണ്ടായിരുന്നില്ല. പൊലീ
സുകാരുടെ പിന്നാലെ ഇഴഞ്ഞുനീങ്ങുന്ന ആ അച്ഛനെയും മകളെയും
നോക്കിക്കൊണ്ട് അവർ നെടുവീർപ്പിട്ടു...

പൊലീസ് സ്റ്റേഷൻ. മേശപ്പുറത്ത് ഒരു വിളക്ക്. ഇൻസ്പെക്ടർ
സിഗരറ്റ് പുകച്ചുകൊണ്ടിരിക്കുന്നു. യുവതിയെ കണ്ടപ്പോൾ അയാൾക്കാ
വേശം വന്നു. പൊലീസുകാർ അർത്ഥംവെച്ചു നോക്കി. മീശയുടെ അറ്റം
പിരിച്ചുകൊണ്ട് അയാൾ കല്പിച്ചു: "ഇവളെ അകത്തെ മുറിയിൽ
കൊണ്ടിട്..."

"ഏമാനേ... എന്റെ മോളെ ഒന്നും ചെയ്യല്ലേ... ഓളിവിട എന്റെ
അടുത്ത് തന്നെ നിന്നോട്ടെ. ഓൾക്ക് ഒന്നും അറിയില്ല... ജലനൂക്
കരഞ്ഞുകൊണ്ട് പറഞ്ഞു.

പൊലീസുകാർ മീനയെ അകത്തെ മുറിയിലിട്ടടച്ചു.

"കൊല നടത്തിയവർ നിന്റെ പീടികയിൽനിന്ന് സൈക്കിൾ വാടകയ്
ക്കെടുത്തെന്നാണ് അറിഞ്ഞത്. അപ്പോൾ നിനക്കും അതിൽ പങ്കു
ണ്ടാകുമല്ലോ..."

ഇൻസ്പെക്ടറുടെ പറച്ചിൽ കേട്ട് ജലനൂക് വായ പിളർത്തി. സ്വപ്ന
ത്തിൽ പോലും നടക്കാത്തതാണ് ഇയാൾ പറയുന്നത്.

"ഏമാനേ... എനക്കൊന്നും അറിയില്ല..." അയാൾ കൈകൾ കൂപ്പി.
ഇൻസ്പെക്ടർ പൊലീസുകാരനു സൂചന നല്കി. അയാൾ ചാട്ടയു

മായി മുന്നോട്ടുവന്നു. ചാട്ട പലതവണ വായുവിൽ പുളഞ്ഞു. ജല
നൂകിന്റെ ദീനവിലാപം മുറിയിൽ അലയടിച്ചു.

"ഇനി പറയൂ... ഈ കൊലപാതകത്തിൽ ആരെല്ലാമാണ് പങ്കെടു
ത്ത്... പേരുമാത്രം പറഞ്ഞാൽ മതി, നിന്നെയും മോളെയും വിട്ടേ
യ്ക്കാം..."

"എനിക്കറിയില്ലേമാനേ..." ആ സ്വരം അവശമായിരുന്നു. വീണ്ടും
ചാട്ടവാറടി. ജലനൂക് പരവശനായി നിലത്തു വീണു. അടി തലയിലും
പുറത്തും ആഞ്ഞാഞ്ഞുപതിയുന്നു. തലയോടു പൊട്ടുന്ന ഒച്ച. രക്തം
ചീറി. ക്രമേണ ബോധം നശിച്ചു.

"ഇവനെ വലിച്ച് ലോക്കപ്പിലിട്..."

ഇൻസ്പെക്ടർ മീനയുടെ മുറിയിലേക്കു നടന്നു. അവൾ ഒരു മൂല
യിൽ ചുരുണ്ടുകൂടിയിരുന്നു. അച്ഛന്റെ ദീനരോദനം അവളുടെ
ചെവിയിൽ വന്നലയ്ക്കുന്നുണ്ടായിരുന്നു. അച്ഛനെന്തുപറ്റിയെന്നറിയാൻ
അവൾ തിടുക്കപ്പെടുകയായിരുന്നു...

"ഞാൻ പറയുന്നതുപോലെ അനുസരിക്കണം." ഇൻസ്പെക്ടർ
കല്പിച്ചു.

"അയ്യോ! വേണ്ട. ഞാൻ അച്ഛന്റടുത്തേക്കു പോയ്ക്കൊള്ളാം–"
അവൾ പൊട്ടിക്കരയാൻ തുടങ്ങി.

ഒരു പൊലീസുകാരൻ കടന്നുവന്നു. അയാൾ അവളുടെ വായ
പൊത്തിപ്പിടിച്ചു. ബലം പ്രയോഗിച്ചു നിലത്തു മലർത്തിക്കിടത്തി. പിന്നെ
ഇൻസ്പെക്ടർ അവളെ ആക്രമിച്ചു...

എല്ലാം കഴിഞ്ഞപ്പോൾ ഇൻസ്പെക്ടർക്ക് ജലനൂകിനെ ഓർമ്മവന്നു.
ലോക്കപ്പ് മുറിയിൽനിന്ന് രക്തം ഒഴുകി മുറിയിൽ തളംകെട്ടിക്കിടക്കുന്നു...
അയാൾ ലോക്കപ്പ് മുറിവരെ നടന്നു... ജീവച്ഛവമായിത്തീർന്ന ജലനൂക്
തുറന്ന കണ്ണുകൾ തന്നിൽ തറപ്പിച്ചിരിക്കുന്നതായി ഇൻസ്പെക്ടർക്ക്
തോന്നി. അയാൾ അറിയാതെ ഒന്നു നടുങ്ങി. മകളോടു ചെയ്ത പാതകം
ഇയാളറിഞ്ഞോ...?

അടുത്ത ക്ഷണത്തിൽ അയാൾ ക്രുദ്ധനായി...ചത്തെന്നു
തോന്നുന്നു നാശം! തലയ്ക്കു തല്ലാൻപാടില്ലെന്നു നായിന്റെ മക്കളോട്
എത്രതവണ പറഞ്ഞതാ... ചാട്ട കൈയിലെടുത്താൽപ്പിന്നെ ഉറഞ്ഞു
തുള്ളലാണ്... ഒടുവിൽ എല്ലാം ഇൻസ്പെക്ടറുടെ തലയ്ക്കിടും... ഇനി
ഇരു ചെവിയറിയാതെ ഇതൊഴിവാക്കണം...

കാത്തുനില്ക്കുന്ന പൊലീസുകാരോട് അയാൾ കല്പിച്ചു. "ഒരു
ചാക്കിലിട്ട് കല്ലുകെട്ടി കടലിൽ കൊണ്ടിട്. ആ പാറയിടുക്കിൽ ആഴമുള്ള
സ്ഥലത്തുതന്നെ ഇടണം. അവിടെ മുതലകൾ കാണും..."

ശവശരീരവുമായി പൊലീസുകാർ പുറത്തേക്കു നടന്നു. ഞങ്ങളെ
ക്കൊണ്ട് ഇത്തരം ക്രൂരകൃത്യങ്ങൾ ചെയ്യിക്കുന്ന ഇൻസ്പെക്ടറെ
അവർ പലതവണ ശപിച്ചു.

കൃത്യം കഴിഞ്ഞു തിരിച്ചെത്തിയ പൊലീസുകാർ മീനയുടെ മുറി
യിൽ കയറിയിറങ്ങി...

അടുത്ത പ്രഭാതത്തിൽ ജലനൂകനെ കാണാനില്ലെന്ന വാർത്ത ഗ്രാമ ത്തിൽ പരന്നു. തലേദിവസം രാത്രി അച്ഛനെയും മകളെയും പൊലീസു കാർ വലിച്ചുകൊണ്ടുപോകുന്നത് എല്ലാവരും കണ്ടതാണ്. കാലത്തു സ്റ്റേഷൻ അടിച്ചുവാരാൻ ചെന്നയാൾ മുറിയിൽ ചോര തളം കെട്ടിക്കിടന്ന കാര്യം എല്ലാവരോടും പറഞ്ഞിരുന്നു. യുവതിയുടെ ഞരക്കവും അയാൾ കേട്ടിരുന്നത്രേ.

"കലമത് നമ്മുടെ നാടുഭരിക്കാൻ തുടങ്ങിയതിൽപ്പിന്നെ നാട് പൊലീസ് രാജ്യമായിത്തീർന്നു..." ജനം പിറുപിറുത്തു.

"ഇങ്ങനെ എത്രനാൾ ഒതുങ്ങിക്കഴിഞ്ഞു കൂടും...?"

"ഇന്ന് മീനയും ജലനൂകും... നാളെ മറ്റൊരു വീട്ടിലും ഇത് ആവർ ത്തിക്കും..."

"ഇനിയെങ്കിലും നമ്മൾ കൈയും കെട്ടിയിരിക്കരുത്. ജലനൂക്കെ വിടെ...? അയാൾക്കെന്തുപറ്റി...? എന്നെല്ലാം ചോദിക്കാനുള്ള അധികാര മെങ്കിലും നമുക്കുണ്ടാകണം.

"നമുക്ക് പൊലീസ് സ്റ്റേഷനിലേക്കു പോകാം. കാര്യം ചോദിച്ച റിയാം..."

ജനം ഒത്തുചേർന്നു...ആരും നേതൃത്വം കൊടുക്കാതെതന്നെ അവർ സംഘടിച്ചു...

ജനം സ്റ്റേഷനിലേക്കു വരുന്ന വാർത്ത ഇൻസ്പെക്ടറെ ഞെട്ടിച്ചു. അയാൾ മേലുദ്യോഗസ്ഥനുമായി ടെലിഫോണിൽ ബന്ധപ്പെട്ടു.

കൂടുതൽ പൊലീസുകാരെത്തി. അവർ ജനങ്ങളെ നേരിട്ടു.

"ഞങ്ങൾക്ക് ജലനൂക് വേണം." ജനം ആർത്തുവിളിച്ചു.

"അങ്ങനെയൊരാൾ ഇവിടെയില്ല. ഉടനെ പിരിഞ്ഞു പോകണം."

ജനം ഉറച്ചുനിന്നു. പിന്നെ താമസമുണ്ടായില്ല. ലാത്തിയടിയേറ്റ് ജനം ചിതറി. ഓടുന്നവരെ പാഞ്ഞു തല്ലി... അടിയേറ്റ് ഒരു കുട്ടി മരിച്ചുവീണു. കുട്ടിയെ എടുക്കാൻ വന്ന അമ്മയും അടിയേറ്റു വീണു. ഏറെനേരം നീണ്ടുനിന്ന സംഹാരതാണ്ഡവം.

എല്ലാം കഴിഞ്ഞപ്പോൾ വഴിനീളെ കീറിപ്പറിഞ്ഞ വസ്ത്രങ്ങളായി രുന്നു. രക്തം കട്ടപിടിച്ചിരുന്നു ചത്ത കുട്ടിയെ നോക്കി കഴുകൻ വട്ടം ചുറ്റിയിരുന്നു.

റോഡ് വിജനമായപ്പോൾ മീനയെയുംകൊണ്ട് പൊലീസുകാർ മുലു ദ്വീപിലേക്കു പുറപ്പെട്ടു. എന്റെ അച്ഛൻ... എന്റെ അച്ഛൻ... എന്ന് ഇടയ് ക്കിടെ അവൾ ചോദിച്ചിരുന്നു. അപ്പോഴെല്ലാം ഓരോ അടി അവളുടെ ഓർമ്മ നശിപ്പിച്ചുകൊണ്ടിരുന്നു.

ആറ്

ഉഗ്രമായ കടൽ. ഘോഷത്തോടെ കരയിൽ ആഞ്ഞടിക്കുന്ന തിര യൊച്ച ജയിലിനകത്തെത്തുന്നു.

ഉണർന്നിട്ട് എത്രനേരമായെന്ന് കാളീചരൺ ചിന്തിച്ചു നോക്കി.

ഇപ്പോൾ പ്രഭാതമാകണം. തണുത്ത കാറ്റ്. പെട്ടെന്ന് അമിയയെ ഓർമ്മ വന്നു. ആ സ്നേഹം.... ആ ചൂട്... ആ ചുംബനവും സംതൃപ്തിയും ഇനിയുണ്ടോ അനുഭവിക്കാൻ കഴിയുന്നു...!

വിവാഹിതനായിട്ട് പതിനഞ്ചു വർഷം കഴിഞ്ഞു. ഒരു കുഞ്ഞിക്കാലു കാണാനൊത്തില്ല. വേറെ വിവാഹത്തിന് അമിയ നിർബ്ബന്ധിച്ചു. താൻ സമ്മതിച്ചില്ല. സ്നേഹിക്കാനാണെങ്കിൽ ഹരിചരണന്റെ കുട്ടികളു ണ്ടല്ലോ. അനുജത്തി സുജലയും കൂട്ടത്തിലുണ്ട്. എന്നാൽ അമിയയെ ഇതൊന്നും തൃപ്തിപ്പെടുത്തിയില്ല.

കാളീചരണന്റെ തൊണ്ടയിടറി. ശരീരം വിറച്ചു.

കുളിക്കാതെ എത്രനാളായി? ശരീരം നാറുന്നു. മൂലയ്ക്കുള്ള പാത്ര ത്തിൽ നിന്നു മൂത്രം മണക്കുന്നു.

പുറത്തു പക്ഷികളുടെ കളകളനാദം...

അന്നൊരു ദിവസം...

ഹരിചരണിനെയും കൂട്ടി മീൻപിടിക്കാൻ പോയി... കുറച്ച് പരൽ മീനുകൾ കിട്ടി. പൂഴിയിൽ ചാടി നടന്ന ഞണ്ടുകളെ പിടിച്ചു.

പെട്ടെന്ന് ഒരു തോണി കരയിലേക്കു വരുന്നതു കാണപ്പെട്ടു. തോണിയിലുള്ള മുക്കുവർ വിജയാഘോഷത്തോടെ കൂക്കിക്കൊണ്ടി രുന്നു. കൂവൽ കേട്ട് മുക്കുവത്തികൾ കുടിലുകളിൽ നിന്ന് ഓടിവന്നു.

തോണി കരയ്ക്കടുത്തു. പിന്നാലെ വലിയൊരു ഷാർക് മത്സ്യ ത്തെയും വലിച്ചുകയറ്റി. അതു പുളഞ്ഞുകൊണ്ടിരുന്നു. ചുറ്റും സ്വർണ്ണ പ്രഭ ചിതറുന്നു.

"ആർക്ക് എത്ര വേണമെങ്കിലും എടുത്തോളൂ..." മുക്കുവത്തലവൻ വിളിച്ചു പറഞ്ഞു.

മുക്കുവർ മീനിനു ചുറ്റുംകൂടി. മാംസം കൊട്ടയിലിട്ടു തുടങ്ങി. ഒറ്റത്തുള്ളി രക്തം പോലുമില്ല. നല്ല മാർദ്ദവമുള്ള മാംസം.

താനും ഹരിചരണും എടുക്കാവുന്നത്ര മാംസം മുറിച്ചെടുത്തു. നാട്ടു കാർ കൂട്ടമായി വന്നുകൊണ്ടിരുന്നു. മീൻ വളർന്നുകൊണ്ടേയിരുന്നു. മുറി ച്ചാലും മുറിച്ചാലും തീരാത്ത അക്ഷയമാംസമായിരുന്നു അതിനുണ്ടായത്. അന്ന് എല്ലാ വീട്ടിലും മീൻസദ്യതന്നെ. നാടുനീളെ അതിന്റെ മണം!

ഈ മീൻ നശിക്കാതിരുന്നെങ്കിൽ സമുദ്രത്തിൽ പോകാതെ കഴിക്കാമായിരുന്നെന്ന് ചില മുക്കുവർ ചിന്തിച്ചു.

ഇരുൾ പരന്നു. മീനിന്റെ ദേഹത്തുനിന്നും അപൂർവ്വമായ പ്രഭ പ്രസരിക്കാൻ തുടങ്ങി. ആ പ്രകാശത്തിൽ മണൽപ്രദേശം പൊന്നുപോലെ തിളങ്ങി.

ചന്ദ്രൻ ആകാശമദ്ധ്യത്തിലെത്തി. അതിന്റെ പ്രകാശം മീനിന്റെ ദേഹത്തു തട്ടി. പെട്ടെന്ന് മീൻ കല്ലായിത്തീർന്നു. രാവിലെ മുക്കുവർ നോക്കിയപ്പോൾ മീനിന്റെ സ്ഥാനത്ത് അതേ രൂപത്തിലുള്ള പാറക്കല്ലാ ണുണ്ടായത്...

ചുമർഘടികാരം ആറുതവണ ശബ്ദിച്ചു. കാളീചരൺ സമയം കണ

ക്കുകൂട്ടി. രാവിലെ ആറുമണിയായി. ഉറങ്ങിയിരുന്ന ജയിൽ ഉണർന്നു. വാതിലുകൾ തുറക്കപ്പെടുന്നു... തടവുകാർ പുറത്തിറങ്ങുന്നു.

കാളീചരൺ എണീറ്റിരുന്നു.

ആ സെല്ലിനു മുകളിലൂടെ പക്ഷികൾ കൂട്ടമായി പറന്നു പോയി.

കാളീചരൺ ശ്രദ്ധിച്ചു. നേരിയ പ്രകാശത്തിൽ മുന്നിലുള്ള ഇരുമ്പഴി കൾ തെളിഞ്ഞുവരുന്നു.

ഒരു കാവല്ക്കാരൻ നടന്നടുത്തു. സെല്ലിൽ കാളീചരൺ ഉണ്ടെ ന്നുറപ്പു വരുത്തിയശേഷം അയാൾ തിരികെ നടന്നു. നിമിഷങ്ങൾക്കകം കഞ്ഞിപ്പാത്രവുമായി മറ്റൊരാൾ പ്രത്യക്ഷപ്പെട്ടു. അയാൾ കഞ്ഞിപ്പാത്രം അഴികൾക്കിടയിലൂടെ ഉന്തിനീക്കി. ഒരു കടലാസ് തുണ്ടും അയാൾ ഉള്ളിലേക്കിട്ടു. കാളീചരൺ ധൃതിയിൽ അതെടുത്തൊളിപ്പിച്ചു. കാവൽ ക്കാരൻ കാണരുതല്ലോ.

കഞ്ഞി വാരിവലിച്ചു കുടിച്ചു പാത്രം താഴത്തിട്ടു. കാവല്ക്കാര നില്ലെന്ന് ഉറപ്പുവരുത്തി. കടലാസുതുണ്ട് പതുക്കെ നിവർത്തി...അമിയ വന്നിരുന്നു... എല്ലാവർക്കും സുഖം തന്നെ. ഇന്നാണ് വിചാരണ. ധൈര്യ മായിരിക്കണം...

കാളീചരൺ സന്തോഷിച്ചു. പുറംലോകവുമായുള്ള പ്രഥമസമ്പർ ക്കം. മനുവോ കനുവോ ആകും ഇതു കൊടുത്തയച്ചത്. ആ കുറിപ്പ് പത്തുപ്രാവശ്യം വായിച്ചു. പിന്നെ വായിലിട്ടു ചവച്ചരച്ചു വിഴുങ്ങി.

അന്ന് അയാൾക്കു കുളിക്കാൻ വെള്ളം കിട്ടി. ധരിക്കാൻ വേറെ വസ്ത്രം കിട്ടി. വിചാരണ നടക്കുന്ന അവസരത്തിലെങ്കിലും തടവുകാർ നല്ല നിലയിലാണെന്നു തോന്നിക്കണമല്ലോ.

നീലദ്വീപിലേക്കുള്ള ലോഞ്ചിൽ നിറയെ ജനമുണ്ടായിരുന്നു. തടവു കാരെക്കാൾ കൂടുതൽ പൊലീസുകാർ. ഒരാൾ പറയുന്നത് മറ്റൊരാൾ കേട്ടിരുന്നില്ല. ഭൂദേവി ഉച്ചത്തിൽ അമിയയും കുട്ടികളും വന്നുപോയ കാര്യം പറഞ്ഞുകൊണ്ടിരുന്നു. കാളീചരണിനെ സംബന്ധിച്ചിടത്തോളം സംസാരശേഷിതന്നെ നഷ്ടപ്പെട്ടിരുന്നു. മനുവും കനുവും എന്തെല്ലാമോ പറയാൻ ശ്രമിക്കുന്നുണ്ട്. ഒന്നും വ്യക്തമാവുന്നില്ല.

കോടതിമുറിയിൽ പുറത്തുള്ളവർക്കാർക്കും പ്രവേശനമില്ല. ജഡ്ജി യും പൊലീസുകാരും തടവുപുള്ളികളും മാത്രം. മദ്ധ്യവയസ്സു കഴിഞ്ഞ ന്യായാധിപൻ. കള്ളപ്രകൃതി. അസഹിഷ്ണുത പ്രകടിപ്പിക്കുന്ന കണ്ണു കൾ. ഇരിക്കാൻ ഉയർന്ന പീഠം.

"ഒന്നാം പ്രതി കാളീചരൺ."

കാളീചരൺ പ്രതിക്കൂട്ടിൽ ചെന്നു നിന്നു.

"വല്ലതും പറയാനുണ്ടോ?"

കാളീചരൺ ചുണ്ടുകൾ വിടർത്തി:

"ഇത്രയും ദിവസം സാക്ഷികളെയെല്ലാം വിസ്തരിച്ചു. ഞാൻ കുറ്റ ക്കാരനല്ലെന്ന് ഒരിക്കൽക്കൂടി ഉറപ്പിച്ചു പറയുന്നു. എന്തെന്നാൽ നമ്മുടെ ബഹുമാന്യ പ്രസിഡന്റ് കലമത് അവർകൾ തന്റെ ഉറ്റ സ്നേഹിതനെ

കഴുത്തു ഞെരിച്ചു കൊന്നാണ് അധികാരത്തിലെത്തിയത്. അതു തെറ്റ
ല്ലെങ്കിൽ ഞാൻ ചെയ്തതും തെറ്റല്ല."

ജഡ്ജി കുപിതനായി. തന്റെ ചുറ്റിക മേശയിലടിച്ച് ഒച്ചയുണ്ടാക്കി:
"ആർഡർ ആർഡർ പ്രസിഡന്റിനെക്കുറിച്ച് ഇവിടെ ഒന്നും പറയരുത്.
പ്രസിഡന്റ് എല്ലാവർക്കും മീതെയാണ്. അദ്ദേഹം ചോദ്യങ്ങൾക്ക
തീതനാണ്..."

"ഇളയരാജ എന്റെ മിത്രമല്ല...നേരേമറിച്ച് ജനദ്രോഹിയാണ്..."
കാളീചരൺ തുടർന്നു. "അത്തരം ക്ഷുദ്രജീവികൾ ജീവനോടെയിരു
ന്നാൽ ആയിരക്കണക്കിനു പാവപ്പെട്ടവർക്ക് അതിന്റെ ഫലം അനുഭവി
ക്കേണ്ടിവരും... നിയമത്തിന് അയാളെ ശിക്ഷിക്കാൻ കഴിയുന്നില്ല. അതു
കൊണ്ട് പാവപ്പെട്ട ഞങ്ങൾ ആ നിയമം കൈയിലെടുത്തു. അയാളുള്ളിട
ത്തോളം ഇന്നാട്ടിലെ പെണ്ണുങ്ങൾക്ക് മാനംമര്യാദയോടെ കഴിയാനൊ
ക്കില്ല. അതുകൊണ്ട് എനിക്ക് എന്തു വന്നാലും പ്രശ്നമില്ല. നാട്ടിലുള്ള
വർക്ക് ആശ്വാസം കിട്ടുമല്ലോ...ഇതിൽപരമൊരാനന്ദം വേറെ ലഭിക്കാ
നില്ല. ഈ കൃത്യത്തിൽ മറ്റാർക്കും പങ്കില്ല. ഞാൻ മാത്രമാണ് എല്ലാ
ത്തിനും ഉത്തരവാദി..."

കാളീചരണിന്റെ പ്രഖ്യാപനം അഭിമാനത്തോടെയാണ് ഭൂദേവി
ശ്രദ്ധിച്ചത്. ഇവൻ തെല്ലുപോലും ഭയമില്ലല്ലോ...!എവിടുന്നു കിട്ടി ഈ
കരുത്ത്? ഹരിചരണും ഇങ്ങനെ നിർഭീതനായിരുന്നല്ലോ...

"ഞങ്ങൾക്ക് പ്രത്യേകിച്ച് ഒന്നും ബോധിപ്പിക്കാനില്ല. കാളീചരൺ
പറഞ്ഞതേ ഞങ്ങൾക്കും കേൾപ്പിക്കാനുള്ളൂ..." - മനുവും കനുവും പറഞ്ഞു.

ഒടുവിലാണ് ഭൂദേവിയെ ഹാജരാക്കിയത്

"ബഹുമാനപ്പെട്ട ന്യായാധിപരേ ഞാൻ ഇതൊന്നുമറിഞ്ഞവളല്ല.
കാളീചരണോ മറ്റുള്ളവരോ ഇതേപ്പറ്റി എന്നോടൊന്നും പറഞ്ഞിട്ടുമില്ല...
ഞാനൊരു സാധുസ്ത്രീയാണ്. രണ്ടു മക്കളുടെ അമ്മ. ഞാൻ എന്റെ
പാട്ടിനു കഴിയുകയായിരുന്നു. നിങ്ങളുടെ ആൾക്കാർ പിടിച്ചുകൊണ്ടു
വന്നു... അതും സ്കൂളിൽ പഠിപ്പിച്ചു കൊണ്ടിരുന്നപ്പോൾ. ഇതിനെക്കാൾ
ലജ്ജാകരമായ ഒരു സന്ദർഭം ഉണ്ടാകാനുണ്ടോ...? കുറ്റക്കാരിയല്ലാത്ത
ഒരു സ്ത്രീയെ ജയിലിൽ കിടത്തുന്നത് ബഹുമാനപ്പെട്ട കോടതിയുടെ
ഗൗരവം കുറയ്ക്കുന്നതാണ്... എന്നെ വിട്ടയയ്ക്കണം...

"വായിൽ തോന്നിയതെല്ലാം പറയരുത്..." ജഡ്ജി വിലക്കി.

വിചാരണ കഴിഞ്ഞു. പുറത്തിറങ്ങിയപ്പോൾ കനു പറഞ്ഞു: "കാളീ
ചരൺ... നീ അത്ര ധിക്കാരത്തോടെ സംസാരിക്കണമായിരുന്നോ...?
എന്തോ...! നാളെ നമ്മുടെ തീരുമാനം എന്താകുമെന്ന് ദൈവത്തിനു
മാത്രമേ പറയാനാകൂ."

"എനിക്ക് തോന്നിയത് ഞാൻ പറഞ്ഞു. ആരുടെ മുന്നിലും മുട്ടു
മടക്കാൻ ഞാനൊരുക്കമല്ല..." കാളീചരണിന്റെ ശബ്ദം ഉറച്ചതായിരുന്നു.

"ജ്യേഷ്ഠനെപ്പോലെ നീയും ധീരനാണ്...." ഭൂദേവി അഭിമാന
ത്തോടെ മന്ത്രിച്ചു.

അന്ന് വിധി പറയുന്ന ദിവസമാണ്.

ജനം കോടതിയിൽ തിക്കിത്തിരക്കി.... വിധിയെപ്പറ്റി അവർ അന്യോന്യം അടക്കംപറഞ്ഞു. സുലുദീപിൽനിന്ന് നിരവധി പേർ വന്നിട്ടുണ്ട്. അമിയയും മഞ്ജരിയും മനിലനും കൂട്ടത്തിലുണ്ട്. എല്ലാ ഹൃദയങ്ങളും ഭയസംഭ്രമങ്ങൾ കൊണ്ട് നിറഞ്ഞിരുന്നു.

ജഡ്ജി പ്രത്യക്ഷപ്പെട്ടു ഉയർന്ന ആസനത്തിലിരുന്നു. കോടതി നിശ്ശബ്ദമായി. ജഡ്ജിയുടെ വാക്കു കേൾക്കാൻ ഏവരും തിടുക്കംകൊണ്ടു.

ഇരുപതു പേജുള്ള വിധിന്യായം. അതിൽ സുപ്രധാന കാര്യം ഇങ്ങനെയായിരുന്നു.....

"ഇളയരാജനെയും കുടുംബത്തെയും മനുഷ്യത്വഹീനമായ രീതിയിൽ വീടിനു തീയിട്ട് കൊലപ്പെടുത്തിയ ഘോരമായ അപരാധത്തിന് ഒന്നാംപ്രതി കാളീചരണിനെ മരണശിക്ഷയ്ക്ക് വിധിക്കുന്നു. കൊലനടത്താനുള്ള ഗൂഢാലോചനയിൽ പങ്കുണ്ടെന്നു തെളിയിക്കപ്പെട്ട കനുവിനും മനുവിനും ഭൂദേവിക്കും ജീവപര്യന്തം തടവുശിക്ഷയും വിധിക്കുന്നു..."

വായിച്ചുകഴിഞ്ഞു യാതൊരു ഭാവഭേദവും കൂടാതെ ജഡ്ജി തന്റെ ചേമ്പറിലേക്ക് പോയി. കോടതിയിൽ പെട്ടെന്ന് നിലവിളി ഉയർന്നു...

വിങ്ങിക്കരയുന്ന മക്കളെ കണ്ട് ഭൂദേവിയുടെ കണ്ണുകൾ നനഞ്ഞു. തനിക്കു ലഭിച്ച ശിക്ഷയിൽ വേദനയില്ല....ഈ മക്കളെയോർക്കുമ്പോൾ....

ഭൂദേവി കണ്ണ് തുടച്ചു. മക്കളുടെ മുന്നിൽ കരയരുത്. ധൈര്യത്തോടെ പെരുമാറണം...

"പതിനാല് വർഷമല്ലേ....വേഗത്തിൽ തീരും."

"അമ്മേ....ഞങ്ങളുടെ ഗതി...?"

"ജീവിതം ആർക്കുവേണ്ടിയും കാത്തുനില്ക്കില്ല. നിങ്ങൾ വിവാഹം കഴിക്കും. മക്കളുണ്ടാകും. പേരാക്കിടാങ്ങളെക്കാണാൻ ഞാൻ വരും..."

കാളീചരണിന്റെ മിഴികളിൽ നനവില്ല. നിർവ്വികാരനായി അയാൾ നിന്നു. വികാരം തടയാനാകാതെ അമിയ പൊട്ടിക്കരഞ്ഞു.

"സമാധാനമായിരിക്ക് അമീ.... കരഞ്ഞതുകൊണ്ട് ഒരു പ്രയോജനവുമില്ല..." കാളീചരൺ സാന്ത്വനിപ്പിക്കാൻ ശ്രമിച്ചു.

കാളീചരണിന്റെ ശിക്ഷയ്ക്കു മുന്നിൽ തങ്ങൾക്ക് ലഭിച്ചത് നിസ്സാരമാണെന്ന് മനുവും കനുവും ചിന്തിച്ചു. എങ്കിലും എന്തെങ്കിലും പറയാൻ അവരുടെ നാക്കുയർന്നില്ല. തങ്ങൾക്ക് ഭാര്യയും മക്കളുമില്ല. പതിന്നാലു വർഷം കഴിഞ്ഞാൽ സ്വതന്ത്രരാകും. പക്ഷേ, കാളീചരൺ.... കാണെക്കാണെ ആ ജീവിതം അവസാനിക്കുകയാണെന്നോ...? വിശ്വസിക്കാൻ പ്രയാസം.

"കാളീചരൺ... പ്രസിഡന്റിന് ദയാഹർജി കൊടുത്തുകൂടേ...?" മനു ചോദിച്ചു.

"ഇല്ല... ഒരിക്കലുമില്ല..." കാളീചരണിന്റെ ചുണ്ടുകൾ വലിഞ്ഞു മുറുകി.

"നിനക്കിഷ്ടമില്ലെങ്കിൽ അമിയയെങ്കിലും ചെയ്യട്ടെ." അമിയയുടെ

മിഴികളിൽ ആശയുടെ നേരിയ നിഴലാട്ടമുണ്ടായി. എന്നാൽ കാളീചര ണിന്റെ ശബ്ദം ഉറച്ചതായിരുന്നു: "അമീ.... അരുതു.... ഒരിക്കലും അങ്ങ നെ ചെയ്യരുത്. ഞാൻ അഭിമാനത്തോടെതന്നെ മരിക്കട്ടെ....

പൊലീസുകാർ വന്നു. സംസാരം വിലക്കി. ശിക്ഷിക്കപ്പെട്ടവരെ വാഹനത്തിനടുത്തേക്ക് തള്ളി. തടവുകാരെയുംകൊണ്ട് വാഹനം കടൽ ക്കരയിലേക്ക് നീങ്ങി....ആ കാഴ്ച നോക്കിക്കൊണ്ട് മഞ്ജരിയും മനിലനും അമിയയും അമ്പരന്നുനിന്നു....

ഏഴ്

സുലുദ്വീപിൽ പ്രഭാതമെത്തിയപ്പോഴേക്കും വീടുവീടാന്തരം വാർത്ത പരന്നു.... പത്തുമണിക്ക് കടൽക്കരയിൽ യോഗമുണ്ട്. എല്ലാ വരും എത്തിച്ചേരണം. എല്ലാകക്ഷികളിൽപ്പെട്ടവരും പങ്കെടുക്കണം. കാളീചരണിന്റെ ശിക്ഷ റദ്ദാക്കാനായി ഒന്നിച്ചു ചേരണം...

കാളീചരണിന് മരണശിക്ഷ വിധിച്ച വാർത്ത ദ്വീപിലെല്ലായിടത്തും പരന്നു. ജനം ദുഃഖിച്ചു. സങ്കടപ്പെട്ടു.... എന്തായാലും അയാൾ തങ്ങളിൽ പെട്ടവനാണല്ലോ. പോരാടിയതാണെങ്കിൽ തങ്ങൾക്ക് വേണ്ടിയും. അങ്ങനെയുള്ളാരാളുടെ ജീവൻ നശിക്കാനിടയാകരുത്. അതു ഘോര മായ അപരാധമാകും. അയാളെ രക്ഷിക്കണം. ഏതുവിധവും ആ ജീവൻ നിലനിർത്തണം.

ജനങ്ങൾ അന്നു പണിക്ക് പോയില്ല. അവർ കൂട്ടംകൂട്ടമായി കടൽ ക്കരയിലേക്ക് പുറപ്പെട്ടു....

"ഞങ്ങളും വരുന്നു..." സ്ത്രീകൾ പറഞ്ഞു.

പുരുഷന്മാർ അവരെ വിലക്കി. അവിടെ പ്രസംഗം നടക്കുകയല്ല ല്ലോ...

എങ്കിലും കുറേയധികം പെണ്ണുങ്ങൾ കൈക്കുഞ്ഞുങ്ങളുമായി കടൽ ക്കരയിലെത്തി. എന്താണ് നടക്കുന്നതെന്ന് അവർക്കും അറിയണം.

ആകാശത്തു കാർമേഘം ഉരുണ്ടുകൂടുന്നു. കടും പച്ചനിറമുള്ള കടൽ കൂടുതൽ ഗംഭീരമായിത്തീർന്നതുപോലെ....

ഉയർന്ന പാറപ്പുറത്തു നേതാക്കൾ കൂടിനിന്നു. ഒരാൾ അദ്ധ്യക്ഷ സ്ഥാനത്ത് നിന്നു. സെക്രട്ടറി ജയതിലക് കാര്യങ്ങൾ വിശദീകരിക്കാ നെഴുന്നേറ്റു...

ഉറച്ച ശരീരം. തിളങ്ങുന്ന മിഴികൾ. ചുരുട്ടിയ മുഷ്ടികൾ. സമുദ്ര ത്തിന്റെ അലകളെയും ഭേദിച്ച് ആ ഒച്ച ഉയർന്നുപൊങ്ങി....രോഷം സ്ഫുരിക്കുന്ന ധ്വനികൾ....

"പ്രിയപ്പെട്ട നാട്ടുകാരെ.... പ്രസിഡന്റ് കലമന്ത് കാളീചരണിനു മരണശിക്ഷ വിധിച്ചിരിക്കുന്നു. ഇതു റദ് ചെയ്യണം. കാരണം ആ കുറ്റ ത്തിന് ഉത്തരവാദി അയാൾ മാത്രമല്ല. ജനങ്ങളുടെ രോഷവും അവർക്ക് നേരിട്ട അപമാനവും അയാളിലൂടെ പ്രകടിപ്പിക്കപ്പെട്ടുവെന്നുമാത്രം.

നാമാരും അത് മറക്കരുത്. അദ്ദേഹം അത് ചെയ്തത് നമുക്ക് വേണ്ടി
യാണ്. അതുകൊണ്ട് പ്രസിഡന്റ് കലമന്തിനോട് നാം ഒന്നിച്ചാവശ്യ
പ്പെടുകയാണ്... കാളീചരണിന്റെ മരണശിക്ഷ റദ്ദ് ചെയ്യണം. ഇല്ലെങ്കിൽ
സ്ഥിതി വഷളാകുമെന്ന് മുന്നറിയിപ്പ്..."

പെട്ടെന്ന് ഗർജ്ജനമുയർന്നു:

"നിർത്തെടാ.... നിന്റെ പുലമ്പൽ..."

ജനം തിരിഞ്ഞു നോക്കി. കാക്കിധാരികൾ. മെഷീൻഗണ്ണുകളുമായി
വരിവരിയായി നില്ക്കുന്നു...

"അഞ്ചു മിനിറ്റ് സമയം തരുന്നു.... എല്ലാവരും പിരിഞ്ഞു പോക
ണം..."

ജനം പരിഭ്രാന്തരായെണീറ്റു നിന്നു. എന്നാൽ ആരും പിരിഞ്ഞു
പോയില്ല. ഒരു കുഞ്ഞുണർന്ന് കരഞ്ഞു. അമ്മ അതിന്റെ വായ
പൊത്തിപ്പിടിച്ചു.

നിമിഷങ്ങൾ ഓടിപ്പോയി.

"ഫയർ!"

മെഷീൻഗണ്ണുകൾ ശബ്ദിച്ചു. ജനം ചിതറിയോടി. അന്തരീക്ഷം നില
വിളിയിൽ മുഖരിതമായി. വെടിയേറ്റു പലരും മറിഞ്ഞു വീണു. നിലം
പതിച്ചവരിൽ കുട്ടികളും സ്ത്രീകളുമുണ്ട്. തോക്കിന് ദയയില്ലല്ലോ...
വലുപ്പച്ചെറുപ്പവ്യത്യാസമില്ലാതെ അതു രക്തം ചീന്തി.... ചുടുരക്തം
വീണു കടൽക്കര ചുവന്നു. കടലും ചുവന്നു.

ശാന്തസമുദ്രത്തിലെ മീനുകളും മുതലകളും ആശ്ചര്യപ്പെട്ടു.

ബഹളത്തിനിടയിൽ ആർക്കെല്ലാം എന്തെല്ലാം സംഭവിച്ചെന്നു
വ്യക്തമായില്ല. വീണുകിടക്കുന്നവരെ ചവിട്ടിമെതിച്ചുകൊണ്ടാണ് പലരും
കടലിലെടുത്തുചാടിയത്... പലരും ഓടി രക്ഷപ്പെട്ടു. ഓടാൻ കഴി
യാത്തവരെ പിടികൂടി. അദ്ധ്യക്ഷസ്ഥാനത്തിരുന്ന വൃദ്ധൻ മഹാപാത്ര
നെയും വെറുതെ വിട്ടില്ല. എല്ലാവരെയും വാഹനത്തിൽ തള്ളിക്കയറ്റി.

എല്ലാം കണ്ടുകൊണ്ടിരുന്ന തെങ്ങുകൾ ഞങ്ങളും വരണോ എന്നു
ചോദിക്കുന്നതുപോലെ തോന്നി. ഞങ്ങൾ ഈ മണ്ണിൽ വളർന്നവരാണ്.
ഇവിടെ വേരൂന്നിയവരാണ്. ഇപ്പോൾ പിഴുതുകൊണ്ട് പോവുക
യാണോ...?

വാഹനങ്ങൾ അപ്രത്യക്ഷമായപ്പോൾ കഴുകന്മാർ താഴത്തിറങ്ങി
സമൃദ്ധമായ ഭക്ഷണം. അതും സമുദ്രത്തിന്റെ തീരത്ത്....

തുടർച്ചയായ വെടിയൊച്ച കേട്ട് ലാറ ഭയന്നുപോയി. ജയതിലക്
കാലത്ത് ഇറങ്ങിപ്പോയതാണ്. അമ്മയാണെങ്കിൽ പനിപിടിച്ചു കിടപ്പി
ലാണ്. ഇന്നലെ രാത്രി പിച്ചുംപേയും പറഞ്ഞിരുന്നു. അമ്മയെ വിട്ട് ഒരടി
പോലും നീങ്ങാനാകുന്നില്ല. എങ്കിലല്ലേ സംഭവിച്ചതെന്താണെന്ന
ന്വേഷിക്കൂ...

ജനം ഓടിപ്പോകുന്നു. ആർപ്പും നിലവിളിയും കേൾക്കുന്നു. പാടി
ല്ലാത്തതെന്തോ സംഭവിച്ചതുപോലെ....

ശ്വാസം നേരെ കിട്ടിയപ്പോൾ അമ്മ വിളിച്ചു ചോദിച്ചിരുന്നു...
"അതെന്താ വെടിയൊച്ച...?"

"ഈ നാട്ടില് അതു പതിവായുള്ളതതല്ലേ. അമ്മ അടങ്ങിക്കിടക്ക്.
രാവിലത്തെ ഗുളിക തിന്നണ്ടേ...? അല്ല, കുറച്ച് കഴിഞ്ഞ് മതിയോ...?"

"വിശക്കുന്നു കൊറച്ചു കഞ്ഞികൊണ്ടാ..."

ചൂടുള്ള കഞ്ഞി കുടിപ്പിച്ചു. ഗുളികകൊടുത്തു. രാത്രി ശരിക്കുറ
ങ്ങിയില്ലല്ലോ... ഗുളികയുടെ വീര്യം ഉറക്കത്തിലേക്ക് നയിച്ചു....

കടപ്പുറംവരെ ഒന്നുപോയാലോ...? അതൊരുപക്ഷേ, അപകടത്തി
നിടയാക്കും. ജയതിലകിനെന്തായയോ...? ലാറയുടെ ഹൃദയം വീർപ്പുമുട്ടി....

പെട്ടെന്ന് വാതിലിൽ ആരോ മുട്ടി. പച്ചപ്പകലാണെങ്കിലും വാതിൽ
തുറക്കുന്നത് അപകടമാണല്ലോ. ജനാലയിലൂടെ നോക്കി. കിതച്ചുകൊണ്ട്
ജനതിലക് നില്ക്കുന്നു. ഒരു നിമിഷത്തേക്ക് അവൾക്കനങ്ങാൻ
കഴിഞ്ഞില്ല. ആനന്ദവും അമ്പരപ്പും....

കൂടുതൽ ചിന്തിച്ചുനില്ക്കാതെ ഓടിച്ചെന്ന് വാതിൽ തുറന്നു. ജയ
തിലക് ഉള്ളിൽ കടന്ന്. വാതിൽ അമർത്തിയടച്ചു. ലാറ അയാളെ കെട്ടി
പ്പിടിച്ചു കരഞ്ഞു....

"ലാറാ.... പൊലീസുകാർ എന്നെ പിന്തുടരുന്നുണ്ട്. ഒരു സുരക്ഷിത
സ്ഥാനം ഉടനെ കണ്ടുപിടിക്കണം....

"എന്താണുണ്ടായത്...?"

ജയതിലക് എല്ലാം വിസ്തരിച്ചു.

"എല്ലാവരും ഓടുകയായിരുന്നു. ഞാൻ ഇങ്ങോട്ടോടിവന്നു. സുഹൃ
ത്തുക്കളായ ഗബ്രിയേലും സയ്യദും എങ്ങുപോയെന്നറിയില്ല...?"

"ഇനി എന്തു ചെയ്യും?"

"എന്റെ പരിചയക്കാരായ ഒരു മുക്കുവനുണ്ട്. അവന്റെ വീടുവരെ
നീ കൂട്ടിന് വരണം. നിന്റെ അമ്മയുടെ ഉടുപ്പിങ്ങെടുക്ക്. ഞാനതുടുക്കാം.
ആരും തിരിച്ചറിയരുത്. രാത്രി കുലുദ്വീപിലേക്ക് കടക്കും. അവിടെ ചെന്നു
മോചനത്തിനുള്ള പോരാട്ടം തുടരും...."

"എന്തിനിങ്ങനെ ആപത്തിന്റെ പിന്നാലെ പോകുന്നു? ഒരല്ലലും
കൂടാതെ നമുക്ക് വിവാഹം കഴിച്ച് ജീവിക്കാമായിരുന്നു..."

"സ്വാതന്ത്ര്യമില്ലാത്ത ജീവിതത്തിന് എന്തർത്ഥം...?"

ജയതിലകിന്റെ സംസാരം അമ്മയെ ഉണർത്തി. അവർ വിളിച്ചു
ചോദിച്ചു: "ലാറാ.... ആരാത്...? ഫെർണാണ്ടസ് വന്നോ...?"

"ഇല്ലമ്മാ....ഇത് ജയതിലകാണ്..."

അമ്മ അടങ്ങിക്കിടന്നു....

ഇനിയും സമയം കളയരുതെന്നു ലാറ ചിന്തിച്ചു. ജയതിലകിനോട്
വാദപ്രതിവാദം നടത്തി ജയിക്കാനൊക്കില്ല.

"അല്പം ചായ ഉണ്ടാക്കട്ടെ...?"

"വേണ്ട ലാറേ. അവിടെ നടന്നതൊക്കെ ഓർക്കുമ്പോൾ ഛർദ്ദിക്കാൻ
തോന്നുന്നു..."

ലാറ അകത്തേക്ക് പോയി. അമ്മ ധരിക്കുന്ന നീളൻവസ്ത്രം കൊണ്ടുവന്നു. ജയതിലക് അതു ധരിച്ചു. തലയിൽ സ്കാർഫ് കെട്ടി...

രണ്ടുപേരും ഇറങ്ങി നടന്നു. അയൽപക്കക്കാർ കുതൂഹലത്തോടെ എത്തിനോക്കി. ഇടവഴി അവസാനിക്കുന്നതിനുമുമ്പ് ഒരു പൊലീസു കാരനും മുന്നിലെത്തി....

"രണ്ടു പെണ്ണുങ്ങളും എങ്ങോട്ടേക്കാ...? കടപ്പുറത്ത് ബഹളമാണ്.... ബഹളം."

ജയതിലക് സ്കാർഫിന്റെ തല കുറേക്കൂടി വലിച്ചു താഴ്ത്തി.

ലാറ പറഞ്ഞു... "എന്റെ കൂട്ടുകാരിക്ക് പനി. മരുന്നു വാങ്ങാൻ പോവുകയാണ്..."

"ശരി ശ്രദ്ധിച്ചു വേഗം പോകണം..."

പൊലീസുകാരൻ അകലെയായി. ഇരുവരുടെയും ശ്വാസം നേരെ വീണു. സംസാരിക്കാൻ പലതുമുണ്ടെങ്കിലും അവർ മൗനം പൂണ്ടു...

അപകടഘട്ടം തരണംചെയ്ത് വയൽപ്രദേശത്തെത്തി. വരിവരി യായി നില്ക്കുന്ന കാറ്റാടിമരങ്ങൾ. അപ്പുറത്ത് അലയടിക്കുന്ന സമുദ്രം. തെങ്ങുകൾക്കിടയിൽ മുക്കുവക്കുടിലുകൾ. അതിൽ ഒരു കുടിലിനു നേർക്ക് അവർ നടന്നു.

മുക്കുവൻ വിചാരമഗ്നനായി മുറ്റത്തിരിക്കയാണ്. അടുത്തെത്തി യവരെ സംശയത്തോടെ അയാൾ നോക്കി. ജയതിലക് സ്കാർഫ് അഴിച്ചുമാറ്റി. മുക്കുവൻ നേതാവിനെ തിരിച്ചറിഞ്ഞു. എല്ലാവരും കുടിലിനുള്ളിൽ കടന്നു.

"നിങ്ങളിവിടെ ഉണ്ടാകുമോ എന്ന് സംശയിച്ചിരുന്നു..."

"കടപ്പുറത്തു ഭയങ്കരബഹളം. നോക്കാമെന്നുവച്ച് പോയപ്പോൾ പോട്...പോട്...എന്ന് പറഞ്ഞ് പൊലീസുകാര് തുരത്തിവിട്ടു..."

ജയതിലക് നടന്ന കാര്യം ചുരുക്കിപ്പറഞ്ഞു.

"നിങ്ങളൊരു സഹായം ചെയ്യണം. ഇന്നുരാത്രി എന്നെ കുലുദ്വീപി ലെത്തിക്കണം. പങ്കായം വലിക്കാൻ ഞാനും സഹായിക്കാം..."

മുക്കുവൻ ചിന്താമഗ്നനായി ആകാശത്തേക്ക് ദൃഷ്ടിപായിച്ചു. കാർ മേഘം ഉരുണ്ടുകൂടുന്നു.

"പറ്റില്ലെങ്കിൽ തുറന്നുപറയാം. ഇതിൽ നിർബ്ബന്ധത്തിന്റെ പ്രശ്ന മില്ല..."

"ഞാനാലോചിച്ചത് അതല്ല. മഴ വന്നാലോ? യാത്ര കഷ്ടമാകും... രാത്രി പത്തുമണിവരെ പൊലീസ് കാവലുണ്ടാകും. അതു കഴിഞ്ഞു സമുദ്രത്തിലിറങ്ങണം. ഇരുളിൽ ഒരുമാറ് ദൂരത്തുള്ളവരെപ്പോലും തിരിച്ചറിയില്ല. വേഗം വേഗം തുഴയണം. രാത്രി കുലുഭാഗത്തേക്ക് കാറ്റു വീശിയെങ്കിൽ നന്നായേനെ... വെളുക്കുന്നതിനു മുമ്പ് കുലുവിലിറ ങ്ങാം..."

"ലാറാ.... ഇനി നീ പുറപ്പെട്ടോളൂ" ജയതിലക് പറഞ്ഞു.

ജയതിലകിന്റെ കൈ മുറുകെ പിടിച്ചുകൊണ്ട് അവൾ പറഞ്ഞു:

"വളരെ ശ്രദ്ധിക്കണം. ഞാനിവിടെയാണെങ്കിലും മനസ്സ് നിങ്ങളിലാ ണെന്നു മറക്കരുത്. എവിടെയാണ്...? എന്തുണ്ടായി...? എന്നും മറ്റും അപ്പപ്പോൾ എന്നെ അറിയിച്ചുകൊണ്ടിരിക്കണം..."

ലാറ നടന്നകലുന്നത് ജയതിലക് നോക്കിനിന്നു.

ആർക്കും സംശയം വരുത്താതെ അവൾ വീട്ടിലെത്തി. വാതിൽ തുറന്ന് അകത്തു കടന്നു. അമ്മ നല്ല ഉറക്കത്തിലാണ്.

മനസ്സാകെ വിഹ്വലമായിരിക്കുന്നു. എത്ര ശ്രമിച്ചിട്ടും ഒതുങ്ങുന്നില്ല. കുറേനേരം മുറിയിൽ ഉലാത്തി. റേഡിയോ ഓൺ ചെയ്തു.

പെട്ടെന്ന് പുറത്തു ബൂട്ടുകളുടെ ഒച്ച. വാതിലിൽ തട്ടുന്നു. വന്നതാ രെന്നു മനസ്സിലായി. തുടിക്കുന്ന ഹൃദയത്തോടെ വാതിൽ തുറന്നു.

"ജയതിലക് ഇങ്ങോട്ട് വന്നോ...?" പൊലീസുകാരന്റെ ചോദ്യം.

"ജയതിലകോ...? ഇല്ലല്ലോ...? അയാൾക്കെന്തെങ്കിലും പറ്റിയോ...?" ലാറ കരഞ്ഞു

പൊലീസുകാരൻ അതു വകവയ്ക്കാതെ അകത്തു കടന്ന് പരിശോ ധിച്ചു. ബഹളത്തിൽ അമ്മ ഉണർന്നു... "ആരാ...? എന്താ...–" അമ്മ ചോദിച്ചു.

"കള്ളനായിന്റെ മോൻ... എവിടെയോ കടന്നുകളഞ്ഞു... പൊലീസു കാരൻ വന്നവഴിയേ ഇറങ്ങിനടന്നു. വഴിവക്കിൽ നിന്നവരോടൊക്കെ ജയതിലകിനെപ്പറ്റി അയാൾ അന്വേഷിച്ചു. അനുകൂലമായ മറുപടി അവ രിൽനിന്നും ലഭിച്ചില്ല ഭയംമൂലം നാക്കിന്റെ ചലനംതന്നെ അവർക്കു നഷ്ടപ്പെട്ടിരുന്നു...

"ലാറേ... എന്തൊക്കെയാ നടക്കുന്നത്? എനിക്കൊന്നും മനസ്സിലാവു ന്നില്ലല്ലോ.. എന്റെ കണ്ണടയുന്നതിനു മുമ്പ് നിന്നെ വല്ലവനെയും ഏല്പി ച്ചിരുന്നെങ്കിൽ..." അമ്മയുടെ കണ്ഠമിടറി.

"മതി... മതി... അമ്മയ്ക്കെപ്പോഴും ഒരേ വിചാരമാണ്..." തെല്ലു ദേഷ്യത്തോടെയാണു പറഞ്ഞതെങ്കിലും അടുത്ത ക്ഷണത്തിൽ അവ ളുടെ മനസ്സലിഞ്ഞു. തന്റെ മനോവിഷമം അമ്മയോടെന്തിനു കാട്ടണം...? ശാന്തസ്വരത്തിൽ അവൾ തുടർന്നു: "അമ്മേ.... ഉച്ചതെറ്റിയില്ലേ....? എണീക്ക്... കുറച്ചു വല്ലതും കഴിക്ക്..."

അമ്മയും മകളും ഒന്നിച്ചിരുന്ന് ഭക്ഷണം കഴിച്ചു...

"നിന്റെ മൂത്തവനെപ്പോഴാ തിരിച്ചുവരുന്നത്...?"

"അടുത്താഴ്ച വരുമമ്മേ..."

"എനിക്ക് പേടിയാവുന്നു. എന്തൊക്കെയാണു നടക്കുന്നത്. ഇവിടെ നമ്മള് രണ്ട് പെണ്ണുങ്ങളല്ലേയുള്ളൂ..."

അമ്മ പരവശയായി. ശക്തിയായി ചുമച്ചു. ശ്വാസം ദീർഘഗതിയി ലായി. മകൾ പുറം തടവിക്കൊടുത്തു. ആശ്വാസത്തിന് ഗുളികകൊടു ത്തു...

അല്പസമയത്തിനകം അമ്മ ഉറങ്ങി. ലാറ വരാന്തയിലിറങ്ങി നിന്നു. ജയതിലകിനെപ്പറ്റിയുള്ള ചിന്ത അവളെ അസ്വാസ്ഥ്യപ്പെടുത്തി. പൊലീ

സുകാർ പിടികൂടുമോ? ഇല്ല...സുരക്ഷിതസ്ഥാനത്തല്ലേ എത്തിയത്...
രാത്രിവരെ ഒരാപത്തും വരാതിരുന്നാൽ മതി. പിന്നെ... കുലുവിലെത്തി
യാൽ... തിരിച്ചറിയാവുന്നവരാരും ഇല്ല...

വരാന്തയിലെ ചൂരൽക്കസേരയിൽ അവളുടെ ശ്രദ്ധ തങ്ങിനിന്നു.
ജയതിലക് ആദ്യം വന്നപ്പോൾ ഇതിലാണിരുന്നത്. ഉറച്ച ശരീരം.
പോപ്പിട്ടു ചീകിയ മുടി. ഏതാനും ഇഴകൾ നെറ്റിയിൽ വീണുകിടക്കുന്നു.
തേൻനിറമുള്ള കണ്ണുകൾ. നെറ്റിയുടെ ഇടതുവശത്ത് ഒരു മുറിവിന്റെ
കല. നേരിയ ചുണ്ടുകൾ. നനുത്ത കവിളുകൾ. വെള്ള ഷർട്ടാണ് ധരിച്ചി
രുന്നത്. നീല പാന്റല്ലേ ഇട്ടിരുന്നത്...?

ജ്യേഷ്ഠനാണ് പരിചയപ്പെടുത്തിയത്:

"ഇവൾ എന്റെ സഹോദരി ലാറ. ഇവൻ ജയതിലക്. കോളേജിൽ
ഒന്നിച്ചു പഠിച്ചവൻ. ഇപ്പോൾ ലോ പാസ്സായി. പ്രാക്ടീസ് ചെയ്യാനാണ്
ഇങ്ങോട്ടു വന്നത്..."

"ഈ ദ്വീപിലോ...? ഇവിടെ എന്തു പ്രാക്ടീസ് ചെയ്യാനാ...?"

"എന്താ ഇവിടെ പറ്റില്ലേ?" ജയതിലകിന്റെ ശബ്ദത്തിൽ വശ്യത
മുറ്റിനിന്നിരുന്നു.

മറുപടി പറഞ്ഞത് ജ്യേഷ്ഠനാണ്: "ജയാ...നീ നീലനഗരത്തിൽ
പ്രാക്ടീസ് ചെയ്യുന്നതാണ് നല്ലത്. അവിടെയാണെങ്കിൽ നല്ല വരുമാനവു
മുണ്ടാകും. ഇവിടെയുള്ളവർ ഫീസിനു പകരം ഒരു മീനായിരിക്കും
തരിക..."

എല്ലാവരും പൊട്ടിച്ചിരിച്ചു...

"വരുമാനമുണ്ടാക്കാനുള്ള ഉദ്ദേശ്യം എനിക്കില്ല..." തെല്ലു നിർത്തിയ
ശേഷം ജയതിലക് തുടർന്നു: അല്പം നിലമുണ്ട്. അച്ചൻ നോക്കിനടത്തു
ന്നുണ്ട്. അതുകൊണ്ട് ഭക്ഷണകാര്യത്തിൽ മുട്ടില്ല. ഈ സുലുദ്വീപുവാസി
കൾക്ക് ആവുന്ന സഹായം ചെയ്യണം..."

"പക്ഷേ, ഒരു കാര്യം വേണ്ടാത്ത രാഷ്ട്രീയത്തിലും മറ്റും ചെന്നു
ചാടി സ്വന്തം വ്യക്തിത്വം കളഞ്ഞുകളിക്കരുത്..."ലാറയുടെ സഹോദ
രൻ ഫെർണാണ്ടസ് ഓർമ്മിപ്പിച്ചു.

"ഞാൻ രാഷ്ട്രീയത്തിൽ പ്രവർത്തിക്കുന്നതുകൊണ്ടല്ലേ നീയി
ങ്ങനെ പറയുന്നത്...? ജീവിതവും രാഷ്ട്രീയവും തമ്മിൽ വേർതിരിക്കു
ന്നത് ശരിയല്ല. നമ്മുടെ നാടിന്റെ നിലയെന്താണ്...? ഈ കലമത്
പ്രസിഡന്റായതിനുശേഷം എന്തൊക്കെ അനീതിയും അക്രമങ്ങളുമാണു
നടക്കുന്നത്. ഇതിനെ എതിർക്കാൻ ശക്തമായ ഒരു പ്രതിപക്ഷംകൂടിയേ
തീരൂ പലനാടുകളിലും ജനാധിപത്യഭരണക്രമമുണ്ട്. ഇവിടെയും അതു
നടപ്പിലാക്കണം. അതിനായി നാം ഒറ്റക്കെട്ടായി പോരാടണം...

ലാറ ആ വാക്കുകളിൽ മുഴുകി. എത്ര അർത്ഥപൂർണ്ണം... അവൾ
കൈകൊട്ടി അഭിനന്ദിച്ചു. ശരിയായ വക്കീലായാണ് വാദിക്കുന്നത്...

പോകാനെഴുന്നേറ്റ ജയതിലകിന്റെ ദൃഷ്ടി ചൂരൽക്കസേലയിലെ
കവറിൽ തുന്നിപ്പിടിപ്പിച്ച ചിത്രത്തിൽ പതിഞ്ഞു... രണ്ടു മീനുകൾ...
അയാൾ പറഞ്ഞു:

"ഈ ചിത്രപ്പണി വളരെ അർത്ഥവത്തായിരിക്കുന്നു."

ഇപ്പോഴും അതേ മീനുകൾ. ലാറ കുനിഞ്ഞിരുന്ന് അതിൽ വിരലോ ടിച്ചു കവിള് ചേർത്തുരസി...

ഫെർണാണ്ടസ് മെഡിക്കൽ റപ്രസന്റേറ്റീവായതിനാൽ മിക്കവാറും വീട്ടിനു വെളിയിലായിരിക്കും.

അതിനുശേഷം ജയതിലക് ഇടയ്ക്കിടെ വീട്ടിൽ വന്നു. ലാറ അയാ ളുമായി കൂടുതൽ അടുത്തു. ഒരു ദിവസം ഫെർണാണ്ടസ് ചോദിച്ചു: "ലാറേ... ജയൻ ഇവിടെ വരുന്നത് എന്നെക്കാണാനോ...? നിന്നെ ക്കാണാനോ...?

നാണംകൊണ്ട് അവൾ തലതാഴ്ത്തി നിന്നതേയുള്ളു...

ഒരു ഞായറാഴ്ച. ജയതിലകിനോടൊപ്പം കടലിൽ നീന്താൻ പോയി. തളർച്ച മാറ്റാൻ കരയിൽ അടുത്തടുത്തുകിടന്നപ്പോൾ അയാൾ ചോദിച്ചു: "ലാറേ..., എന്നെ ഇഷ്ടമാണോ...?"

ആ ചോദ്യം സൃഷ്ടിച്ച അനുഭൂതിയിൽ അവൾ സ്വയം മറന്നു. ഇയാൾ ഒരു വിചിത്രമനുഷ്യനാണ്. കണ്ടതു മുതൽ കൂടുതൽ കൂടുതൽ അടുക്കുകയായിരുന്നു....

ലാറ കസേരയിലിരുന്നു... അല്പനേരം കണ്ണടച്ചുപിടിച്ചു...

ഇന്നു രാത്രി ജയതിലക് കുലുദ്വീപിലേക്കു പോകും. അവിടെ ചെന്ന് മുന്നോട്ടുള്ള പോരാട്ടം ആരംഭിക്കും. ഇന്നത്തെ സംഭവമോർക്കുമ്പോൾ പൊലീസ് അദ്ദേഹത്തെ വെറുതെ വിടുമെന്നു തോന്നുന്നില്ല.. ഒരുപക്ഷേ, തങ്ങളുടെ വിവാഹം ഒരു സ്വപ്നം മാത്രമായി അവശേഷിക്കുകയും ചെയ്യാം...

കലങ്ങിമറിയുന്ന മനസ്സ്. അവൾ റേഡിയോ ഓൺചെയ്തു. പിയാനോസംഗീതം ഒഴുകിവന്നു... നിമിഷങ്ങൾക്കുശേഷം സംഗീതം നിലച്ചു. പ്രത്യേക അറിയിപ്പുണ്ടായി...'ഇപ്പോൾ പ്രസിഡന്റ് കലമന്തിന്റെ പ്രത്യേകസന്ദേശം കേൾക്കാം... തുടർന്ന് പരുപരുത്ത സ്വരം...ലാറ ആ പ്രഭാഷണം ശ്രദ്ധിച്ചു:

"ഇന്നു കാലത്ത് സുലുവിലുണ്ടായ ചെറിയ കലാപം ഒതുക്കിയി രുന്നു. രാജ്യത്തുടനീളം അക്രമങ്ങളും കൊള്ളയും കൊലപാതകവും നടക്കാതിരിക്കാനുള്ള മുൻകരുതലെന്നുള്ള നിലയിൽ അടിയന്തരാവസ്ഥ പ്രഖ്യാപിക്കുന്നു. കണ്ടാൽ വെടിവയ്ക്കാനുള്ള നിർദ്ദേശം പട്ടാളക്കാർക്കു നല്കിയിരിക്കുന്നു. ആരും വീട്ടിനു വെളിയിലിറങ്ങരുത്. സ്ഥിതി നിയന്ത്രണത്തിൽ വരുന്നതുവരെ സ്കൂളുകളും കോളേജുകളും അടച്ചിടുന്നു. പുതിയ നിയമപ്രകാരം ആരെയും വാറണ്ടില്ലാതെ അറസ്റ്റ് ചെയ്യാം. വിചാരണകൂടാതെ തടവിൽവയ്ക്കാം. ആരുടെ വീടും സർച്ച് ചെയ്യാം. ഒന്നിനും അനുവാദം ആവശ്യമില്ല. ഘോഷയാത്രയും പൊതു യോഗങ്ങളും രാജ്യത്തുടനീളം നിരോധിച്ചിരിക്കുന്നു. പത്രങ്ങൾക്ക് സെൻസർഷിപ്പ് ഏർപ്പെടുത്തുന്നു. ജനങ്ങൾ വിധേയരായി പെരുമാറി അക്രമം അമർച്ചചെയ്യുന്നതിനു സഹകരിക്കണം... ജനായത്തഭരണം ഉറപ്പിച്ചു നിർത്താൻ സഹായിക്കണം..."

തങ്ങളുടെ കഥകഴിഞ്ഞെന്ന് ലാറയ്ക്കു തോന്നി. ദീർഘമായി അവൾ നിശ്വസിച്ചു. എന്തൊക്കെയാണ് നടക്കുക...! ജയതിലക് എങ്ങനെ യെങ്കിലും രക്ഷപ്പെട്ടിരുന്നെങ്കിൽ അകത്തെ ചുമരിൽ തൂങ്ങുന്ന യേശു വിന്റെ പടത്തിനുമുന്നിൽ അവൾ മുട്ടുകുത്തി പ്രാർത്ഥിച്ചു...

രാത്രി പത്തുമണി. ജയതിലകും മുക്കുവനും മെല്ലെ പുറത്തിറങ്ങി. നേരത്തെ ഒരുക്കിവച്ചിരുന്ന തോണിയിൽക്കയറി. കടലിലേക്കു തള്ളി. പെട്ടെന്നു പൊലീസുകാർ പ്രത്യക്ഷപ്പെട്ടു. ജയതിലകിനെ ബലമായി പിടിച്ചിറക്കി...

ലാറ അപ്പോഴും പ്രാർത്ഥിക്കുകയായിരുന്നു.

എട്ട്

നീലനഗരം. 'വെളിച്ചം' എന്ന പത്രത്തിന്റെ ഓഫീസ്. അർദ്ധരാത്രി കഴിഞ്ഞെങ്കിലും വെളിച്ചം അണഞ്ഞിട്ടില്ല. പത്രാധിപർ സലോമിൻ ചുരുട്ടു പുകച്ചുകൊണ്ട് ചിന്താമഗ്നനായിരിക്കുന്നു. നരച്ച തല. വെള്ള ത്താടിരോമങ്ങൾ വെളിച്ചത്തിൽ തിളങ്ങുന്നു. നാട്ടിലെ അടിയന്തരാവസ്ഥ പ്രഖ്യാപനം അയാളെ കുപിതനാക്കിയിരിക്കയാണ്. ഇത്തരം ചുറ്റുപാടിൽ ഒരു പത്രാധിപരുടെ കടമയെന്താണ്? ഭീഷണിയും അറസ്റ്റും നേരിടു മെന്നറിഞ്ഞിട്ടും അയാൾ അന്നത്തെ എഡിറ്റോറിയൽ തയ്യാറാക്കി...

എന്നും ജനാധിപത്യം ഉയർത്തിപ്പിടിക്കാൻ ശ്രമിച്ച പത്രമാണ് വെളിച്ചം. ജനാധിപത്യത്തിനുനേരെ കുന്തമുനയുയർന്നിരിക്കുന്ന ഈ വേളയിൽ നാം കൈയുംകെട്ടിയിരിക്കരുത്. വായ മൂടിക്കെട്ടി കൈകൾ വിലങ്ങിട്ടാൽ നാട്ടിൽ സമാധാനം കൈവരുമെന്നു കരുതുന്നത് വിഡ്ഢി ത്തമാണ്... സ്വാതന്ത്ര്യം വ്യക്തിയുടെ ജന്മാവകാശമാണ്. അത് കളഞ്ഞു കുളിച്ച് ഭരണാധികാരികൾക്കനുകൂലമായി എഴുതണമെന്നാണെങ്കിൽ... ആത്മഹത്യാപരമാണ്. അതുകൊണ്ട് പത്രത്തിനേർപ്പെടുത്തിയ സെൻ സർഷിപ്പ് പിൻവലിക്കണം. ഇല്ലെങ്കിൽ ശക്തമായി പോരാടേണ്ടിവരും...

എഴുതിയത് അച്ചടിക്കാനേല്പിച്ചു. അച്ചടി തീർന്നയുടൻ പ്രതികൾ വിതരണംചെയ്യുന്നതിനുള്ള ഏർപ്പാടുകൾ ചെയ്തു സലോമിൻ വീട്ടി ലേക്കു ചെന്നു...

അടുത്ത പ്രഭാതം. സലോമിൻ എഴുന്നേറ്റ് മുഖം കഴുകി. വേല ക്കാരൻ ചായ കൊണ്ടുവന്നു. ചായ കുടിച്ചുകൊണ്ട് അന്നത്തെ പത്ര ത്തിൽ കണ്ണോടിച്ചു. മുഖപ്രസംഗം ഒരാവർത്തികൂടി വായിച്ചു. ആ ചുണ്ടിൽ ഇളംചിരി പരന്നു...

പെട്ടെന്ന് ഇൻസ്പെക്ടറും ഏതാനും പൊലീസുകാരും കടന്നു വന്നു... സലോമിൻ അവരെ സ്വാഗതം ചെയ്തു:

"വരിൻ! നിങ്ങളെ കാത്തിരിക്കയായിരുന്നു."

"കലാപത്തിന് പ്രേരണനല്കിയെന്ന കുറ്റത്തിന് നിങ്ങളെ അറസ്റ്റ് ചെയ്യുന്നു..."

"ഈ ചായകുടിക്കാൻ സമയം തരില്ലേ...?" സലോമിൻ ചിരിച്ചു.

സലോമിൻ പൊലീസുകാരുടെ നടുവിൽ ശിരസ്സുയർത്തി നടന്നു...
അറസ്റ്റുചെയ്തവരെ മുലുജയിലിൽ പാർപ്പിച്ചു...

പൊലീസുകാർ പത്രത്തിന്റെ ഓഫീസിൽ പാഞ്ഞുചെന്നു. അന്ന
ത്തെ പത്രത്തിന്റെ പ്രതികളാവശ്യപ്പെട്ടു. പക്ഷേ, ഒന്നും അവശേഷി
ച്ചിരുന്നില്ല. എല്ലാം വിറ്റുതീർന്നിരുന്നു. ആവശ്യക്കാർ അത്രയ്ക്കുണ്ടാ
യിരുന്നു...

മുലുദ്വീപിലെ ജയിൽ ജനങ്ങളെക്കൊണ്ട് നിറഞ്ഞു. ബുദ്ധിജീവി
കൾ, അദ്ധ്യാപകർ, വിദ്യാർത്ഥികൾ, പ്രതിപക്ഷനേതാക്കൾ അങ്ങനെ
വലിയൊരു ജനവിഭാഗം അക്കൂട്ടത്തിലുണ്ടായിരുന്നു...

നീലനഗരത്തിലെ കുന്നിൻപുറത്തുള്ള പ്രസിഡന്റ് കലമന്തിന്റെ
കൊട്ടാരം...

സ്വാതന്ത്ര്യത്തിന്റെ തലേന്നാൾ അർദ്ധരാത്രി. ഭാര്യയോടൊപ്പം ശയി
ച്ചിരുന്ന കലമന്ത് ഞെട്ടിയെണീറ്റു. ജനലിലൂടെ പുറത്തേക്കു നോക്കി.
ഇരുട്ട് കട്ടപിടിച്ചു കിടക്കുകയാണ്. പുലരാൻ ഇനിയും സമയമുണ്ട്.
ദീപസ്തംഭത്തിലെ പച്ചവെളിച്ചം ഇടയ്ക്കിടെ മിന്നിക്കടന്നുപോകുന്നു...
കരയിൽ ആഞ്ഞടിക്കുന്ന തിരയൊച്ച...

കലമന്ത് ഒരു സിഗരറ്റ് കൊളുത്തി. ജനലിലൂടെ പാഞ്ഞു വന്ന കാറ്റ്
തണുപ്പേകി. പെട്ടെന്ന് ചാരനിറത്തിലുള്ള തിരമാല അകത്തേക്കടിച്ചു
കയറിയതായി തോന്നി...

കലമന്ത് ഒന്നു നടുങ്ങി, അയാൾ അത്ഭുതപ്പെട്ടു. മുന്നിൽ തെളി
ഞ്ഞുവന്ന രൂപം അയാളെ ഭയപ്പെടുത്തി... മുൻപ്രസിഡന്റ് കാർണ
വാലൊ...! അതേ പ്രകൃതം...! അതേ വേഷം... മുഖം... മാത്രം ചാരനിറം...
എല്ലാം തെളിഞ്ഞുകാണുന്നു...ചെവിക്കു താഴത്തായി കഴുത്തിൽ വെടി
യേറ്റ പാട്... കട്ടപിടിച്ച ചോര...

"എന്താ രാവിലേതന്നെ വന്നത്...?" കലമന്ത് ചോദിച്ചു.

"കാണണമെന്നു തോന്നി..."

"ഇരിക്ക്... ചായ ഉണ്ടാക്കട്ടെ...?"

"വേണ്ട. അതിൽ നീ വിഷം കലർത്തില്ലെന്ന് എങ്ങനെ വിശ്വ
സിക്കും...?"

"നിനക്കെന്തിന് വിഷം കലർത്തണം?" കലമന്ത് ചിരിച്ചു... "നീ
നേരത്തേ അമരനായിത്തീർന്നില്ലേ...?"

"എന്നുവച്ചാൽ...?"

"നീ രാഷ്ട്രപിതാവാണ്. മരണപ്പെട്ടവൻ. നിനക്ക് വലിയൊരു ശവ
കുടീരം നിർമ്മിച്ചിട്ടുണ്ട്. നിന്റെ ചരമദിനം കെങ്കേമമായി ആചരിക്കുന്നു.
നിന്റെ ശവകുടീരം ദർശിക്കാൻ നൂറികണക്കിനാളുകൾ ക്യൂനില്ക്കുന്നു.
വിദേശികൾ വന്നാൽ ആദ്യമായി ചെയ്യുന്നത് നിന്റെ ശവകുടീരത്തിൽ
പൂക്കളർപ്പിക്കുകയാണ്...

"നീ എല്ലാം വളരെ വിധേയത്വത്തോടെ ചെയ്തുവച്ചിരിക്കുന്നല്ലോ. നിന്റെ മരണശേഷവും ഇതുപോലെതന്നെ തുടരാനേർപ്പാടു ചെയ്തോ?"

"എനിക്കു മരണമില്ലെന്നാണു ജ്യോത്സ്യർ പറഞ്ഞിരിക്കുന്നത്..."

"അതു നീ വിശ്വസിക്കുന്നോ?"

"ഞാനാരെയും വിശ്വസിക്കുന്നില്ല..."

"അതാണ് കലമന്തിന്റെ പ്രത്യേകത. അതിരിക്കട്ടെ... ജനാധിപത്യം എങ്ങനെയുണ്ട്?"

"വളരെ നല്ല രീതിയിൽ നീങ്ങുന്നു. ജനങ്ങളെല്ലാം അനുസരണ യോടെ കഴിയുന്നു. ജനങ്ങളെന്നു പറയുന്നത് ആടുമാടുകളാണ്. എങ്ങോട്ടു വേണമെങ്കിലും തെളിക്കാം. ഇവരെ ഭരിക്കാൻ ബുദ്ധിയല്ല വേണ്ടത്. അല്പം യുക്തിയാണ്, അല്പം സൂത്രമാണ്..."

"ഇതു രണ്ടും നിനക്കു വേണ്ടത്രയുണ്ടല്ലോ...?"

കലമന്തിന്റെ പത്നി ജബാല ഉണർന്നു. കുളിമുറിയിൽച്ചെന്നു മുഖം കഴുകി വന്നു...

"ചായ കൊണ്ടുവരട്ടെ?"

"രണ്ടു ഗ്ലാസ് വേണം..."

"രണ്ടോ?"

"അതേ... ഒന്നു നമ്മുടെ മാന്യാതിഥി കാർണവാലൊയ്ക്ക്..."

ബാല പരിഭ്രമിച്ചു.

"കാർണവാലൊവിന്നോ? എവിടെ...?"

ചാരനിറം ജനലിലൂടെ പുറത്തേക്കൊഴുകി. കലമന്ത് ചിരിച്ചു കൊണ്ടു പറഞ്ഞു. "തോന്നൽ... എല്ലാം വെറും തോന്നൽ..."

അയാൾ മുഖം കഴുകി...

ചായ കുടിച്ചുകൊണ്ടിരുന്നപ്പോൾ ജബാല പറഞ്ഞു: "രാവിലെ ധ്വജാരോഹണത്തിനു പോകണം. പിന്നീട് മാനസോല്ലാസ പരിപാടികൾ. വൈകുന്നേരം നമ്മുടെ പൂന്തോട്ടത്തിൽ നഗരത്തിലെ പ്രമുഖ വ്യക്തി കൾക്കു ചായസൽക്കാരം..."

"ശരി"

നീലനിറത്തിലുള്ള തടിച്ച മിലിട്ടറി ഡ്രസ് ധരിച്ചു കലമന്ത് കണ്ണാടി യുടെ മുന്നിൽ ചെന്നു നിന്നു. കീർത്തിമുദ്രകൾ മിന്നിത്തിളങ്ങുന്നു. സ്വർണ്ണക്കുടുക്കുകൾ കണ്ണാടിയിൽ പ്രകാശതരംഗം സൃഷ്ടിക്കുന്നു. ഗൗരവം നിറഞ്ഞ ചതുരമുഖം. ആറടി ഉയരം. ചുവന്ന തലമുടി. അതേ നിറമുള്ള മീശ. നേരിയ പുരികം. ചെറുതും തീക്ഷ്ണവുമായ മിഴികൾ. ദൃഢമായ ചുണ്ടുകൾ. ഉറച്ച താടി...

എന്നും ഇതേ ഉടുപ്പിട്ടു മതിയായിരിക്കുന്നു. പല നിറത്തിലുള്ള സൂട്ടും ബൂട്ടും ധരിക്കാമായിരുന്നു. കഴിഞ്ഞ മാസം സാവായ് ദേശത്തിലെ രാജാവിന്റെ പ്രതിനിധി വന്നിരുന്നല്ലോ... അയാൾ വജ്രവൈഡൂര്യങ്ങൾ പതിച്ച ഒരു കിരീടം സമ്മാനം തന്നു. അയാൾ പോയതിനുശേഷം കലമന്ത് കിരീടം അണിഞ്ഞുനോക്കി. ദിവ്യമായിരുന്നു... ഒരു സ്വർണ്ണ

ക്കസൈവുള്ള നീളൻ വസ്ത്രം നെയ്യിച്ച് ധരിച്ചാലോ എന്ന വിചാരമുണ്ടായി. മഹാരാജാക്കന്മാർ അത്തരം അലങ്കാരങ്ങളിലാണു കാണപ്പെടുക... എന്നാൽ താൻ അങ്ങനെയുള്ള വേഷത്തിൽ പ്രജകളുടെ മുന്നിൽ ചെന്നു നിന്നാൽ അവരെന്തു കരുതും? ആ വേഷം കണ്ടാൽ ജനം അത്ഭു തപ്പെടും... ആദരവു വർദ്ധിക്കും. പക്ഷേ, തനിക്കു വേണ്ടത് അതല്ലല്ലോ. ജനം തന്നെ ഭയക്കണം...അനുസരിക്കണം. ഈ പരുപരുത്ത ഡ്രസു കൊണ്ടേ അതു സാദ്ധ്യമാകൂ...

സ്വന്തം രൂപം കണ്ട് അയാൾ തൃപ്തനായി...

അംഗരക്ഷകരുടെ അകമ്പടിയോടെ അയാൾ വെടിയേല്ക്കാത്ത കാറിൽ കയറി. കാർ ധ്വജാരോഹണം നടക്കുന്ന മൈതാനത്തിലേക്കു നീങ്ങി.

വഴിനീളെ തോരണങ്ങൾ. നിശ്ചിതസ്ഥലങ്ങളിൽ കലമന്തിന്റെ വലിയ ചിത്രങ്ങൾ... ചിത്രത്തിനു കീഴിൽ ആപ്തവാക്യം... "സ്വാത ന്ത്ര്യം... ജനാധിപത്യം...ശാന്തി..."

കാറിലിരുന്ന കലമന്തിന്റെ ചിന്ത ശിഥിലമായി. ഇന്ന് കാർണ വാലൊവിനെ കണ്ടതെന്തുകൊണ്ട്? കുട്ടിക്കാലം തൊട്ടേ കൂടെ പഠിച്ച വൻ. കോളേജിലെത്തിയ അവൻ ലോ പാസായി. താൻ മിലിട്ടറിയിൽ ചേർന്നു. ഉയർന്ന പടവുകൾ ചവിട്ടിക്കയറി. അവൻ രാഷ്ട്രീയക്കാരനായി. പ്രജാപാർട്ടിയുടെ നേതാവായി. തിരഞ്ഞെടുപ്പിൽ ജയിച്ച് രാജ്യത്തിന്റെ തലവനായി. അവൻ തന്നെ വിശ്വസിച്ചു. രാഷ്ട്രീയത്തിന്റെ സർവ്വ സൈന്യാധിപനായി നിയമിച്ചു.

ഒന്നുരണ്ടു വർഷം കാര്യങ്ങൾ ഭംഗിയായി നീങ്ങി. എന്നാൽ തന്നിൽ അസൂയ ഉടലെടുത്തുകഴിഞ്ഞിരുന്നു പ്രസിഡന്റിന്റെ അധികാരവും സമ്പത്തും മാന്യതയും ഗൗരവവും തനിക്കു ലഭിക്കണമെങ്കിൽ തിര ഞ്ഞെടുപ്പിൽ ജയിച്ച് അധികാരത്തിലെത്തണം, അത് അസംഭവ്യമാണ്. കാർണവാലൊവിനെ തോല്പിക്കുക പ്രയാസമാണ്. അവൻ രോഗം പിടി പെട്ടു ചാവുമെന്നു കരുതാനും വയ്യ. പ്രായവും കൂടുതലായിട്ടില്ല. പിന്നെ യുള്ളത് ഒരേയൊരു വഴി... അവസാനവഴി...

ഫെബ്രുവരി 12. ആ ദിവസം എങ്ങനെ മറക്കാനാണ്! ഏതോ അത്യാവശ്യകാര്യം സംസാരിക്കാനാണ് കാർണവാലൊ വിളിപ്പിച്ചത്. താൻ അതൊരവസരമായി കണക്കുകൂട്ടി. ഉറ്റവരെ വിവരമറിയിച്ചു.

കാർണവാലൊ കാത്തിരിക്കയായിരുന്നു. തന്നെ കണ്ടു ചിരിച്ചു കൊണ്ട് കൈപിടിച്ചു കുലുക്കി.

"ഇരിക്ക്... കുറച്ചു മുന്തിരിച്ചാറു കൊണ്ടുവരട്ടെ..."

സേവകൻ രണ്ടു പാത്രം മുന്തിരിച്ചാറു കൊണ്ടുവന്നു... ആ മുറിയിൽ തങ്ങൾ രണ്ടുപേർ മാത്രം ശേഷിച്ചു.

"അയൽരാജ്യം നമ്മെ ആക്രമിക്കാൻ വട്ടംകൂട്ടുകയാണെന്ന് ചാര ന്മാർ അറിയിച്ചിരിക്കുന്നു... ഫയൽ കൊണ്ടുവരാം..."

കാർണവാലൊ നടന്നുചെന്ന് ഡ്രോയർ തുറന്നു ഫയൽ തപ്പി. ഇതു

തന്നെ സമയമെന്നു എനിക്കു തോന്നി. ഉടനെ എണീറ്റു. പാന്റിൽ കരുതിയിരുന്ന പിസ്റ്റളെടുത്തു ചെവിക്കു താഴെ നിറയൊഴിച്ചു... ഒന്ന്... രണ്ട്... മൂന്ന്... കാരണവാലൊ ആശ്ചര്യത്തോടെ തിരിഞ്ഞുനോക്കി: "കല മന്ത് നീയോ...!" അസ്പഷ്ടമായി ഉച്ചരിച്ചുകൊണ്ട് അയാൾ മറിഞ്ഞു വീണു.

പുറത്തുള്ള സൈന്യം നിമിഷങ്ങൾക്കകം കൊട്ടാരം വളഞ്ഞു. ജനം അറിയുന്നതിനു മുമ്പ് റേഡിയോവിലും ടെലിവിഷനിലും വേണ്ട ഏർപ്പാടു ചെയ്തു... നീലദ്വീപുവാസികൾ നടുക്കത്തോടെ ആ വാർത്ത കേട്ടു... "കാരണവാലൊ അധികാരം മുഴുവൻ തന്നിൽ കേന്ദ്രീകരിച്ച് സ്വേച്ഛാധികാരിയായി വാഴുകയായിരുന്നു. അതിനാൽ ജനാധിപത്യം സംരക്ഷിക്കുന്നതിന് അദ്ദേഹത്തെ കൊലചെയ്യേണ്ടിവന്നിരിക്കുന്നു. സർവ്വസൈന്യാധിപൻ കലമന്താണ് ഇനിമുതൽ രാഷ്ട്രനേതാവ്... അച്ച ടക്കബോധമുള്ള ജനത പുതിയ ഭരണാധികാരിക്കു സർവ്വവിധ സഹകര ണങ്ങളും നല്കണം. പുതിയ ഭരണത്തിന്റെ സുരക്ഷയ്ക്കായി എല്ലാ പള്ളികളിലും ദേവാലയങ്ങളിലും പ്രത്യേക പ്രാർത്ഥനകൾ നടത്ത ണം..."

രണ്ടു വർഷം മുമ്പുള്ള കഥ. കലമന്ത് ദീർഘമായി നിശ്വസിച്ചു. എങ്കിലും പഴയ ഓർമ്മകൾ കൂടുതൽ കൂടുതൽ തെളിവുള്ളതായിത്തീ രുന്നു.. അന്ന് സ്വാതന്ത്ര്യദിനത്തിൽ... ജനം ആർത്തുല്ലസിച്ചിരുന്നു... ഉത്സവച്ഛായ... ഇരുവശത്തും നിന്ന ജനത കൈ വീശി ജയാരവം മുഴക്കി യിരുന്നു... സംഗീതലഹരി അന്തരീക്ഷത്തിൽ തങ്ങിനിന്നിരുന്നു...

ഇന്ന്? വഴി വിജനം. ഭിക്ഷക്കാരും വഴിപോക്കരും മാത്രമാണു കാണ പ്പെടുന്നത്... ജയാരവമില്ല... ബഹളമില്ല... കലമന്തിനു കോപം വന്നു... ജനം ഈ സ്വാതന്ത്ര്യദിനം എന്തുകൊണ്ടു സന്തോഷത്തോടെ കൊണ്ടാ ടുന്നില്ല...? വഴിയിൽ നൃത്തമില്ല... പാട്ടില്ല... വെടിക്കെട്ടില്ല... ജയഘോഷ മില്ല... ഇന്ന് ഒഴിവു നല്കിയിട്ടും ജനം വീട്ടിൽത്തന്നെ ഒതുങ്ങിക്കൂടുക യാണോ...?

കാറിന്റെ മുൻസീറ്റിലിരുന്ന പ്രൈവറ്റ് സെക്രട്ടറി പറഞ്ഞു: "ജനങ്ങ ളുടെ ഉത്സാഹം നഷ്ടപ്പെട്ടിരിക്കയാണ് പ്രഭോ. ഓരോ വീട്ടിലെയും ഓരോ ആൾ വീതം തടവിലാണ്. ഇത്തരം ചുറ്റുപാടിൽ..."

"ഊം... മനസ്സിലായി..."

കാർ മൈതാനത്തെത്തി. കലമന്ത് വേദിയിൽ കയറി പതാക ഉയർത്തി. താൻ രൂപപ്പെടുത്തിയ മഞ്ഞക്കൊടി. ഒരു മൂലയ്ക്കു കഴുകൻ ചിഹ്നം. മഞ്ഞ സമൃദ്ധിയെ സൂചിപ്പിക്കുന്നു. കഴുകൻ അധികാരത്തെയും. കൊടി പാറിപ്പറക്കുന്നത് ഉന്മാദത്തോടെ അയാൾ ശ്രദ്ധിച്ചു. അതേ... അധികാരം!... പരമാധികാരം!... താനിപ്പോൾ പരമാധികാരിയാണ്.!...

പ്രസംഗിക്കാനൊരുങ്ങി. മൈതാനത്തിലെ ഇരിപ്പിടങ്ങൾ ഒഴിഞ്ഞു കിടക്കുന്നു. ഉദ്യോഗസ്ഥന്മാർ മാത്രമാണ് കേൾവിക്കാരായുള്ളത്. സാധാ രണജനങ്ങൾ അപ്രത്യക്ഷരായിരിക്കുന്നു.

"ഇന്നു നമ്മുടെ രാഷ്ട്രത്തിന്റെ പത്താം സ്വാതന്ത്ര്യദിനമാണ്. നമുക്കെല്ലാം ആനന്ദവും അഭിമാനവും ഉണ്ടാക്കുന്ന സുദിനം. ഈ പത്തു വർഷംകൊണ്ടു നമുക്കുണ്ടായ നേട്ടം എണ്ണപ്പെട്ടവയാണ്. നാം പല പദ്ധതികളും ആസൂത്രണം ചെയ്തു നടപ്പാക്കിയിരിക്കുന്നു. ദാരിദ്ര്യം നിർമ്മൂലമാക്കി. ഉല്പാദനം വർദ്ധിപ്പിച്ചു. നമ്മുടെ ഉല്പന്നങ്ങൾ വിദേശ ങ്ങളിലേക്കു കയറ്റി അയയ്ക്കുന്നുണ്ട്. നമ്മുടെ ബുദ്ധിജീവികൾ മറ്റുള്ള വർക്ക് ആദർശപാത്രങ്ങളാണ്. ആപൽഘട്ടങ്ങളിലെല്ലാം ജനം പരി പൂർണ്ണസഹകരണം നല്കിയിട്ടുണ്ട്. മേലിലും അതുണ്ടാകുമെന്നു പ്രതീ ക്ഷിക്കുന്നു... പ്രജകളുടെ ക്ഷേമത്തിനായി കൂടുതൽ പദ്ധതികൾ നടപ്പി ലാക്കുകയാണു നമ്മുടെ ലക്ഷ്യം...

പ്രസംഗം കഴിഞ്ഞു. കൈയടിയുയർന്നു. യാന്ത്രികമായ കൈയടി ആരുടെ മുഖത്തും സന്തോഷമോ ഉത്സാഹമോ ഇല്ല. ഒരുതരം നിർവ്വി കാരത...

"നമ്മുടെ ജനങ്ങൾക്കെന്തു പറ്റി...?" കലമന്ത് ചോദിച്ചു.

"പ്രത്യേകിച്ചൊന്നും പറ്റിയില്ല..." സെക്രട്ടറി തുടർന്നു. "ഇവിടെ കൂടിയവർ സ്വയം വന്നവരല്ല. പണം കൊടുത്തു വരുത്തിയതാണ്..."

പരിപാടി അവസാനിച്ചു. സുരക്ഷിതവാഹനത്തിൽ മടക്കയാത്ര. കലമന്ത് നിവർന്നിരുന്നു. മാറത്തും പുറത്തും വെടിയേല്ക്കാതിരിക്കാൻ പ്രത്യേകകവചം ധരിച്ചിട്ടുണ്ട്. ഉറങ്ങുമ്പോൾ മാത്രമാണ് ഊരിവയ്ക്കുക. ഉറക്കമുറിയിൽ മറ്റുള്ളവർ കടക്കുന്നതു ശ്രദ്ധിക്കാൻ പ്രത്യേക കാവലും ഏർപ്പെടുത്തിയിട്ടുണ്ട്. അംഗരക്ഷകർ ഏറ്റവും വിശ്വസ്തരാണ്. കിടക്കു മ്പോൾ ഒരു കൈത്തോക്കു തലയണയ്ക്കടിയിൽ സൂക്ഷിക്കും. രാജ്യ ത്തിന്റെ പരമാധികാരിയല്ലേ... സർവ്വ മുൻ കരുതലുകളും എടുത്തേ പറ്റൂ...

അന്നു വൈകുന്നേരം കൊട്ടാരത്തിലെ പൂന്തോട്ടത്തിൽ ചായ സൽ ക്കാരം നടന്നു. ഉദ്യോഗസ്ഥർ മാത്രമേ പങ്കെടുത്തുള്ളു. നഗരത്തിലെ പ്രമുഖവ്യക്തികൾ ഒഴിഞ്ഞുനിന്നു... ചായസൽക്കാരത്തിന്റെ പേരിൽ എല്ലാവരെയും തോട്ടത്തിലൊന്നിച്ചു ചേർക്കുന്നതു വെടിവെച്ചു കൊല്ലാ നാണെന്ന ഒരു വാർത്ത നഗരത്തിൽ പ്രചരിച്ചിരുന്നു ...അല്ലെങ്കിൽ എല്ലാ വരെയും തടവിലാക്കുമത്രേ.

പരിപാടികളുടെ തിരക്കുകാരണം കലമന്തിനു നല്ല ക്ഷീണം അനു ഭവപ്പെട്ടു. എന്നിട്ടും കിടന്ന ഉടൻ ഉറക്കം വന്നില്ല. ജനങ്ങളുടെ നിഷേധ ഭാവം അയാളെ പ്രകോപിപ്പിച്ചിരിക്കയാണ്. എന്തൊരു ധിക്കാരം! ഈ ദരിദ്രപ്പരിഷകൾക്ക് ഇത്ര അഹങ്കാരം! ഇവറ്റകളെ ഒരു പാഠം പഠിപ്പിക്കാ തിരിക്കരുത്...

"ടെലിവിഷനിൽ കണ്ട സ്വാതന്ത്ര്യദിനപരിപാടികൾ ഒട്ടും നന്നാ യില്ല...? ജബാല പറഞ്ഞു.

പരിപാടി നന്നായില്ലെന്നറിയാമായിട്ടും ടെലിവിഷൻകാരോട് അദ്ദേഹ ത്തിനു ക്രോധം തോന്നി.

"ഇപ്പോഴത്തെ ഡയറക്ടറെ പിരിച്ചുവിട്ട് വേറൊരാളെ നിയമിക്കാം..."

അതു കേട്ട് ജബാല വിഷമിച്ചു. താൻ തമാശയ്ക്കു പറഞ്ഞതാണ്. പക്ഷേ, സംഗതി മാറിപ്പോയിരിക്കുന്നു. ഇതെങ്ങനെ ശരിപ്പെടുത്തും? ആലോചിച്ചിട്ടു പ്രയോജനമില്ല. കാരണം കലമന്ത് ഒന്നു നിശ്ചയിച്ചാൽ അതിൽനിന്നു പിന്തിരിപ്പിക്കാൻ ആരെക്കൊണ്ടും സാദ്ധ്യമല്ല. ഇതു തനിക്കു നന്നായറിയാവുന്നതാണ്...

അടുത്ത പ്രഭാതം....

പ്രഭാതകൃത്യം കഴിയുന്നതിനുള്ളിൽ പ്രൈവറ്റ് സെക്രട്ടറി വന്നു...

"പുറത്ത് എഴുത്തുകാർ കാത്തിരിക്കുന്നു...."

സെക്രട്ടറിയുടെ പിന്നാലെ അയാൾ പുറത്തെ മുറിയിലെത്തി. എഴു ത്തുകാർ വന്ദിച്ചു. എല്ലാവരോടും ഇരിക്കാൻ പറഞ്ഞശേഷം കലമന്ത് തുടർന്നു: നിങ്ങളെ എന്തിനാണ് വിളിച്ചതെന്നറിയാമോ...? എന്റെ ജീവചരിത്രമെഴുതണം. അതിന് ഏറ്റവും യോഗ്യരായവർ നിങ്ങളാണ്. ഞാൻ വേണ്ട വിവരങ്ങൾ തരാം. അതു വച്ചുകൊണ്ടു നന്നായെഴുതണം. ഇന്നാട്ടിലെ സ്കൂളുകളിൽ അതു പഠിപ്പിക്കണം..."

എഴുത്തുകാർ നോട്ട്ബുക്ക് തുറന്നു. പേന കൈയിലെടുത്തു...

"എന്റെ പിതാവ് കന്നുകാലികളെ മേയ്ക്കുന്നവനായിരുന്നു. നിരക്ഷ രൻ. അമ്മ ദൈവഭക്തയായിരുന്നു. ഒരുദിവസം സ്വപ്നത്തിൽ ദൈവം വന്ന് അമ്മയോടു പറയുകയാണ്: 'നിനക്കു ദൈവാനുഗ്രഹമുള്ള ഒരു മകൻ പിറക്കും.അവന് കലമന്ത് എന്നു പേരിടണം. അവൻ ചക്രവർത്തി യാകും...' കുട്ടി ജനിച്ചു. നല്ല ചുറുചുറുക്കുള്ളവൻ, സമർത്ഥൻ ബുദ്ധി മാൻ. സ്കൂളിൽ ചേർന്നു. എല്ലാ വിഷയത്തിലും ഒന്നാമൻ, മിലിട്ടറി സ്കൂ ളിൽ ചേർന്നു. അവിടെ സ്വർണ്ണമെഡലുകൾ വാരിക്കൂട്ടി. ജോലിചെയ്യാൻ തുടങ്ങി. പടിപടിയായുയർന്നു. സർവ്വസൈന്യാധിപനായി. ഒടുവിൽ മരണംവരെ പ്രസിഡന്റ്...ഇതാണ് കഥ. വളരെ ആകർഷകമായി എഴു തണം. എഴുതിക്കഴിഞ്ഞ് എന്നെ കാണിക്കണം. പിന്നീട് അച്ചടി..."

"കല്പനപോലെ......"

"എഴുതിയതിന് ആയിരം വരാഹം വീതം സമ്മാനം. മാത്രമല്ല നിങ്ങളെ ആസ്ഥാനകവികളാക്കുകയുംചെയ്യും."

"ഞങ്ങളെന്നെന്നും അങ്ങയോടു കടപ്പെട്ടിരിക്കും..."

എഴുത്തുകാർ പോയി...

രാജ്യകാര്യങ്ങൾ വിവരിക്കാൻ സെക്രട്ടറി ഒരുങ്ങി. ഫയൽ നിവർത്തി അയാൾ വായന തുടങ്ങി...

"അടിയന്തരാവസ്ഥയിലും ജനത അങ്ങിങ്ങായി കലാപങ്ങൾ ഉയർ ത്തുന്നുണ്ട്. നേതാക്കൾ തടവറയിലാണെങ്കിലും വിപ്ലവ സാഹിത്യം അച്ച ടിച്ചു പ്രചരിപ്പിച്ചുകൊണ്ടിരിക്കുന്നു. ജനങ്ങൾ അതു വായിക്കുകയും ചെയ്യുന്നു. ഇതിന്റെയെല്ലാം പിന്നിൽ സാധാരണജനങ്ങളാണുള്ളത്..."

"നായ്ക്കുഞ്ഞുങ്ങൾക്കു ധൈര്യമോ..."

"രാജ്യത്തിലെ മിക്ക പത്രങ്ങളും നിർത്തലാക്കിയിരിക്കുന്നു. ഗവൺ മെന്റ് പത്രം മാത്രമേ പുറത്തിറങ്ങുന്നുള്ളു.അതാകട്ടെ ആരും വായി ക്കുന്നുമില്ല. പ്രതികൾ ഒരോ ദിക്കിലും കെട്ടിക്കിടക്കുകയാണ്. അവ ഫാ ക്ടറിയിൽ അയച്ചുവീണ്ടും കടലാസുണ്ടാക്കാനുള്ള ശ്രമം തുടങ്ങിയി ട്ടുണ്ട്."

കലമന്ത് ചിന്താമഗ്നനായി. സെക്രട്ടറി തുടർന്നു:

"എതിർത്തു സംസാരിക്കുന്നവരും തലയുയർത്തുന്നവരും തടവില ക്കപ്പെടുന്നു..."

"നല്ലത്... പിന്നെ...?"

"സ്കൂളുകളിലും കോളേജുകളിലും പ്രസിഡന്റിന്റെ ഫോട്ടോ തൂക്കിയിട്ടുണ്ട്. എന്നാൽ ദേവാലയങ്ങളിലും അതു വേണമെന്നും പ്രസി ഡണ്ടിന്റെ പ്രതിമ പ്രതിഷ്ഠിച്ച് പൂജ നടത്തണമെന്നുള്ള കല്പന ഒരു പുരോഹിതൻ എതിർത്തു... കൂടുതൽ എതിർപ്പു പ്രകടിപ്പിച്ച വേറൊരു പുരോഹിതനെ വെടിവച്ചുകൊന്നു. മറ്റുള്ളവരെ ജയിലിലടച്ചു..."

"വളരെ നല്ലത്. മുമ്പൊരിക്കൽ എതിർപ്പു പ്രകടിപ്പിച്ച ഒരാളുടെ തോലുരിഞ്ഞു കെട്ടിത്തൂക്കിയെന്നു കേട്ടിട്ടുണ്ട്. നമ്മുടെ ശിക്ഷ അതിലും കടുത്തതാകണം. തോലുരിഞ്ഞു വേവിച്ചു കഴുകന്മാർക്കു തിന്നാനിട്ടു കൊടുക്കും. ഇല്ലെങ്കിൽ സമുദ്രത്തിലെ മുതലകൾക്കെറിഞ്ഞുകൊടുക്കും. വേണ്ടിവന്നാൽ സുജിദ്വീപിലെ കാട്ടുമനുഷ്യരെ കൊണ്ട് ജീവനോടെ തീറ്റിക്കും. എല്ലാറ്റിനെയും ഇതറിയിക്കണം...നമുക്കു വേണ്ടതു വണ ങ്ങുന്ന ജനതയാണ്..." ശിരസ്സുയർത്തുന്നവരല്ല...മനസ്സിലായോ...?"

"ഉത്തരവ്. വേറൊരു കാര്യം. ആഭ്യന്തരമന്ത്രിക്ക് അല്പം ചാഞ്ചാട്ട മുള്ളതുപോലെ താങ്കളെ കാണണമെന്നു പറഞ്ഞിരിക്കയാണ്..."

"ശരി. വരാൻ പറയൂ..."

സെക്രട്ടറി പുറത്തുപോയി...

സ്ഥൂലശരീരമുള്ള മന്ത്രി പ്രവേശിച്ച് അഭിവാദ്യം ചെയ്തു. അയാ ളുടെ കണ്ണുകളിൽ ദുഃഖം നിഴലിച്ചിരുന്നു കലമന്ത് അയാളെ അടിമുടി ശ്രദ്ധിച്ചു. പരിഹാസസ്വരത്തിൽ ചോദിച്ചു... "എങ്ങനെയുണ്ട് ആഭ്യന്തര കാര്യങ്ങൾ...?"

നെടുവീർപ്പിട്ട് സാവധാനത്തിലാണെങ്കിലും ഉറച്ചശബ്ദത്തിൽ മന്ത്രി അറിയിച്ചു... "അടിയന്തരാവസ്ഥ പ്രഖ്യാപിച്ചതിനുശേഷം നാട്ടിൽ ശാന്തിയും സമാധാനവും ഉണ്ടായിട്ടേയില്ല...അരാജകത്വം വർദ്ധിച്ചു വരികയാണെന്നാണു തോന്നുന്നത്...

കലമന്തിന്റെ മുഖം തുടുത്തു...

"നിങ്ങൾക്കു കിട്ടിയതു തെറ്റായ വാർത്തയാണ്. അരാജകത്വം ഇല്ലാതാക്കുന്നതിന് അടിയന്തിരാവസ്ഥയല്ലാതെ വേറെ വഴിയില്ല... മനസ്സിലായോ?"

കുറേദിവസമായി മനസ്സിൽ ഉരുത്തിരിഞ്ഞുവന്ന കാര്യങ്ങൾ ഓർമ്മി ച്ചുകൊണ്ട് ആഭ്യന്തരമന്ത്രി പറഞ്ഞു:

"ജനതയുടെ മൗലികാവകാശങ്ങൾ നീക്കംചെയ്യരുത്. അതു കൊണ്ട് ഒരു പ്രയോജനവും ഇല്ല. സ്വാതന്ത്ര്യം ഹനിക്കുന്നതുകൊണ്ട് ഒരു പ്രശ്നവും പരിഹരിക്കപ്പെടുകയില്ല. സ്വേച്ഛാധികാരംകൊണ്ട് സമാധാനം സ്ഥാപിക്കാൻ കഴിഞ്ഞേക്കും. എന്നാലതു ശ്മശാനത്തിലെ ശാന്തതയാണ്" തെല്ലു നിർത്തിയശേഷം അയാൾ തുടർന്നു:

"എല്ലാ കുറ്റങ്ങൾക്കും മൂലകാരണം ദാരിദ്ര്യമാണ്. അതില്ലായ്മ ചെയ്താൽ എല്ലാ കുറ്റകൃത്യങ്ങളും ഇല്ലാതാകും. ജനങ്ങൾക്കു ഭക്ഷണ

വും തൊഴിലും നീതിയും തുല്യതയും ഉറപ്പുവരുത്തണം. ഇല്ലെങ്കിൽ ഈ രാഷ്ട്രംതന്നെ നശിക്കാനിടയാകും. ഇതാണ് എന്റെ വിനീതമായ അഭിപ്രായം...”

ആഭ്യന്തരമന്ത്രി കൈകെട്ടിയിരുന്നു. പറയാനുള്ളതു പറഞ്ഞു കഴിഞ്ഞു. ഇനി എന്തു വേണമെങ്കിലും ചെയ്തുകൊള്ളട്ടെ. ശ്വാസം മുട്ടുന്ന ഈ അന്തരീക്ഷത്തിൽ ജീവിക്കുന്നതിനേക്കാൾ മരണമാണു നല്ലത്. നീലനഗരം വിട്ട് എന്റെ പാട്ടിന് എങ്ങോട്ടെങ്കിലും ചെന്നു കഴിഞ്ഞു കൊള്ളാം...

“അതായത്... ആഭ്യന്തരമന്ത്രിയെന്നനിലയിൽ നിങ്ങൾക്കു കൂടുതലായൊന്നും ചെയ്യാനില്ല... അല്ലേ...?”

“ഈ പുതിയ ചുറ്റുപാടിൽ എനിക്ക് ഒരധികാരവും ഇല്ലാത്ത സ്ഥിതിക്ക് ആഭ്യന്തരമന്ത്രിയായി തുടരുന്നതിൽ അർത്ഥമില്ല. അതിനാൽ എന്റെ രാജി സ്വീകരിച്ച് ഈ ഉത്തരവാദിത്വത്തിൽനിന്ന് ഒഴിവാക്കണം...”

“അപ്പോൾ... നിങ്ങൾ ആരുടെ പക്ഷത്താണ്? ജനങ്ങളുടെയോ?”
“ഞാനൊരു പക്ഷത്തുമില്ല. നീതിയുടെ പക്ഷത്തേ ഞാൻ നില്ക്കൂ...”
കലമന്ത് പൊട്ടിച്ചിരിച്ചു. അടുത്തക്ഷണത്തിൽ അയാളുടെ പുരികം ചുളിഞ്ഞു...

“ശരി. നിങ്ങളുടെ രാജിക്കത്തു സ്വീകരിച്ചിരിക്കുന്നു. നിങ്ങൾക്കിനി പോകാം...”

ആഭ്യന്തരമന്ത്രിയുടെ മുഖം സന്തോഷംകൊണ്ടു വിടർന്നു. പുഞ്ചിരിയോടെ നേതാവിനെ വന്ദിച്ച് അയാൾ വെളിയിലിറങ്ങി. കാറിൽ കയറി വാസസ്ഥാനത്തേക്കു പുറപ്പെട്ടു.

കലമന്ത് പല്ലിറുമ്മി. ഈ അഹന്ത സഹിക്കുകയോ...? ഇല്ലേ... ഇല്ല... കലമന്തിന്റെ മനസ്സ് സെക്രട്ടറിയറിഞ്ഞു. അയാൾ ഫോൺ കറക്കി...

കാറിൽനിന്നിറങ്ങിയ മന്ത്രി എന്തോ പറയാനായി ഡ്രൈവറുടെ നേർക്കു തിരിഞ്ഞു. പെട്ടെന്നു കാലടിയിൽ ഒരു ബോംബു പൊട്ടി. മന്ത്രിയും കാറും ചിന്നിച്ചിതറി. പുകപടലം ആകാശത്തോളം ഉയർന്നു. പുകച്ചുരുളിൽ വൃത്താകൃതിയിലുള്ള ഒരു വെളിച്ചം. വെളിച്ചത്തിൽ ആഭ്യന്തരമന്ത്രിയുടെ രൂപം... ക്രമേണ ആ രൂപം ആകാശത്തേക്കുയർന്ന് അപ്രത്യക്ഷമായി. ദൂരെനിന്നും ജനം ആ കാഴ്ച കണ്ടു.

ഒൻപത്

മുലുദ്ധീപ് ജയിലിലെ പത്താം ബ്ലോക്ക്. രാഷ്ട്രീയത്തടവുകാർ കൊള്ളക്കാർ, കൊലപാതകികൾ എല്ലാം അവിടെ ഒന്നിച്ചുകഴിയുന്നു. തടവുകാരുടെ സംഖ്യയാണെങ്കിൽ നിത്യേന കൂടിക്കൊണ്ടിരിക്കയാണ്. വീർപ്പുമുട്ടുന്ന അന്തരീക്ഷം. നിന്നുതിരിയാനിടമില്ല. പലർക്കും ഇരുന്നുറങ്ങാനേ ഇടമുള്ളൂ.

ആഹാരമാണെങ്കിൽ വളരെ മോശം. മാത്രമല്ല, അളവിൽ കുറവും. ഇതിന്റെപേരിൽ പ്രതിഷേധമുയർത്തിയെങ്കിലും പരിഹാരമുണ്ടായില്ല.

അന്നു കാലത്തുതൊട്ടേ ചാറ്റൽമഴയുണ്ട്. തനുവിന് നാടിന്റെ ഓർമ്മവന്നു. വയലുകൾ നനഞ്ഞുകിടപ്പാകും. വേണ്ടത്ര വിളവെടുക്കുന്ന സമയമാണിത്. എന്നാൽ പോയവർഷം മഴ കുറവായിരുന്നു... വിളവും കുറഞ്ഞു ...അതോടെ ദാരിദ്ര്യമുണ്ടായി... പ്രശ്നങ്ങളുമുണ്ടായി.

"മനൂ, കഴിഞ്ഞാണ്ട് ഈ മഴ കിട്ടിയിരുന്നെങ്കിൽ... കുഴപ്പങ്ങളൊന്നു മുണ്ടാകയില്ലായിരുന്നു."

"മഴയും ഇതും തമ്മിലെന്താ ബന്ധം.?"

"ബന്ധമില്ലേന്നോ...? കഴിഞ്ഞകൊല്ലം മഴ കുറഞ്ഞതുകൊണ്ട് വിളവു കുറഞ്ഞു. ദാരിദ്ര്യംമൂലം ഇളയരാജന്റെ നെല്ലറ കുത്തിത്തുറന്നു... അതോടെ നമ്മുടെ കഷ്ടകാലവും ആരംഭിച്ചു."

"നെല്ലറ ആക്രമിക്കാൻ വല്ലവരും പ്രേരിപ്പിച്ചോ? തന്നത്താൻ സന്തോ ഷത്തോടെ ചെയ്തതല്ലേ? ഇപ്പോൾ അതോർത്തു സങ്കടപ്പെടുന്നതെ ന്തിന്?"

വാതിൽ തുറക്കുന്ന ഒച്ച. മുപ്പതു വയസ്സു തോന്നിക്കുന്ന പാന്റ് ധരിച്ച ഒരു യുവാവിനെ അകത്താക്കി വാതിൽ വീണ്ടുമടഞ്ഞു. പുതുതാ യെത്തിയവനെ ഏവരും സൂക്ഷിച്ചുനോക്കി. ജയതിലക് കുശലം ചോദിച്ചു. അവർ സലോമിനും മഹാപാത്രനും ഇരിക്കുന്നിടത്തേക്കു ചെന്നു...

"ഇയാൾ രാജവർദ്ധൻ. നീലനഗരം യൂണിവേഴ്സിറ്റിയിലെ ചരിത്രാ ദ്ധ്യാപകൻ" ജയതിലക് പരിചയപ്പെടുത്തി.

"എവിടെയോ നിങ്ങളെ കണ്ടിട്ടുണ്ട്." സലോമിൻ പറഞ്ഞു.
രാജവർദ്ധൻ ചിരിച്ചു...

"ഞാൻ നിങ്ങളുടെ പത്രമാഫീസിൽ വന്നിട്ടുണ്ട്, എന്റെ ഒരു ലേഖനം തരാൻ."

"നിങ്ങൾക്ക് സ്വാഗതം. നിങ്ങളുടെ കുറ്റമെന്താണ്?"

"വിദ്യാർത്ഥികളിൽ ഇടതുപക്ഷചിന്താഗതി വളർത്താൻ ശ്രമിച്ചു..."

"അതിലെന്താണ് തെറ്റ്.?"

"തെറ്റാണെന്നു കണ്ടത് ഗവൺമെന്റല്ലേ...? വിദ്യാർത്ഥികളെ ബോധ വാന്മാരാക്കിയാൽ അവരുടെ വീടുകളിലും അതിന്റെ അലയൊലിയു ണ്ടാകും. നമ്മുടെ നാടിന്റെ നില വളരെ ശോചനീയമായിരുന്നു. ഉറക്കെ സംസാരിക്കാൻ പോലും ആർക്കും സാധിക്കുന്നില്ല. എല്ലാവരും യന്ത്ര പ്രാവകളായിരിക്കയാണ്. പ്രസിഡന്റിന്റെ ആജ്ഞ പാലിക്കുന്നു... ലംഘി ക്കുന്നവർ ഇവിടെ എത്തിച്ചേരുന്നു."

തടവുകാർ നിശ്ശബ്ദരായി രാജവർദ്ധൻ പറയുന്നതു കേട്ടുകൊണ്ടി രുന്നു. അയാൾ തുടർന്നു:

"നമ്മുടെ കോളേജുകളിൽ സംഘടനാപ്രവർത്തനം നിരോധിച്ചി രിക്കയാണ്. ഘോഷയാത്രയോ പൊതുയോഗമോ ഇല്ല. ജനങ്ങളാകെ

ഭയന്നിരിക്കുന്നു. സംസാരശേഷി നഷ്ടപ്പെട്ടുകൊണ്ടിരിക്കുന്നു. ചാരന്മാർ സദാ ഓരോരുത്തരെയും നിരീക്ഷിക്കുന്നുമുണ്ട്. മനസ്സിലുള്ള അമർഷം പ്രകടിപ്പിക്കാനാകാതെ ജനം പരവശരായിരിക്കയാണ്. എഴുത്തുകാരും സാഹിത്യകാരുമാണെങ്കിൽ നിശ്ശബ്ദരാണ്..."

"അതായത്...നീലദ്വീപുകളിൽ യാതൊരു ക്രിയാത്മകപ്രവർത്ത നവും നടക്കുന്നില്ലെന്നാണോ? നാടകങ്ങൾ? സംഗീതോത്സവങ്ങൾ? ഇതൊന്നുമില്ലാതെ ജനമെങ്ങനെ കഴിയും?"

"നാടകങ്ങളുണ്ട്. സർക്കാർ നടത്തുന്നവ... കാണുന്നത് സർക്കാരു ദ്യോഗസ്ഥന്മാരും..സാധാരണക്കാർ ഇതിനൊന്നും പോകാറില്ല..."

"ഇത്തവണ സ്വാതന്ത്ര്യദിനം ഭംഗിയായി നടന്നോ?" സലോമിൻ സംശയം പ്രകടിപ്പിച്ചു.

"ജനങ്ങൾ സ്വാതന്ത്ര്യദിനാഘോഷത്തിൽ പങ്കെടുത്തില്ല. സ്വാത ന്ത്ര്യദിനത്തിന്റെ അടുത്ത ദിവസം ആഭ്യന്തരമന്ത്രി കൊല ചെയ്യപ്പെട്ടു..."

"കൊലചെയ്യപ്പെട്ടോ?" സലോമിൻ അമ്പരന്നുപോയി..."അപ്പോൾ... തടസ്സം നില്ക്കുന്നവരെ മുഴുവൻ കലമത് നിർഭയം കൊന്നൊടുക്കുക യാണോ?"

മുറിയിൽ മൂകത വ്യാപിച്ചു. മുറിയുടെ അങ്ങേ തലയ്ക്കൽ രണ്ടു പേർ തമ്മിൽ വാക്കേറ്റം തുടങ്ങി കൈപ്രയോഗം നടത്തുന്നതിനു മുമ്പ് മൂന്നാമൻ പിടിച്ചു നീക്കി. അതു ശ്രദ്ധിച്ചിരുന്ന മഹാപാത്ര പറഞ്ഞു..." നമ്മളാണെങ്കിൽ ഇങ്ങനെയും..."

സലോമിന് കൂടുതൽ കാര്യങ്ങളറിയണമെന്നുണ്ട്. അയാൾ ചോദിച്ചു: "പ്രൊഫസർ..., പിന്നെന്തൊക്കെയാണു വിശേഷങ്ങൾ?"

"ഇതൊക്കെയായിട്ടും ജനതയുടെ ധൈര്യം കുറഞ്ഞിട്ടില്ല. രഹസ്യ പ്രവർത്തനങ്ങളുമായി അവർ സഹകരിക്കുന്നുണ്ട്. ലഘുലേഖകൾ മുടങ്ങാതെ വായിക്കുന്നു. ഗ്രാമത്തിലും നഗരത്തിലും നടക്കുന്ന ഓരോ കാര്യവും അവരറിയുകയും വേണ്ട കരുതലെടുക്കയും ചെയ്യുന്നു. അക്ഷരമറിയാത്തവർക്കു മറ്റുള്ളവർ പറഞ്ഞു കൊടുക്കുന്നു..."

സലോമിന് അത്യധികം സന്തോഷമുണ്ടായി. താടി തടവിക്കൊണ്ട് അയാൾ പറഞ്ഞു: "നോക്ക്...സാധാരണക്കാർ എങ്ങനെയാണ് അസാധാ രണക്കാരാകുന്നുവെന്നതിന് ഉദാഹരണമാണിത്. നേതാക്കൾ തടവിലാ യിട്ടും ജനം തളർന്നില്ല. എതിർത്തുനില്ക്കുന്നു. കീഴടങ്ങില്ലെന്ന മനോ ഗതി പ്രദർശിപ്പിക്കുന്നു"

"ഇതുമാത്രം പോരാ... ജനം സംഘടിക്കണം നിരന്തരമായി പോരാ ടണം. എങ്കിലേ അതിന്റെ ഫലം നമ്മിലെത്തിച്ചേരുള്ളൂ" ഒരു നിമിഷം നിർത്തിയശേഷം ജയതിലക് തുടർന്നു: "അതുകൊണ്ട് തടവിലുള്ള നേതാക്കൾ രക്ഷപ്പെടണം. ജനങ്ങളെ പരിശീലിപ്പിച്ച് സായുധവിപ്ലവ ത്തിനൊരുക്കണം."

രാജവർദ്ധനന് ജയതിലകിന്റെ അഭിപ്രായം ഇഷ്ടപ്പെട്ടില്ല: "നിങ്ങ ളുടെ വാദം ശരിയല്ല. ഈ നാട്ടിലെ കൃഷിക്കാരെയും തൊഴിലാളിക

ളെയും മറ്റദ്ധ്വാനിക്കുന്ന ജനവിഭാഗങ്ങളെയും ഒന്നിച്ചു ചേർക്കണം. സംഘടിതശക്തിക്കുമാത്രമേ സർവ്വാധികാരത്തെ ചെറുക്കാൻ കഴിയൂ..."

"മതി...മതി...നിർത്ത്..." സലോമിൻ കൈയുയർത്തി-"വൃത്യസ്ത മായ അഭിപ്രായങ്ങളുണ്ടെങ്കിലും നമ്മുടെ ലക്ഷ്യം ഒന്നാണ്. സ്വേച്ഛാധികാ രിയെ താഴത്തിറക്കുക. ജനാധിപത്യം പുനഃസ്ഥാപിക്കുക...അതുകൊണ്ട് എല്ലാവർക്കും സ്വീകാര്യമായ പരിപാടികൾ ആവിഷ്കരിച്ച് മുന്നോട്ട് നീങ്ങണം. മറ്റുള്ളവരെന്തു പറയുന്നു...?"

മനു കടന്നുവന്ന് വാർഡന്റെ സാന്നിദ്ധ്യമറിയിച്ചു... പെട്ടെന്നു സംസാരം നിലച്ചു...

അടുത്തദിവസം ജയതിലകിനെ അതിശയപ്പെടുത്തിയ ഒരു സംഭവ മുണ്ടായി. സന്ദർശകരുണ്ടെന്നു പറഞ്ഞു വാർഡൻ വിളിക്കാൻ വന്നു. ചെന്നു നോക്കിയപ്പോൾ ലാറ, കൂടെ ഫെർണാണ്ടസ്. ഒരുനിമിഷത്തേക്ക് അയാൾ അമ്പരന്നു നിന്നുപോയി. ചുവപ്പുനിറമുള്ള സ്കർട്ടും ചാരനിറമുള്ള ബ്ലൗസുമാണ് അവൾ ധരിച്ചിരിക്കുന്നത്. പാറിപ്പറക്കുന്ന തലമുടി. ആ മുഖത്ത് ദുഃഖമില്ല. സന്തോഷമാണ്.

"സുഖമല്ലേ... ലാറേ...?"

"ഊം... നിങ്ങൾ ശോഷിച്ചിരിക്കുന്നല്ലോ?"

"വയറ് നിറയേണ്ടേ? പുറമേ നീയില്ലാത്ത വിഷമവും. നിന്റമ്മയ് ക്കെങ്ങനെയുണ്ട്...? അച്ഛനെയും അമ്മയെയും കാണാറുണ്ടോ...?"

"എല്ലാവർക്കും സുഖമാണ്. നിങ്ങൾ ആരോഗ്യം ശ്രദ്ധിക്കണം..."

"വീട്ടുകാര്യം ആലോചിച്ചു വിഷമിക്കരുത്." ഫെർണാണ്ടസ് ഓർമ്മി പ്പിച്ചു...

ലാറ ഒരു പൊതി നീട്ടി:

"ചപ്പാത്തിയാണ്. എല്ലാം തിന്നണം; ആർക്കും വീതിച്ചു കൊടു ക്കേണ്ട..."

ജയതിലകിന് അവളെ തൊടണമെന്നുണ്ട്. ആ ശിരസ്സിൽ തലോ ടണം. ആ മാറിൽ മുഖം ചേർക്കണം. പക്ഷേ, ഇവിടെ ഒന്നിനും തരപ്പെടി ല്ലല്ലോ...

"ലാറേ... എന്നെ മറക്കുമോ?"

"ഭ്രാന്തു പറയാതെ. ചപ്പാത്തിക്കുള്ളിൽ ചമ്മന്തിയുമുണ്ട് മറ ക്കേണ്ട..." ലാറ കണ്ണിറുക്കി ചിരിച്ചു.

"സമയമായി... മതിയാക്ക്..." കാവല്ക്കാരൻ തിടുക്കം കൂട്ടി.

ലാറ കൈവീശി. ജയതിലക് സങ്കടത്തോടെ നോക്കിനിന്നു. തിരി ഞ്ഞുനോക്കുന്ന ലാറയുടെ നേർക്ക് അയാളുടെ കൈയും ഉയർന്നു...

മുറിയിലേക്കു നടക്കുമ്പോൾ അയാൾ ചപ്പാത്തിപ്പൊതി ശ്രദ്ധിച്ചു. ചമ്മന്തിയുണ്ടെന്നല്ലേ പറഞ്ഞത്... ഏതു ചപ്പാത്തിയിൽ...? ആരും കാണാതെ പൊതി നിവർത്തി. ഒന്നിൽ ഒരു പോലിത്തീൻ കവർ അതിനു ള്ളിൽ മടക്കിയ കടലാസ്. ലാറയുടെ കൈയക്ഷരം... "കാളീചരണിനെ തൂക്കിക്കൊല്ലരുതെന്നു പറഞ്ഞ് ജനം രംഗത്തിറങ്ങിയിട്ടുണ്ട്. നാട്

ഉണർന്നുകൊണ്ടിരിക്കയാണ്. മോചനം അകലെയയല്ല..."

ജയതിലക് ആ വരികളിൽ പലതവണ കണ്ണോടിച്ചു... തന്റെ മോചന ത്തിന് ആരു പരിശ്രമിക്കാൻ?... ഗബ്രിയേലും സയ്യദും ആകണം... അവർ മുലുജയിലിലെത്തിച്ചേർന്നിട്ടില്ലെന്നു തോന്നുന്നു... ഒളിവിലിരുന്നുകൊണ്ട് പോരാട്ടം നടത്തുകയായണെന്നു വേണം അനുമാനിക്കാൻ...

അറിഞ്ഞ കാര്യം സുഹൃത്തുക്കൾക്കു കൈമാറി...

"തൂക്കിക്കൊല്ലൽ മാനവസമൂഹത്തിനാകെ അപമാനകരമാണ്. അതു റദ്ദുചെയ്യാൻ നാമൊറ്റക്കെട്ടായി പ്രവർത്തിക്കണം..." സലോമിൻ പറഞ്ഞു.

"കാളീചരണിനെ തൂക്കിക്കൊല്ലരുത്. അതാണ് പ്രധാനം അതിനു വേണ്ടി പ്രക്ഷോഭപരിപാടികൾ സംഘടിപ്പിക്കണം..." ജയതിലക് അഭി പ്രായപ്പെട്ടു.

"ഒരു നിശ്ചിതപരിപാടി തയ്യാറാക്കണം..." രാജവർദ്ധൻ നിർദ്ദേ ശിച്ചു... "അധികാരികൾ വരുമ്പോൾ മുദ്രാവാക്യം വിളിച്ച് പ്രതിഷേധം അറിയിക്കാം അല്ലെങ്കിൽ നിരാഹാരമിരിക്കാം"

വാർത്ത വാർഡൻവഴി ജയിൽ സൂപ്രണ്ടിന്റെ ചെവിയിലെത്തി. അയാൾ ചിന്താമഗ്നനായി. കാളീചരണിനെ തൂക്കിക്കൊല്ലേണ്ട തീയതി നിശ്ചയിച്ചുകഴിഞ്ഞിരിക്കയാണ്. ഇനി പതിനഞ്ചു ദിവസം... ജഡ്ജിയുടെ കല്പന വന്നുകഴിഞ്ഞു... അതുവരെ കാര്യങ്ങൾ പരമരഹസ്യമായി സൂക്ഷിക്കണം... കാളീചരണിന് മാപ്പു നല്കുന്ന കാര്യം പ്രസിഡന്റിന്റെ പരിഗണനയിലുണ്ടെന്ന ഒരു കള്ളവാർത്ത അയാൾ തടവുകാർക്കിടയിൽ പ്രചരിപ്പിച്ചു...

ഉച്ചതെറ്റിയ സമയം. കാളീചരൺ തന്റെ സെല്ലിൽ അങ്ങുമിങ്ങും നടക്കുകയാണ്. പെട്ടെന്ന് ഇടനാഴിയുടെ വാതിൽ തുറക്കുന്ന ഒച്ച. ജയിൽ സൂപ്രണ്ട് ലിംസാഹേബും വാർഡനും നടന്നടുക്കുന്നു... സൂപ്രണ്ടിന്റെ കൈയിൽ തടിച്ച പുസ്തകം... കാളീചരൺ അമ്പരന്നു. ലിംസാഹേബ് ഇതുവരെ സെല്ലിൽ വന്നിട്ടില്ല. ഈ വരവ് ആപത്തിന്റെ ലക്ഷണമാണ് കാളീചരൺ ഊഹിച്ചു...

ലിംസാഹേബ് ഒരു കടലാസ് നിവർത്തി വായിച്ചശേഷം ചോദിച്ചു: "കാളീചരൺ നീയല്ലേ...? മറ്റന്നാൾ രാവിലെ അഞ്ചുമണിക്ക് നിന്നെ തൂക്കിലേറ്റണമെന്ന് ജഡ്ജി കല്പിച്ചിരിക്കുന്നു"

ദിവസങ്ങളായി പ്രതീക്ഷിച്ചിരിക്കുന്ന വാർത്ത. എങ്കിലും മരണം അടുത്തെത്തിയെന്നു കേട്ടപ്പോൾ അയാൾ പതറിപ്പോയി. ഇരുമ്പഴികൾ ബലമായി പിടിച്ചുകൊണ്ട് അയാൾ സൂപ്രണ്ടിനെത്തന്നെ നോക്കി...

"നിന്റെ അവസാനത്തെ ആഗ്രഹമെന്താണ്...?"

കാളീചരൺ ചുണ്ടു കടിച്ചു. നിസ്സഹായതയിൽനിന്നും ഉടലെടുത്ത രോഷത്തോടെ അയാൾ പ്രതിവചിച്ചു:

"കലമത് നശിക്കണമെന്നാണ് അവസാനത്തെ ആഗ്രഹം..."

ജയിൽസൂപ്രണ്ടിന്റെ മുഖം വലിഞ്ഞുമുറുകി. കോപം ഒതുക്കാൻ

യത്നിച്ചുകൊണ്ട് അയാൾ പറഞ്ഞു: "അതു സാധിപ്പിക്കാൻ എനിക്കു കഴിയില്ല. വേറെ കുടിക്കാനോ തിന്നാനോ വല്ലതും വേണമെങ്കിൽ പറയൂ"

"ഒന്നും വേണ്ട."

"ഭാര്യയെയും മക്കളെയും കാണണോ?"

അമിയയെ കാണാനുള്ള അവസാനസന്ദർഭം. ഈ കൂടിക്കാഴ്ച ഏറ്റവും വേദനാജനകമായിരിക്കും. എങ്കിലും അയാൾ മൂളി: "ഊം..."

പോകുന്നതിനുമുമ്പ് സൂപ്രണ്ട് ഓർമ്മിപ്പിച്ചു: "ചിന്തിച്ച് മനസ്സു പുണ്ണാക്കണ്ട. ദൈവത്തെ ഓർത്തിരിക്ക്..."

കാളീചരൺ പരിഹാസ്യമായി ചിരിച്ചു. ദൈവം...! അങ്ങനെ ഒന്നു ണ്ടെന്നുതന്നെ ഇതുവരെ അറിഞ്ഞിട്ടില്ല

തനിച്ചായപ്പോൾ അജ്ഞാതമായൊരു ഭയം അയാളെ പിടികൂടി. ശക്തി മുഴുവൻ ചോർന്നുപോയതുപോലെ..അയാൾ ചുമരിനു ചേർന്നി രുന്നു.

മരണം വാതിൽക്കൽ നില്ക്കുന്നതുപോലെ...ജീവിതം അവസാനി ക്കുകയാണ്. കടൽ...കടൽത്തീരം...സൂര്യോദയം...അസ്തമയം.... പക്ഷി കളുടെ പാട്ട്...വയലിലെ വിളവ്...ഒന്നും ഇനി കാണില്ല... ആലോചിക്കു ന്തോറും ദുഃഖം ഏറിയേറിവരുന്നു...ഹൃദയം ഉരുകിപ്പോകുന്നു... എത്ര തന്നെ കഷ്ടപ്പാടുണ്ടായാലും..ദാരിദ്ര്യമായാലും... ജീവിതം ജീവിതം തന്നെയാണ്...അത് സഹിക്കാവുന്നതുമാണ്. മരണം...ആഗ്രഹിക്കത്തക്ക തല്ല...എങ്കിലും തന്റെ ജീവിതത്തിൽ അത് അനിവാര്യമായിത്തീർ ന്നിരിക്കുന്നു...

അടുത്തദിവസം അമിയ വന്നു ഭർത്താവിനെ കണ്ട ഉടൻ അവൾ പൊട്ടിക്കരഞ്ഞു...അഴികൾക്കുള്ളിൽ ആ രംഗം നോക്കിനിന്ന കാളീചരൺ ഗദ്ഗദകണ്ഠനായി...

"അമീ കരയാതെ വല്ലതും പറയൂ..."

"അയ്യോ...! ഈശ്വരന് കണ്ണില്ലല്ലോ! ഞങ്ങളുടെ കുടുംബം നശി പ്പിച്ചില്ലേ..."

"എന്നെ വിവാഹം ചെയ്തതിനുശേഷം നിനക്ക് ഒരു സുഖവും കിട്ടി യിട്ടില്ല"

"അങ്ങനെ പറയാതെ"

"ഹരിചരണിന്റെ മക്കളെ നമ്മുടെ മക്കളായി കണക്കാക്കണം. നമ്മുടെ ഭൂമിയില് അവർക്കും അവകാശം ഉണ്ടാവണം..."

അമിയയുടെ കരച്ചില് ഉച്ചത്തിലായി...

"ആ മക്കളെങ്കിലും സുഖമായിരിക്കട്ടെ..."

അമിയ ഇരുമ്പഴികളിൽ തലയടിച്ചു കരഞ്ഞു... കാളീചരൺ ആശ്വ സിപ്പിക്കാൻ ശ്രമിച്ചു...

"സമയമായി... ഇനി നടക്കമ്മേ..." വാർഡൻ അറിയിച്ചു.

"അയ്യോ...! അയ്യോ...!"

"പോയിവാ...അമീ..."

വാർഡർമാർ അമിയയെ പിടിച്ചുവലിച്ചുകൊണ്ട് പുറത്തേക്കു നടന്നു. കാളീചരൺ നിർവ്വികാരനായി നോക്കിനിന്നു... ഭാര്യ അപ്രത്യക്ഷ യായയപ്പോൾ ആ മിഴികൾ നിറഞ്ഞു...കവിളുകൾ നനഞ്ഞു കുതിർന്നു...

അന്ന് അയാളുറങ്ങിയില്ല...കഴിഞ്ഞ സംഭവങ്ങൾ ഓർമ്മയിൽ തെളി ഞ്ഞുവന്നു...

ഇളയരാജന്റെ വീടിന് തീവെച്ച ദിനം വാതിലും ജനലുകളുമെല്ലാം പുറത്തുനിന്നടച്ച് ഭദ്രമാക്കിയിരുന്നു. കനുവും മനുവും മറ്റും മണ്ണെണ്ണ എല്ലായിടത്തും ഒഴിച്ചു. അർദ്ധരാത്രിയായിരുന്നു. നല്ല കാറ്റും. തീ ആളി പ്പടർന്നു. ഉള്ളിൽനിന്ന് കൂട്ടനിലവിളിയുയർന്നു. രക്ഷപ്പെടാൻ പരക്കം പാഞ്ഞു... ഇപ്പോൾ, സ്വന്തം മരണം അടുത്തെത്തിയപ്പോഴാണ്, ആ പ്രവൃത്തി ഭീകരമായിരുന്നെന്ന് ബോദ്ധ്യമാവുന്നത്...ഇളയരാജൻ ജന ദ്രോഹിയായിരിക്കാം തന്റെ സഹോദരിയുടെ മരണത്തിനുത്തരവാദിയു മാകാം. എങ്കിലും അയാളെച്ചുട്ടുകൊല്ലാനുള്ള അധികാരം തനിക്കുണ്ടോ? ജീവൻ കൊടുക്കാൻ കഴിയാത്തവന് അതു നശിപ്പിക്കാനും അവകാശ മില്ല...

ഹരിചരണും താനും കൊയ്ത കറ്റകൾ കൂട്ടിവെക്കുന്നു. അമിയയും ഭൂദേവിയും ഭക്ഷണം പാകംചെയ്യുകയാണ്. പണിക്കാർ പാട്ടുപാടുന്നു. പച്ചമരങ്ങളിൽ ചുവന്ന പൂക്കൾ വിരിഞ്ഞുനില്ക്കുന്നു. കറ്റകളുടെ കൂമ്പാരം ആകാശത്തോളം ഉയർന്നു..ഏണിയിൽ ചവുട്ടിയിട്ടാണ് താൻ നില്ക്കുന്നത്. ഇനി മേഘത്തോളം ഉയരണം..പെട്ടെന്ന് അവിടെ കറുത്ത കയർ തൂങ്ങിനില്ക്കുന്നു.

അയാൾ അറിയാതെ നിലവിളിച്ചുപോയി...

ശരീരം വിയർപ്പിൽ കുളിച്ചിരിക്കുന്നു...ആരോ നടക്കുന്നത് അയാൾ ശ്രദ്ധിച്ചു...നാലു വാർഡർമാർ. അവർ വാതിൽതുറന്ന് അകത്തു കടന്നു...

കാളീചരണിനെ പിടിച്ചെഴുന്നേല്പിച്ചു. കൈകൾ പിന്നിൽ ചേർത്തു കെട്ടി. ചങ്ങലയിട്ടു ഒരു തോൽബെൽറ്റ് മുറുക്കിക്കെട്ടി.

വാർഡർമാർ അയാളെ നടത്തിക്കൊണ്ടുപോയി...

മജിസ്ട്രേറ്റ് വിധി ഒരിക്കൽക്കൂടി അയാളെ വായിച്ചു കേൾപ്പിച്ചു...

എല്ലാവരും ചേർന്ന് അയാളെ മുന്നോട്ടു നയിച്ചു...തൂക്കുമുറിയുടെ ഉള്ളലെത്തി. വഴിയുടെ ഇരുവശങ്ങളിലും വാർഡർമാർ നിന്നിരുന്നു...

ജയിൽ മുഴുവൻ ഉറക്കത്തിലായിരുന്നു...

നക്ഷത്രവെളിച്ചത്തിൽ തിളങ്ങുന്ന തൂക്കുമരം...

തുറന്ന വാതിലിനപ്പുറത്ത് ഒരു ചതുരമുറി. അതിനടിയിൽ പത്തടി ആഴത്തിലുള്ള ഒരു കിണർ. ഇരുമ്പുതകിടുകൊണ്ട് അതു മൂടിയിരി ക്കുന്നു. നടുക്കു വെള്ള അടയാളം. താഴോട്ടു തുറക്കുന്നവിധത്തിലാണ് ആ തകിട് സംവിധാനം ചെയ്തിരിക്കുന്നത്. മുറിയുടെ ഒത്ത മദ്ധ്യത്തി ലാണ് തൂക്കുമരം.

കാളീചരണിനെ മുറിയുടെ നടുവിലുള്ള അടയാളത്തിൽ നിർത്തി. കാലിൽ ബെൽറ്റിട്ടു മൂഖം മൂടിക്കെട്ടി. ആരാച്ചാർ കയർ കഴുത്തിൽ കുരുക്കി...

കാളീചരണിന്റെ മനസ്സ് ആകാശത്തിൽ പറക്കുകയായിരുന്നു. വീ ശാലമായ ചിറകു വിടർത്തി ഒരു ഗരുഡൻ തന്റെ നേർക്ക് പറന്നു വരു ന്നത് അയാൾ കണ്ടു... ഗരുഡന്റെ മുഖത്തിന് ഹരിചരണിന്റെ സാദൃശ്യം "വന്നോ...!വാ..." ഹരിചരൺ വിളിക്കുന്നു. കാളീചരൺ കൈ മേലോട്ടു യർത്തി... പെട്ടെന്ന് കൈയുടെ സ്ഥാനത്തു ചിറക്...മാത്രമല്ല... താനും ഗരുഡനായിത്തീരുന്നു...

"വാ... നമ്മുടെ നാടൊക്കെ കണ്ടുവരാം. ഇനി നമ്മെ ആരു തട യാൻ." ഹരിചരൺ പറയുന്നു.

ഇരുവരും പാറിപ്പറന്നു. നീലദ്വീപുകളുടെ മുകളിലെത്തി. വിശാല മായ പച്ചക്കടലിനു മീതെ വട്ടംചുറ്റി. പിന്നെ താഴത്തിറങ്ങി. സുലു ദ്വീപിലെ ശ്മശാനത്തിൽ ഒരു ശവം ചിതയിലെടുത്തുവയ്ക്കുന്നു. മനില തീകൊടുക്കുന്നു. അമിയയും മഞ്ജരിയും മറ്റും ചുറ്റും നിന്നു കരയുന്നു...

പെട്ടെന്ന് ജയിലറുടെ ശബ്ദം:

"റെഡി..."

കയർ മുറുകി. കാളീചരൺ ഉറക്കെ നിലവിളിച്ചു. ഇരുമ്പു തകിട് താഴോട്ടു തുറന്നു. കാളീചരൺ കിണറ്റിൽ തൂങ്ങിയാടി പിടഞ്ഞു. നാക്കു പുറത്തേക്ക് നീണ്ടു. വായിൽനിന്നു രക്തം ധാരധാരയായൊഴുകി...

നിമിഷങ്ങൾ കഴിഞ്ഞു. ജയിലറും ഡോക്ടറും പടവുകളിറങ്ങി. കാളീചരണിന്റെ നാഡികൾ പരിശോധിച്ചു. മുകളിലെത്തി പുറത്തു കടന്നശേഷം ഡോക്ടർ കുറിച്ചു... "കാളീചരൺ മരിച്ചു..."

ഇരുമ്പുതകിട് താഴോട്ട് തുറന്ന് ഇരുവശത്തെയും ചുമരിലടിച്ച ഒച്ച ജയിലിൽ പ്രതിധ്വനിച്ചു. തടവുകാർ ഭയത്തോടും ദുഃഖത്തോടും ആ ശബ്ദത്തിനു ചെവികൊടുത്തു... കാളീചരണിന്റെ കഥ കഴിഞ്ഞെന്ന് എല്ലാവർക്കും മനസ്സിലായി...

സലോമിൻ തലകുനിച്ചു നിന്നു.

നിരാശയിൽനിന്നുയർന്ന അമർഷത്തോടെ ജയതിലക് പറഞ്ഞു: "ആ വാർഡൻ നമ്മെ വഞ്ചിച്ചു. ആരുമറിയാതെ കാളീചരണിനെ വക വരുത്തി. നാമിത്രപേർ ഇവിടെയുണ്ടായിട്ടും ഒന്നും ചെയ്യാനായില്ലല്ലോ..."

"നമ്മൾ തടവുകാർ. നമുക്കെന്തു ചെയ്യാനൊക്കും?" മഹാപാത്ര് സമാധാനിപ്പിച്ചു.

"കാളീചരണിനെ ഒന്നു കാണാൻകൂടി കഴിഞ്ഞില്ലല്ലോ" മനു നിരാശ പ്പെട്ടു.

ഭൂദേവി ഹൃദയംപൊട്ടിക്കരഞ്ഞു.

"എന്താ...? എന്തുണ്ടായി? ഗിൽഡ കിടന്നിടത്തുനിന്നു വിളിച്ചു ചോദിച്ചു.

"കാളീചരണിനെ അവസാനിപ്പിച്ചല്ലോ..."

ഗിൽഡ എണീറ്റിരുന്നു. വാർത്തയറിഞ്ഞ് മറ്റുള്ളവരും ഉറക്കമു ണർന്നു. എല്ലാവരും അഴികൾക്കപ്പുറത്തേക്കു സൂക്ഷിച്ചു നോക്കി...

പൊടുന്നനവെ ഭ്രാന്തി സുബൈദ വിളിച്ചുകൂവി... "എന്റെ മോനെ കൊന്നല്ലോ..."

പത്ത്

ഭൂദേവിയുടെ മരവിപ്പു മാറാൻ ദിവസങ്ങൾതന്നെ വേണ്ടിവന്നു കാളീചരണിന്റെ മരണത്തോടെ ജീവിതവിരക്തി കൈവന്നതു പോലെ വേദനയുടെ കാഠിന്യം കുറഞ്ഞപ്പോൾ പലവിധചിന്തകൾ അവരെ അസ്വസ്ഥരാക്കി: ഇങ്ങനെ വെറുതെയിരുന്ന് കാലം കളഞ്ഞിട്ടെന്തു കിട്ടാൻ? നാട്ടിലാണെങ്കിൽ വീട്ടുജോലിയുണ്ട്. സ്കൂളിൽ പഠിപ്പിക്കാം. സ്വന്തം വയറ്റിൽ ജനിച്ചവർ മാത്രമല്ലല്ലോ മക്കൾ ഈ ജയിലിലുള്ള കുഞ്ഞുങ്ങളും തന്റെ മക്കളല്ലേ? ഇവർക്കു വേണ്ടി എന്തെങ്കിലും ചെയ്തേ പറ്റൂ.

"വെറുതെ ചാടിക്കളിച്ച് കാലം കളയുകയല്ലേ...ഞാനക്ഷരം പഠിപ്പി ച്ചുതരട്ടെ...?"

"പഠിച്ചിട്ടെന്തു കിട്ടാനാ...?" ഒരു സ്ത്രീ ചിരിച്ചു... "പഠിച്ചു നിങ്ങളെ പ്പോലെ മേധം ആവണോ...?"

"അങ്ങനെ വേണ്ട, പുസ്തകങ്ങൾ വായിക്കാമല്ലോ..."

"ഞങ്ങൾ പുസ്തകം വായിച്ചിട്ടെന്തുചെയ്യാൻ...! അതൊക്കെ ആണു ങ്ങൾക്കുള്ളതല്ലേ...?"

"ഈ ചിന്തകൊണ്ടാണ് ഇങ്ങനെയായിപ്പോയത്. നിങ്ങളെപ്പോലുള്ള വർ ജീവിച്ചിരുന്നിട്ടുതന്നെ എന്തു പ്രയോജനം!"

അഞ്ചാറു പെൺകുട്ടികൾ അക്ഷരം പഠിക്കാൻ മുന്നോട്ടു വന്നു...

അക്ഷീയാമരത്തിന്റെ കീഴിൽ ഗുരുവും ശിഷ്യകളുമിരുന്നു... ഭൂദേവി മണ്ണിൽ അക്ഷരമെഴുതിക്കാണിച്ചു. മറ്റുള്ളവർ നോക്കിപ്പഠിച്ചു...

ഒരുദിവസം പഠനം നടക്കുകയായിരുന്നു... ഒരു യുവതി ഓടിവന്നറി യിച്ചു: "മീന ചർദ്ദിക്കുന്നു..."

ഭൂദേവി എണീറ്റുചെന്നു. ചർദ്ദിച്ചവശയായ മീന തലയ്ക്കു കൈ കൊടുത്തിരിക്കുന്നു. വിളറിയ മുഖം. ഭൂദേവിക്കു തെല്ലു ഭയം തോന്നി...

"തീണ്ടാരിയായിട്ട് ദിവസമെത്രയായി...?"

"രണ്ടോമൂന്നോ മാസമായെന്നു തോന്നുന്നു. ഇവിടെ വന്നതിനു ശേഷം ആയിട്ടില്ല..."

ഈശ്വരാ...! ഭൂദേവി മനസ്സിൽ പറഞ്ഞു. ആ ചാണ്ഡാളന്മാരിൽ ആരുടെ വിത്താണോ ഈ വയറ്റിൽ വളരുന്നത്! ...ഇത് എടുത്തുകള യണം.

അവർ മേട്രനെ സമീപിച്ച് സംഗതി പറഞ്ഞു.

"ഈ അനാഥകൾക്ക് ഇതൊരു ദോഷമാണോ...? ഓപ്പറേഷൻ നടത്താൻ നിന്റച്ഛൻ പണം തരുമോ?" മേട്രൻ ഉത്തരം പറഞ്ഞു.

ഭൂദേവി മൗനിയായി, പാപത്തിന്റെ സന്തതിയെ വളർത്തിയിട്ടെന്തു പ്രയോജനം...? എങ്കിലും ഒരു കുഞ്ഞിന്റെ ജീവൻ നശിപ്പിക്കാൻ തനി ക്കെന്തധികാരം?

ദിവസങ്ങൾ കടന്നുപോയപ്പോൾ മീനയുടെ ചർദ്ദിനിന്നു. ജയിലിലെ അരവയർ ആഹാരത്തിലും അവളുടെ ഉദരം വീർക്കുകയും ശരീരം മിനു ങ്ങുകയും ചെയ്തു. വളരുന്ന വയർ നോക്കി അവൾ ചോദിച്ചു: "എനക്ക് കുഞ്ഞുണ്ടാകുമോ...?"

"അതേ മോളേ...!"

"എന്റെ അച്ഛൻ... കാണാൻ വന്നതേ ഇല്ലല്ലോ..." അയാൾ ജീവി ച്ചിരുന്നെങ്കിൽ തന്റെ മകളെ അന്വേഷിച്ച് എങ്ങനെയും എത്തിച്ചേരു മായിരുന്നു...

"നീ ഇവിടെയാണെന്ന് അച്ഛനറിയില്ലല്ലോ?..." ആശ്വസിപ്പിച്ചുകൊണ്ട് ഭൂദേവി പറഞ്ഞു.

ശരിയാണ്... ഞാനിവിടെയുണ്ടെന്ന് അച്ഛനെങ്ങനെയറിയും...? അറി ഞ്ഞിരുന്നെങ്കിൽ ഒരു നിമിഷംപോലും കളയാതെ എത്തിച്ചേരുമായി രുന്നു... തന്നെ വിടുവിച്ച് കൂട്ടിക്കൊണ്ടു പോകുമായിരുന്നു. വീട്ടിലെ ന്തൊരു സുഖം...! ഇവിടെത്തെപ്പോലല്ല. രുചിയുള്ള കറിയുണ്ടാക്കാം. കൂട്ടുകാരികളോടൊത്ത് ടൗണിലും സിനിമയ്ക്കും പോകാം... ഈയിടെ കൂട്ടുകാരി രമി തന്റെ മൂന്നുമാസം പ്രായമായ കുഞ്ഞിനെയുമെടുത്ത് വീട്ടിൽ വന്നിരുന്നു. നല്ല കുഞ്ഞ് എന്തൊരു ഓമനത്തം... അച്ഛന്റെ തനി സ്വരൂപമാണത്രെ കുഞ്ഞ്...

നാളെ തനിക്കും ഒരു കുട്ടി പിറക്കും... ആരെപ്പോലിരിക്കും...? അച്ഛൻ ആരായിരിക്കും...? കൂട്ടുകാരികളുടെ ചോദ്യത്തിന് എന്തുത്തരം പറയും...?

അവൾ കൂടുതലസ്വസ്ഥയായി. കുലുവിലെ പൊലീസ്സ്റ്റേഷനിൽ നടന്ന സംഭവങ്ങൾ ഓരോന്നായി തെളിഞ്ഞുവന്നു... അവളുടെ ദേഹം വിറയ്ക്കാൻ തുടങ്ങി... ഇനി അച്ഛൻ തന്നെ വീട്ടിൽ കയറ്റിയില്ലെങ്കി ലോ...? പിന്നെ സമുദ്രം മാത്രമാണ് അഭയം...

"ഇങ്ങനെ ഓരോന്നു ചിന്തിക്കാതിരിക്ക് ദൈവം രക്ഷിക്കും..." ഭൂദേവി അവളുടെ ശിരസ്സിൽ തലോടി...

മീനയ്ക്ക് കരച്ചിൽ വന്നു.

അമ്മ മരിക്കുമ്പോൾ ഏഴോ എട്ടോ വയസ്സുണ്ടാകും. അന്നു തൊട്ട് സ്നേഹത്തോടെ വളർത്തിയത് അച്ഛനാണ്... ഇപ്പോൾ ഈ സ്ത്രീയെ കാണുമ്പോൾ അമ്മയുടെ ചിന്ത കൂടിവരുന്നു. ഇതേ നിറം. ഇത്ര വാത്സ ല്യം. പക്ഷേ, കണ്ണടയില്ല. കറുത്ത തലമുടിയാണ്. നല്ല നീളം.

ഭൂദേവിയുടെ ഹൃദയം ആർദ്രമായി....

ഈ മീനയ്ക്ക് ഇനിയെന്താണ് ഗതി? നാളെ ഇവളെ ആരു സംര ക്ഷിക്കും...? ഇതുവരെ വിചാരണയ്ക്കു കൊണ്ടുപോയിട്ടില്ല. മരണം വരെ ഇവിടെത്തന്നെ കഴിയാനും ഇടയുണ്ട് ...മകൾ മഞ്ജരി...ഇപ്പോൾ എന്നെ ടുക്കുകയാവും...? നാളെ അവൾക്കു വിവാഹം നടക്കും... കുട്ടികളുണ്ടാ കും... അപ്പോഴൊന്നും താനുണ്ടാവില്ല... ജീവിതം മുന്നോട്ടു പ്രയാണം തുടർന്നുകൊണ്ടിരിക്കും...മഞ്ജരിയുമായി തട്ടിച്ചു നോക്കുമ്പോൾ ഇവൾ എത്ര നിർഭാഗ്യയാണ്! ചെറുപ്രായം. ജീവിതത്തിലെ ക്രൂരത അനുഭവി

ക്കേണ്ടിവന്നു. ആ ഭീകരതയുടെ നിഴലുകൾ മാഞ്ഞുപോകുമോ? ഹൃദയ
ത്തിൽ തങ്ങിനില്ക്കുകയില്ലേ...? ജയിൽ വിമുക്തയായിട്ട് ഇവളെവിടെ
പോകും? ആരിവൾക്ക് ഒരു പുതുജീവിതം നല്കും...? ഏതു യുവാവ്
തയ്യാറാകും...? താഴത്തു വീണ പെണ്ണിനെ പിടിച്ചെഴുന്നേല്പിക്കുന്ന മനു
ഷ്യത്വപരമായ സമീപനം പുറംലോകത്തിനില്ലല്ലോ... അതിൽ ഭേദം ഈ
തടവറയാണ്. ഇവിടെ പരിഹസിക്കുന്നവരും നിന്ദിക്കുന്നവരുമില്ല. എല്ലാ
വരും ഒരേപോലെ ഭാഗ്യംകെട്ടവർ...

"കൈദി നമ്പർ 80-വിസിറ്ററുണ്ട്."

വാർഡന്റെ അറിയിപ്പു കേട്ട് ഗിൽഡ ചാടിയെണീറ്റു. സന്തോഷം
കൊണ്ട് അവൾ മതിമറന്നു. വാർഡറെ അനുഗമിച്ചവൾ പതിനഞ്ചു മിനുട്ടി
നുശേഷം കടന്നുവന്നു...

"ആരാ...?" ഭൂദേവി അന്വേഷിച്ചു.

"ചാരുസേനൻ, എന്നെ അന്വേഷിച്ച് വേശ്യാലയത്തിൽ വരാറുള്ള
ആൾ."

ചാരുസേനൻ. എപ്പോഴും വെളുത്ത പാന്റാണ് ധരിക്കുക. തലമുടി
പിന്നോട്ടു ചീകിവയ്ക്കും. കുറേഭാഗം നെറ്റിത്തടത്തിൽ വീണുകിടക്കുന്നു
ണ്ടാകും. തിളങ്ങുന്ന ഷർട്ട്...ആകപ്പാടെ ഒരു നൃത്തക്കാരനെ ഓർമ്മിപ്പി
ക്കും...

"നിങ്ങൾ ഡാൻസ് ചെയ്യാറുണ്ടോ?" ഒരിക്കൽ അവൾ ചോദിച്ചു.

"ഇല്ല ഇലക്ട്രിക്കൽ സാധനങ്ങൾ വില്ക്കുന്ന കട നടത്തുകയാണ്."

വേശ്യാഗൃഹത്തിലെത്തുന്നവരിലധികവും വൃദ്ധരാണ്. കരുത്തുള്ള
യുവാക്കളെത്തുമ്പോൾ ഏവർക്കും സന്തോഷമാണ്. ചാരുസേനൻ
ഗിൽഡയ്ക്കു പ്രത്യേക സമ്മാനങ്ങൾ കൊടുക്കുമായിരുന്നു. പലപ്പോഴും
അയാൾ പറഞ്ഞിട്ടുണ്ട്: "ഗിൽഡാ... നിന്നെ എനിക്കു വളരെ ഇഷ്ട
മാണ്..." ഇപ്പോൾ തന്നെ അന്വേഷിച്ച് ജയിലിലെത്തിയിരിക്കുന്നു.
ഇതിന്റെ അർത്ഥം...? അയാളുടെ വാക്കുകൾ എത്ര നിർവൃതികരമാണ്...

"അയാൾ വളരെ നല്ല ആളാണ്... എന്നെ വിടുവിക്കുമെന്നു പറഞ്ഞു.
അടുത്താഴ്ച വീണ്ടും വരും..."

ആശ നിറഞ്ഞ ഗിൽഡയുടെ മുഖം ഭൂദേവിയെ സന്തോഷിപ്പിച്ചു.
ഗിൽഡയുടെ ചുമലിൽ തടവിക്കൊണ്ട് അവർ പറഞ്ഞു: "ആകട്ടെ...
നിനക്ക് നല്ലതു വരട്ടെ. ഞാൻ ദൈവത്തോടു പ്രാർത്ഥിക്കുന്നതും
ഇതാണ്. അയാൾ നിന്നെ വിടുവിച്ചുകൊണ്ടുപോയാൽ നന്നായി. കഷ്ട
കാലത്ത് സഹായം നല്കിയ ആളെ ഒരിക്കലും മറക്കരുത്. രക്ഷപ്പെ
ട്ടാൽ ഇനി വേശ്യാഗൃഹത്തിൽ പോകരുത്... അയാളോടൊന്നിച്ചു കഴി
യാൻ ശ്രമിക്കണം..."

ഗിൽഡ സമ്മതഭാവത്തിൽ തലയാട്ടി...

മീനയേയുംകൂട്ടി അവൾ കക്കൂസിലേക്കു കടന്നു. തന്റെ ബ്ലൗസിനു
ള്ളിൽ സൂക്ഷിച്ചിരുന്ന ഒരു ചോക്ലേറ്റ് അവൾ പുറത്തെടുത്ത് പകുതി
മീനയ്ക്കു കൊടുത്തു. ചാരുസേനൻ കൊടുത്തതാണത്... ഇരുവരും
അത് നുണച്ചിറക്കി.

അന്നുരാത്രി ഗില്‍ഡയുടെ ഓര്‍മ്മയില്‍ ചാരുസേനന്‍ തെളിഞ്ഞു വന്നു....

രണ്ടുപേരും അകേഷിയാമരത്തിനു കീഴില്‍ നില്‍ക്കുന്നു. ഭൂദേവി രണ്ടു മാല കൊണ്ടുവന്ന് ഇരുവരെയും അണിയിച്ചു. ഭൂദേവിയോട് വിടവാങ്ങി അവര്‍ നടന്നു. മഹിളാവാര്‍ഡിന്റെ ഗേറ്റ് സ്വയം തുറന്നു. പുറത്ത് കസേരയില്‍ മേട്രനും ലിംസാഹേബും ഇരിക്കുന്നു. അവര്‍ ഭയപ്പെട്ടു. പിടികൂടിയെങ്കിലോ!... ചാരുസേനന്‍ ഗില്‍ഡയെ മുകളിലേക്ക് പിടിച്ചുയര്‍ത്തി. ഇരുവരും മേലോട്ടുയര്‍ന്നുതുടങ്ങി. പതുക്കെ... പക്ഷികളെപ്പോലെ... പെട്ടെന്ന് മേട്രണ്‍ വിളിച്ചുപറയുന്നു... 'അതാ രക്ഷപ്പെടുന്നു... പിടിയവരെ...' ലിംസാഹേബ് തോക്കുയര്‍ത്തി. മേഘങ്ങള്‍ ക്കപ്പുറത്തെത്തിയ ഗില്‍ഡയും ചാരുസേനനും പൊട്ടിച്ചിരിച്ചു...

ഗില്‍ഡ കണ്ണുതുറന്നു. താന്‍ കണ്ടത് സ്വപ്നമാണെന്നു വിശ്വസിക്കാന്‍ പ്രയാസം. അത്രയ്ക്കു സ്പഷ്ടം. ആ അനുഭവം അവള്‍ എല്ലാവരോടും പറഞ്ഞു...

ചാരുസേനന്റെ പ്രതീക്ഷയില്‍ ഒരാഴ്ച കഴിഞ്ഞുപോയത് അവളറിഞ്ഞില്ല. സന്ദര്‍ശനദിനം വളരെ നേരത്തെ അവളണിഞ്ഞൊരുങ്ങി. മുടി മടഞ്ഞുകെട്ടി. മഞ്ഞ അകേഷിയാപൂ ചൂടി. മീന അഭിനന്ദിച്ചപ്പോള്‍ അവള്‍ നാണംകുണുങ്ങി നിന്നു. കീറിയ സാരിത്തുമ്പ് കടിച്ചുപിടിച്ചു...

വാര്‍ഡര്‍ വിളിക്കാന്‍ വരുന്നതും കാത്ത് അവള്‍ നിന്നു... സന്ദര്‍ശന സമയം കഴിഞ്ഞിട്ടും വാര്‍ഡന്റെ ലക്ഷണമില്ല. ചാരുസേനന്‍ വന്നില്ല... ഗില്‍ഡ നിരാശയില്‍ വിതുമ്മിക്കരയാന്‍ തുടങ്ങി.

"ഇതിനൊക്കെ കരയാനുണ്ടോ...? അടുത്താഴ്ച വരാതിരിക്കില്ല."
—ഭൂദേവി ആശ്വസിപ്പിച്ചു.

"ഇല്ല... അയാളിനി വരില്ല..." അവള്‍ പൊട്ടിക്കരഞ്ഞു...

ഭൂദേവി ആരംഭിച്ച ക്ലാസ്സില്‍ പഠിക്കാനെത്തുന്ന കുട്ടികളുടെ സംഖ്യ പത്തില്‍ നിന്ന് നാലായി താണു. അഞ്ചാറുവയസ്സുള്ള ചെറിയ കുട്ടികളാണെങ്കില്‍ അക്ഷരം പഠിക്കാനുള്ള ആസക്തിയേ ഇല്ല. അവര്‍ കളിച്ചു ചിരിച്ച് കാലം കളയുന്നു. നാട്ടിലെ കുട്ടികള്‍ക്കു പഠിക്കണമെന്ന ആഗ്രഹമുണ്ട്. എന്തെന്നാല്‍ അവര്‍ക്കു ജീവിതത്തില്‍ ഒരു ലക്ഷ്യമുണ്ട്. പഠിച്ചു വലിയവരായാല്‍ പറ്റിയ ജോലിയും സമ്പാദിക്കും. അവര്‍ക്ക് വിജ്ഞാന ദാഹമുണ്ട്. ജീവിതം വികസിപ്പിക്കാനുള്ള പിന്‍ബലമുണ്ട്. ഈ ജയില്‍ ഭിത്തിക്കുള്ളില്‍ കഴിയുന്നവര്‍ക്കെന്തു ഭാവി? ഇവര്‍ വായിച്ചു പഠിച്ചിട്ട് എന്തുചെയ്യാന്‍...!

ഒരുതവണ ലിംസാഹേബ് വന്നപ്പോള്‍ ഭൂദേവി പറഞ്ഞു "ഞാന്‍ ഈ കുട്ടികളെ പഠിപ്പിക്കുന്നുണ്ട്. ഇവര്‍ക്ക് ഓരോ സ്ലേറ്റും പെന്‍സിലും പുസ്തകവും വാങ്ങിത്തരണം..."

തന്റെ മുന്നില്‍ നില്‍ക്കുന്ന സ്ത്രീയെ ലിംസാഹേബ് ശ്രദ്ധിച്ചു... കറുപ്പും വെളുപ്പും കലര്‍ന്ന തലമുടി... കറുത്ത കണ്ണട... ഇവളെക്കൊണ്ടു അപകടമൊന്നുമുണ്ടാകില്ലല്ലോ...? ജയിലിലുള്ളവരെ അക്ഷരം പഠിപ്പിച്ച്

ഉദ്ധരിക്കുകയല്ലേ...? ആകട്ടെ. താൻ ഉപകാരിയാണെന്ന് ബോദ്ധ്യപ്പെടു
ത്താനുള്ള അവസരം.

"ആകട്ടെ..." അയാൾ സമ്മതിച്ചു.

ഒരാഴ്ചകഴിഞ്ഞപ്പോൾ രണ്ട് ബാലബോധിനി ലഭിച്ചു. സ്ലേറ്റുണ്ടായി
രുന്നില്ല. പുസ്തകം കിട്ടിയപ്പോൾ കുട്ടികൾക്കുണ്ടായ ആനന്ദത്തിന്
അതിരില്ലായിരുന്നു. അവർ അക്ഷരങ്ങൾ തപ്പിത്തടഞ്ഞു വായിച്ചു. മറ്റുള്ള
വർ അസൂയയോടെ അത് നോക്കിയിരുന്നു.

ഭൂദേവി പാട്ടുകാരിയല്ല എങ്കിലും സ്കൂളിലെ പ്രാർത്ഥനാഗാനം
അവർ പാടി. കുട്ടികൾ ഏറ്റുപാടി...

ജയിലിനെ ആ പ്രാർത്ഥനാഗീതം പുളകംകൊള്ളിച്ചു... അതുവരെ
യില്ലാത്ത ആദരവും ബഹുമാനവും ഭൂദേവിക്കു ലഭിച്ചു. അവരുടെ കഥ
കേൾക്കാൻ തടവുകാർ ചുറ്റിക്കൂടി. എങ്ങുനിന്നോ വന്ന ഈ അദ്ധ്യാപിക
യുടെ സ്വാധീനം മേട്രനെ അലോസരപ്പെടുത്തുന്നുണ്ടായിരുന്നു...

പതിനൊന്ന്

ദീർഘകായൻ ലിംസാഹെബ് മുന്നിൽ. പിന്നിൽ ആയുധധാരിക
ളായ പൊലീസുകാരും വാർഡർമാരും. ഈ പരേഡ് എല്ലാ ബ്ലോക്കുകളും
കടന്ന് പത്താം നമ്പരിലെത്തി. തടവുകാർക്കിടയിൽ നിന്നു മുന്നോട്ടു
വന്ന് സലോമിൻ നമസ്കാരം പറഞ്ഞു.

ലിംസാഹെബ് തലയുയർത്തി. വെള്ളത്താടിക്കാരൻ സലോമിനെ
സൂക്ഷിച്ചുനോക്കി. എന്ത്...? ആ പുരികം വലിഞ്ഞു മുറുകി...

സലോമിൻ ഉറച്ച സ്വരത്തിൽ പറഞ്ഞു: "ഞങ്ങൾ മുമ്പു പലതവണ
ഇക്കാര്യം സൂചിപ്പിച്ചിട്ടുണ്ട്. ഞങ്ങൾക്കു കിട്ടുന്നതു വളരെ മോശപ്പെട്ട
ആഹാരമാണ്. രാഷ്ട്രീയത്തടവുകാർക്കു യാതൊരാനുകൂല്യവും ലഭിക്കു
ന്നില്ല..."

"ഇവിടെ എല്ലാവരും തുല്യരാണ്. ആർക്കും പ്രത്യേകാനുകൂല്യം
നല്കില്ല..."

"ഞങ്ങൾ വന്നിട്ട് എത്രയോ മാസങ്ങളായി വിചാരണ നടത്താതെ
എന്തിനിങ്ങനെ പൂട്ടിയിടണം?

"രാജ്യത്ത് അടിയന്തരാവസ്ഥയാണ് പഴയ നിയമങ്ങളൊന്നും
ഇപ്പോൾ നിലവിലില്ല. നിങ്ങൾ അച്ചടക്കത്തോടെ പെരുമാറുന്നില്ലെങ്കിൽ
ഞങ്ങൾ നയം മാറ്റേണ്ടിവരും. നടപടികൾ കർക്കശമാക്കും...

"എന്താ... വെടിവച്ചു കൊല്ലുമോ?"

"വേണ്ടിവന്നാൽ അതിനും ഞങ്ങൾക്കധികാരമുണ്ട്. ആരും
ഞങ്ങളെ തടയില്ല..." ലിംസാഹെബിന്റെ മുഖം ചുവന്നുതുടുത്തു.

"ജനം ഒരു നാൾ ഈ വാക്കിന് ഉത്തരം തരും..." ജയതിലകിനെ
നോക്കി സലോമി ഉറക്കെ പറഞ്ഞു...

"തടവുപുള്ളികൾക്കു സംസാരിക്കാനധികാരമില്ലെന്ന് ഓർമ്മവേണം...
എന്താ നോക്കിനിൽക്കുന്നത്?...വാതിലടച്ചുപൂട്ട്..." ലിംസാഹേബ് അലറി...
വാതിലടച്ചു പൂട്ടിട്ടു. പഞ്ജരത്തിന്റെ അഴികൾ പരിഹസിച്ചു. ഉള്ളിൽ
കുതിക്കാൻ വെമ്പുന്ന മനസ്സുകൾ പക്ഷേ, നിസ്സഹായകർ... ആകാശത്തി
ലിപ്പോൾ കഴുകന്മാർ മാത്രം പറക്കുന്നു. വർണ്ണച്ചിറകുകളുള്ള പറവ
കളില്ല... പാടുന്ന കുയിലുകളില്ല...ക്രൂരദംഷ്ട്രങ്ങളുമായി ഇരയെ സമീപി
ക്കുന്ന ഭൂതഗണങ്ങളാണ് ഇവിടെയുള്ളത്...

"കണ്ടില്ലേ? എത്ര ജോറായിരിക്കുന്നു. ഇവരെ ഒരു പാഠം പഠിപ്പിക്ക
ണമെങ്കിൽ ആയുധം കൈയിലെടുക്കണം. ഗറില്ലാമാതൃകയിൽ യുദ്ധ
തന്ത്രം ആവിഷ്കരിക്കണം... ഈ വ്യവസ്ഥ മറിച്ചിടണം. അഹിംസാത്മക
പോരാട്ടം കൊണ്ട് ഒരു പ്രയോജനവുമില്ല..." ജയതിലക് പറഞ്ഞു.

സലോമിൻ ആ അഭിപ്രായത്തെ എതിർത്തു.

"ആയുധമെടുക്കുന്നതുകൊണ്ടു രക്തച്ചൊരിച്ചിലാണു ഫലം.
നമ്മുടെ അയൽരാജ്യം അഹിംസാമാർഗ്ഗത്തിലൂടെയാണു സ്വാതന്ത്ര്യം
നേടിയത്..."

"അതു പഴയകഥ."

"ജയതിലക് പറയുന്നതാണ് ശരി..." രാജവർദ്ധൻ ഇടയ്ക്കു കയറി.

"നമ്മൾ പുറത്തായിരുന്നെങ്കിൽ ഇത്തരം എത്രയോ പ്രവൃത്തികൾ
ചെയ്യാമായിരുന്നു..."

"അതേ... അതുകൊണ്ടു നാം രക്ഷപ്പെടാനുള്ള വഴിനോക്കണം."

"രക്ഷപ്പെടൽ എളുപ്പമുള്ള കാര്യമല്ല..." സലോമിൻ അഭിപ്രായപ്പെട്ടു.

തണുപ്പുകാലം വന്നതോടെ ശ്വാസംമുട്ടലനുഭവപ്പെട്ടുതുടങ്ങിയ
മഹാപാത്രം ക്ഷീണസ്വരത്തിൽ പറഞ്ഞു: "ഞാനിപ്പോൾ ഈ നാടിന്റെ കാര്യം
ചിന്തിക്കുന്നതു തന്നെ വേണ്ടെന്നുവച്ചു. എന്റെ നിലകണ്ടോ? ഇവിടത്തെ
പൊടിയും വൃത്തികേടും സഹിക്കാനാവുന്നില്ല. എന്തിനിങ്ങനെ ജീവിക്ക
ണമെന്നു തോന്നിപ്പോവുന്നു? ഈ വയസ്സുകാലത്ത് ഇങ്ങനെയൊക്കെ
കഴിയണമെന്നുവന്നാൽ...? വീട്ടിലായിരുന്നെങ്കിൽ സമയത്തിനു മരുന്നും
ഭക്ഷണവും കിട്ടും. ഇവിടെ വന്നതോടെ എല്ലാം താറുമാറായി..."

"കുറച്ചു മരുന്നു കഴിക്കുന്നതു നല്ലതാണ്..."

"മരുന്ന് ആരു തരാൻ? എവിടുന്നു കിട്ടാൻ? മൂന്നു ദിവസമായി ആ
വാർഡനോടു പറയുന്നു... അവൻ കേട്ടഭാവം നടിക്കുന്നില്ല"...

"ഉച്ചയ്ക്കു ഭക്ഷണസമയത്തു വരുമല്ലോ. അന്നേരം ഒന്നാവശ്യ
പ്പെടാം..." ജയതിലക് ആശ്വസിപ്പിക്കാൻ ശ്രമിച്ചു

ഭക്ഷണസമയത്ത് ആവശ്യം ഉന്നയിച്ചു. പക്ഷേ, വൈകുന്നേരമായി
ട്ടും ഡോക്ടറുടെ പൊടിയില്ല. അന്നു രോഗം വർദ്ധിച്ചു. വലിവു കൂടി
ചുറ്റുമുള്ളവർ അന്നുറങ്ങിയില്ല.

രാവിലെ കഞ്ഞിസമയത്ത് ജയതിലകിന്റെയും രാജവർദ്ധന്റെയും
നേതൃത്വത്തിൽ കുറേപ്പേർ മുദ്രാവാക്യം വിളിച്ചു. അതു സൂപ്രണ്ടിന്റെ
ചെവിയിലെത്തി. ഉച്ചയോടെ അതിനു ഫലമുണ്ടായി. ഒരു ഡോക്ടർ വന്നു.

"ഇത് ആസ്ത്മയാണ് സുഖപ്പെടുന്ന രോഗമല്ല. ഇതിനെന്തിനാ ബഹളംകൂട്ടുന്നത്...?"

"ഡോക്ടർസാറേ... അനുഭവിക്കുന്നവർക്കല്ലേ ബുദ്ധിമുട്ടു മനസ്സി ലാവൂ... എനിക്കൊരുതവണ ഹാർട്ട്അറ്റാക്ക് ഉണ്ടായി. ഒരിക്കൽക്കൂടി അതുണ്ടായാൽ എല്ലാവർക്കും ബുദ്ധിമുട്ടാകുമല്ലോ എന്നോർത്തു പറഞ്ഞയച്ചതാണ്..."

"ശരി... ശരി... ആഡ്രീനലിൻ ഗുളിക കൊടുത്തയ്ക്കാം... മൂന്നുനേരം ഓരോന്നു കഴിക്കണം..." ഡോക്ടർ പുറപ്പെടാനൊരുങ്ങി.

"ഡോക്ടറേ.. ആ ഗുളിക വേണ്ട, അതുകൊണ്ട് ഒരു പ്രയോജന വുമില്ല. വേറെ ഗുളികയുണ്ടെങ്കിൽ കൊടുത്തയയ്ക്കണം..."

ഡോക്ടർക്ക് ആശ്ചര്യവും ക്രോധവും ഒന്നിച്ചുണ്ടായി...അയാളുടെ സ്വരം പരുഷമായി— "എന്ത്! എന്നെ പഠിപ്പിക്കാൻ വരുന്നോ? ഞാൻ തരുന്നത് തിന്നണം. വേണ്ടെങ്കിൽ വേണ്ട..."

അകന്നുപോകുന്ന ബൂട്ടുകൾ നോക്കിക്കൊണ്ട് മഹാപാത്ര ചിന്തിച്ചു. തന്റെ കാലം കഴിയാറായി...

ഡോക്ടർ കൊടുത്തയച്ച ഗുളിക അയാൾ വിഴുങ്ങി. എങ്കിലും രോഗ നില മാറിയില്ല. ജയിലാസ്പത്രിയിലെത്തിക്കാനാകുമോ? ജയതിലകും രാജവർദ്ധനും ആ വഴി ചിന്തിച്ചു.

ഉച്ചയോടെ രോഗനില കൂടുതൽ വഷളായി. സംസാരിക്കാൻ വിഷമം നേരിട്ടു. നെഞ്ചമർത്തിപ്പിടിച്ചു ചുമയ്ക്കാൻ തുടങ്ങി. ഉടനെ ആസ്പത്രി യിലെത്തിച്ചില്ലെങ്കിൽ...

തടവുകാർ ഉച്ചഭക്ഷണം ബഹിഷ്കരിച്ചു. മഹാപാത്രയെ ആസ്പത്രിയിലെത്തിക്കാതെ തങ്ങൾ സമരം പിൻവലിക്കില്ലെന്നു പ്രഖ്യാപിച്ചു.

വാർഡൻ മഹാപാത്രയെ പിടിച്ചെഴുന്നേല്പിക്കാൻ ശ്രമിച്ചു.

സാദ്ധ്യമായില്ല. തെറ്റു തന്നിൽ വീഴരുതല്ലോ. അയാളുടനെ സൂപ്ര ണ്ടിനെ വിവരമറിയിച്ചു.

ആസ്പത്രി അധികൃതർ സ്ട്രെച്ചറുമായെത്തി. മഹാപാത്രയെ അതിൽ കിടത്തി. തടവുകാർ അതു നോക്കിനിന്നു.

ഡോക്ടർ പരിശോധിച്ചു. നില ശോചനീയമായിരുന്നു. താൻ നേര ത്തെ ഇയാളോടു പെരുമാറിയതു തെറ്റായിപ്പോയെന്ന് അയാൾക്കു ബോധ്യമായി. ഉടനെ അത്യാവശ്യമരുന്നുകൾ കുത്തിവച്ചു. ഓക്സിജൻ തുടരെത്തുടരെ നല്കി. പക്ഷേ, സമയം വൈകിപ്പോയിരുന്നു. ആ ജീവൻ നിലനിർത്താൻ ഡോക്ടർക്കു കഴിഞ്ഞില്ല...

ലിംസാഹേബ് ആസ്പത്രിയിലെത്തി. വെള്ളത്തുണി മൂടിയ ശവ ത്തിനു മുന്നിൽ തൊപ്പിയൂരി വണങ്ങി.

"സാർ... ഇനിയെന്തു വേണം...?" ഡോക്ടർ ചോദിച്ചു.

ലിംസാഹേബ് ആലോചിച്ചു. സാധാരണ ഇത്തരം മരണം നടന്നാൽ ബന്ധുക്കളെ അറിയിക്കണം. അവർ ഏറ്റുവാങ്ങിക്കൊണ്ടു പോകും.

പക്ഷേ, ഇതങ്ങനെ പറ്റില്ല. ബന്ധുക്കളറിയരുത്. അവർ വരരുത്. അതിനു മുമ്പ് ആരുമറിയാതെ ദഹിപ്പിക്കണം.

ആസ്പത്രിയിൽ പോയിവന്ന തടവുപുള്ളി വഴി വാർത്ത ജയിലിന കത്തു പരന്നു. കേട്ടവർ കേട്ടവർ തരിച്ചിരുന്നു ഇന്ന് മഹാപാത്ര്... നാളെ തങ്ങൾക്കും ഇതേ ഗതിയായിരിക്കും...

"മഹാപാത്ര് ഞങ്ങൾക്കെല്ലാം മൂത്തവരാണ്. ഞങ്ങൾക്കയളളോടു ബഹുമാനമുണ്ട് അതുകൊണ്ട് ശവമെങ്കിലും കാട്ടിത്തരണം. ആദരാഞ്ജ ലിയർപ്പിക്കണം..." ജയതിലക് വാർഡൻവഴി അപേക്ഷിച്ചു.

"ശവം ബന്ധുക്കൾക്കു വിട്ടുകൊടുത്തു..." മറുപടി കിട്ടി.

"കള്ളം... പച്ചക്കള്ളം..."

"വായടയ്ക്ക്..." വാർഡൻ കൈയുയർത്തി.

ജയതിലക് വാർഡന്റെ കൈ തടുത്തു:

"എന്നെ അടിച്ചാൽ...നിന്റെ നട്ടെല്ല് നേർക്കുണ്ടാവില്ല." വാർഡൻ കുതറിനടന്നു. നിമിഷങ്ങൾക്കകം മൂന്നുനാല് പൊലീസുകാരെയും കൊണ്ട് തിരിച്ചെത്തി. വാർഡനെ കൈയേറ്റം ചെയ്തതിന് ശിക്ഷ ലഭിച്ചു. ഒരു മാസക്കാലം ഏകാന്ത തടവ്.

ആ കറുത്ത മുറിയിലെത്തുന്നതു വരെ ജീവിതം അത്ര ദുഷ്കര മായി ജയതിലകിന് അനുഭവപ്പെട്ടിരുന്നില്ല. ചെറിയ മുറി. മൂത്രവും മലവും മണക്കുന്നു. എലിക്കാട്ടം. കൂറകൾ പാഞ്ഞുനടക്കുന്നു. നിലത്തു വിരി ക്കാൻ കീറിയ കമ്പിളി നാറുന്നത്. പത്താംബ്ലോക്കിൽ എത്ര സുഖമാ യിരുന്നു. സംസാരിക്കാനാളുണ്ടല്ലോ. ഇവിടെ... ഈ ഏകാന്തതയിൽ സ്വയം ഇല്ലാതാകുകയാണ്.

സൂര്യനുദിച്ച് അസ്തമിക്കുന്നതുവരെ എങ്ങനെ കഴിച്ചുകൂട്ടും...? അങ്ങുമിങ്ങും നടന്നിട്ടോ...? എത്ര തവണ നടക്കും...? ഈ കറുത്ത ചുമരും കറുത്ത അഴികളും കാണുമ്പോൾ തല കറങ്ങുന്നു. നിലവിളിക്ക ണമെന്നു തോന്നുന്നു. അപ്പുറത്തുള്ള മുറിയിലും ഇതുപോലൊരു ഭാഗ്യ ഹീനനുണ്ടാകും. ആളെ കാണാനൊക്കില്ലല്ലോ... നേരിയ ഞരക്കം കേൾ ക്കുന്നുണ്ട്...എന്തുപറ്റിയോ ആവോ...? ഇവിടെ ഒറ്റനേരമേ ആഹാരമുള്ളൂ ...ഇതുകൊണ്ട് തടി ബാക്കിയാകുമോ...? തെറ്റിനു ശിക്ഷ ഇതാണോ...? രാത്രി ആരംഭിക്കുമ്പോൾത്തന്നെ വിശപ്പും തുടങ്ങും, ദാഹവും. തുള്ളി വെള്ളം പോലുമില്ല. സംസാരിക്കാത്തതുകൊണ്ടു നാക്കിന്റെ ചലനം പോലും നിന്നു പോകുന്നതുപോലെ. ഇങ്ങനെ പോയാൽ ഭ്രാന്തുപിടിക്കും...

അടുത്ത നിമിഷം ജയതിലകിന്റെ ചുണ്ടുകൾ വലിഞ്ഞുമുറുകി. ഇല്ല. ഞാൻ തോല്വി സമ്മതിക്കില്ല... എന്തു വന്നാലും കീഴടങ്ങില്ല. ഉള്ളതുകൊണ്ട് ഈ ജീവനെ താങ്ങിനിർത്തും...ഈ ജീവൻ നശിപ്പിക്കാൻ ആരെയും അനുവദിക്കില്ല...

ചെറുപ്പത്തിൽ അച്ഛന്റെ കൂടെ മാർക്കറ്റിൽ പോകാറുണ്ടായിരുന്നു. എന്തെല്ലാമാണ് വില്ക്കാൻ വച്ചിരിക്കുന്നത്...! ജനം തിക്കിത്തിരക്കി

വാങ്ങുന്നു. ജയതിലക് ബലൂൺ വില്ക്കുന്നവന്റെ അടുക്കൽ ചെന്നു പല വർണ്ണത്തിലുള്ള ബലൂണുകൾ...

"അമ്മേ എനിക്ക് ബലൂൺ വേണം..."

"വേണ്ട...വീട്ടില് എത്തുന്നതിനു മുമ്പ് അതു പൊട്ടിപ്പോവും..." അമ്മ പറഞ്ഞു.

"മോന് ഏതു നിറമാണു വേണ്ടത്..."

അച്ഛൻ മകന്റെ ആഗ്രഹം സാധിപ്പിച്ചു. ചുവപ്പുനിറത്തിലുള്ള ബലൂൺ ഉയർത്തിപ്പിടിച്ച് അവൻ നടന്നു. ലോകംപിടിച്ചടക്കിയ ഭാവ മായിരുന്നു അവന്. എന്നാൽ അല്പദൂരം നടക്കുന്നതിനുമുമ്പു ബലൂൺ പൊട്ടി. ജയതിലക് കരഞ്ഞു. അമ്മ ആശ്വസിപ്പിച്ചു. കടല വാങ്ങിക്കൊ ടുത്തു. അതു വായിലിട്ടരച്ചുകൊണ്ട് അവൻ മുന്നോട്ടു നീങ്ങി...

കടലയുടെ സ്വാദ് ഇപ്പോഴും വായിൽ തങ്ങിനില്ക്കുന്നു...ഉടനെ പുറത്തു കടക്കാനൊത്തെങ്കിൽ...ഈ ചുമരുകളും സമുദ്രവും കടന്ന്... അപ്പുറത്ത്.

അടുത്തദിവസം ലഭിച്ച ഉരുളഭക്ഷണത്തിന് അല്പം വലിപ്പക്കൂടുത ലുള്ളപോലെ...സുഹൃത്തുക്കളുടെ പ്രവർത്തന ഫലമാകും... മെല്ലെ നുള്ളിത്തിന്നു. വാരിവലിച്ചു തിന്നാനുള്ള വിശപ്പില്ല. പെട്ടെന്നു ലാറയുടെ രൂപം മുന്നിൽ തെളിഞ്ഞു. നീണ്ട തലമുടി... തിളങ്ങുന്ന കണ്ണുകൾ... എന്തൊരു തന്റേടം...തികഞ്ഞ ആത്മവിശ്വാസം... ആരെയും കൂസാത്ത പ്രകൃതം...അവളോടൊപ്പം പല തവണ സമുദ്രത്തിൽ നീന്താൻ പോയി ട്ടുണ്ട്...ഒരുദിവസം രാവിലെ തളരുന്നതുവരെ നീന്തി കരയിൽ മലർന്നു കിടന്നു വിശ്രമിച്ചു.

"ലാറേ... എന്നെ ഇഷ്ടമാണോ?"

അവളുടെ ചുണ്ടു വിടർന്നു. ജയതിലകിന്റെ കരംപിടിച്ചമർത്തി ക്കൊണ്ട് അവൾ ആനന്ദത്തിൽ മുഴുകി. അയാളുടെ ചുംബനം അവളുടെ കവിളിൽ ശോണിമ കലർത്തി. അലയടിക്കുന്ന കടലും പാടുന്ന പറവ കളും വീശിയടിക്കുന്ന കാറ്റും എല്ലാം തങ്ങളാണെന്ന് അവരനുഭവിച്ചു... എല്ലാം തങ്ങൾക്കുവേണ്ടി മാത്രമാണെന്ന് അവരറിഞ്ഞു...

"ജയാ... നിങ്ങൾ ലോ പ്രാക്ടീസ് ചെയ്യാനാണോ തീരുമാനിച്ചത്...?"

"അതേ വയറിനുവേണ്ടി ഒരു ജോലി, ദരിദ്രർക്കു നിയമസഹായ വും..."

"അതല്ല... എല്ലാ പെൺകുട്ടികളെയുംപോലെ ഞാനും പലതും ആഗ്രഹിക്കുന്നു. നമുക്കൊരു കൊച്ചുവീട്...നമ്മുടെ കുഞ്ഞുങ്ങൾ..."

"നിനക്കും ആഗ്രഹിക്കാമല്ലോ...!"

"നിങ്ങളിങ്ങനെ രാഷ്ട്രീയത്തിൽ മുഴുകി വല്ല ആപത്തും വന്നു പെട്ടാലോ...? എന്റെ ആഗ്രഹത്തിന് പിന്നെന്തു വില? അതുകൊണ്ട്... നമുക്ക് ഒന്നിലും തലയിടാതെ നമ്മുടെ പാടിനിരിക്കാം..."

"ലാറേ...! നിനക്കതു മനസ്സിലാവില്ല. മറ്റുള്ളവരെപ്പോലെ വെറുതെ ഇങ്ങനെ ജീവിക്കുന്നത് എനിക്കിഷ്ടമല്ല. വീടും കാറും മക്കളും ബാങ്കിൽ പണവും മാത്രം മതിയോ...? ഈ രാജ്യം, ജനത ഇവരെക്കുറിച്ചൊന്നും

ഓർക്കേണ്ടേ?" അർദ്ധോക്തിയിൽ വിരമിച്ച ശേഷം അയാൾ തുടർന്നു:
"നമ്മുടെ രാജ്യം സ്വേച്ഛാധികാരിയുടെ കൈയിലകപ്പെട്ടിരിക്കയാണ്.
ഈയൊരു ചുറ്റുപാടിൽ നമുക്കെങ്ങനെ സുഖമായിരിക്കാൻ കഴിയും?
കഷ്ടപ്പെടുന്നവരോടു നമുക്കു ചില കടമകളൊക്കെയുണ്ട്. അതു മറന്നു
കൊണ്ടുള്ള ഒരു ജീവിതം..."

"ക്ഷമിക്കണം ജയാ, നിങ്ങളെ വിഷമിപ്പിക്കാനല്ല പറഞ്ഞത്. ഞാനും
ത്യാഗം അനുഷ്ഠിക്കണം. എങ്കിലേ നിങ്ങൾക്ക് യോജിച്ചവളായിത്തീരൂ..."

"എന്റെ പൊന്ന്..." ജയതിലക് അവളെ വാരിപ്പുണർന്നു...

ലാറയുടെ ഓർമ്മകളുമായി അയാൾ ഉറങ്ങാൻ കിടന്നു...

പ്രഭാതം. മലമൂത്രം നിറഞ്ഞ പാത്രമെടുക്കാൻ ആളു വന്നു. തുടർന്ന്
കഞ്ഞി. കഞ്ഞിപ്പാത്രത്തോടൊപ്പം ഒരു കടലാസുചുരുൾ അകത്തേക്കിട്ടു.
ജയതിലക് ജിജ്ഞാസയോടെ അതു നിവർത്തി. അഞ്ചു ബീഡി. ഇതുവരെ
സിഗരറ്റു വലിച്ച ശീലമായിരുന്നു. ഇപ്പോൾ ഈ ബീഡി അതിനേക്കാൾ
ആനന്ദം നല്കുന്നു...പക്ഷേ, ബീഡികൊളുത്താൻ തീയെവിടെന്നു കിട്ടും?
ആ മുറിയിൽ കീറിയ കമ്പിളിയും കുടുക്കയും മാത്രമേയുള്ളൂ...

ആലോചനയിൽ ഒരുദിവസം കടന്നുപോയി. അടുത്ത ദിവസം
കഞ്ഞി കൊണ്ടുവന്നവൻ ചെറിയൊരു ഉരകല്ല് അകത്തേക്കിട്ടു. അതു
നിലത്തുരച്ചപ്പോൾ തീപ്പൊരികൾ ചിതറി. വളരെ നേരത്തെ ശ്രമത്തിനു
ശേഷം ബീഡിക്കു തീപ്പിടിച്ചു. മുമ്പ് ബീഡി വലിച്ചിട്ടില്ല. എങ്കിലും
ഇപ്പോൾ അതിന്റെ പുക ആശ്വാസം നല്കുന്നു...

ബീഡികൾ സൂക്ഷിച്ചുവയ്ക്കാനും സാദ്ധ്യമല്ല. വല്ലവരും കണ്ടാൽ
ആകെ കുഴപ്പമാകും... അതുകൊണ്ടു സന്ധ്യക്കു മുൻപേ എല്ലാം വലിച്ചു
തീർത്തു. ഈ ഏകാന്തത തരണം ചെയ്തു പത്താം ബ്ലോക്കിലെ
ത്തിയാൽ പുറത്തു കടക്കാനുള്ള വഴി ചിന്തിക്കണം.

ഗബ്രിയേലും സയ്യദും എന്തു ചെയ്യുകയാകും? തീക്കനൽപോലെ
ജ്വലിച്ചുകൊണ്ടിരിക്കുന്ന ഗബ്രിയേൽ...സെയ്യദ് സദാ പുഞ്ചിരി തൂകിക്കൊ
ണ്ടിരിക്കും...ഉയരം കുറവാണെങ്കിലും അവന്റെ ബുദ്ധി കൂർത്തതാണ്...
ഗബ്രിയേലിന്റെ എടുത്തുചാട്ടത്തെ പലപ്പോഴും സയ്യദാണു തടയുന്നത്...
ഒച്ചിനെപ്പോലെ ഇഴയുന്ന സ്വഭാവം വിപ്ലവകാരിക്കു ചേർന്നതല്ലെന്നു
ഗബ്രിയേൽ പറയും. സ്വേച്ഛാധികാരിയെ ഉടനെ നശിപ്പിക്കണം...എങ്കിലേ
പ്രശ്നങ്ങൾക്കു പരിഹാരമുണ്ടാവൂ...ചില തന്ത്രങ്ങൾ ആവിഷ്കരിച്ചു
ജനതയെ ഒന്നിച്ചുചേർത്തു പോരാട്ടത്തിനിറങ്ങണമെന്നു സയ്യദ് ഓർമ്മി
പ്പിക്കും. ഒറ്റപ്പെട്ട നീക്കം ഒന്നിനും പരിഹാരമാകില്ല...

ആ ഓർമ്മകൾ എത്ര സുഖകരം...

രാത്രി കിടന്നിട്ടുറക്കം വരുന്നില്ല. മുന്നിൽ മഹാപാത്ര്...അയാളുടെ
മരണത്തിനുത്തരവാദിയാരാണ്? തങ്ങളല്ലേ? പെൻഷനായി വീട്ടിലിരുന്ന
വ്യക്തി. വായതുറന്നുള്ള സംസാരം...ചെറുപ്പക്കാർ ചേർന്നു വിപ്ലവ
സംഘടനയുണ്ടാക്കി. പ്രായംചെന്ന ഒരാൾ ഉപദേശിക്കാനുണ്ടായാൽ...
അങ്ങനെയാണ് മഹാപാത്രിനെ സമീപിച്ചത്? വയസ്സായ തന്നെക്കൊ

ണ്ടെന്താകാൻ?... എന്നദേഹം ചോദിച്ചിരുന്നു...ഒടുവിൽ നിർബ്ബന്ധത്തിനു വഴങ്ങി...

പ്രവർത്തിക്കാൻ തയ്യാറായ യുവാക്കൾക്കു വിലപ്പെട്ട ഉപദേശം ലഭിച്ചു... പക്ഷേ, ഒരു പ്രഭാതത്തിൽ അദ്ദേഹവും ഈ തടവറയിലെ ത്തിച്ചേർന്നു. ജയിലധികാരികളുടെ ക്രൂരതമൂലം മരണപ്പെട്ടു... എത്ര പെട്ടെന്നാണ് എല്ലാം സംഭവിച്ചത്...

അടുത്ത പ്രഭാതം...

തൊട്ടടുത്ത സെല്ലിൽ ആരെയോ അടച്ചുപൂട്ടുന്ന ഒച്ചകേട്ടു. ജയ തിലക് ശ്രദ്ധിച്ചു. കാവല്ക്കാരൻ അപ്രത്യക്ഷനായെന്നു ബോദ്ധ്യം വന്ന ശേഷം പതുക്കെ അഴികളിൽ പിടിച്ചു മെല്ലെ വിളിച്ചു ചോദിച്ചു: "ആരാ?"

"ഞാൻ മനു...നീ...ജയതിലകല്ലേ?"

"അതേ...എങ്ങനെ ഇവിടെയെത്തി?"

"അതൊരു വലിയ കഥയാണ്..." മനുവിന്റെ സ്വരം ക്ഷീണിച്ചി രുന്നു...

കനുവും മനുവും ജയിലിൽ അടുത്തിടപഴകുന്നവർ. കനു എപ്പോഴും വികാരവിവശനായിരുന്നു. മണിക്കൂറുകളോളം ഒറ്റയ്ക്കിരുന്നു ചിന്തിക്കും. ഒന്നിലും താല്പര്യപ്പെടുകയില്ല...

"നിനക്കെന്തുപറ്റി...?" ഒരുദിവസം മനു ചോദിച്ചു.

"മനൂ, എനിക്കീ തുറങ്കിനകത്തു കഴിയാനൊക്കുന്നില്ല. എങ്ങനെ യെങ്കിലും രക്ഷപ്പെടണം..."

"രക്ഷപ്പെടാനോ...? എങ്ങനെ...?"

കനു ആ ഏർപ്പാട് വിവരിച്ചു. എന്നാൽ മനുവിന് അതിൽ വിശ്വാസം വന്നില്ല.

"കനു...നീ വിചാരിക്കുന്നതുപോലെ നടക്കുമോ...? ഒരുപക്ഷേ, പിടിക്കപ്പെട്ടാൽ..."

"അങ്ങനെയൊന്നും സംഭവിക്കില്ലെന്ന് വിശ്വസിക്കുക. ഇനി പിടി ച്ചാൽ വീണ്ടും ഇവിടെത്തന്നെ. എന്തു ശിക്ഷ കിട്ടിയാലും അനുഭവി ക്കുക... രക്ഷപ്പെടാനൊത്താൽ സ്വതന്ത്രമായല്ലോ... ഈ പൊലീസു കാരും ചങ്ങലകളും കമ്പികളുമില്ലാത്ത ഏതെങ്കിലും ഗ്രാമത്തിൽ ഒതുങ്ങിക്കഴിയാം..."

മനു ഒന്നും പറഞ്ഞില്ല. കനു തുടർന്നു:

"ഇന്നേക്കു നാലാംദിവസം കൃഷ്ണപക്ഷം തുടങ്ങും. അന്നു ഞാൻ രക്ഷപ്പെടും. നീ എനിക്കുവേണ്ടി അല്പം സഹായിക്കണം."

"ശരി..."

കൃഷ്ണപക്ഷമായി...

വൈകുന്നേരത്തെ ഭക്ഷണം കഴിഞ്ഞു. വാർഡൻ എണ്ണം കണക്കാ ക്കുന്നു. പെട്ടെന്ന് മനു അടുത്തു നിന്നവനെ കൈമടക്കി ഇടിച്ചു. അയാൾ ഇങ്ങോട്ടും. ഇരുവരും ലഹളയായി, വാർഡൻ ലഹള തീർക്കാൻ വന്നു.

അങ്ങനെ എണ്ണം തെറ്റി. തെറി പറഞ്ഞുകൊണ്ട് എല്ലാവരെയും അക ത്താക്കി അയാൾ വാതിൽ പൂട്ടി.

പുറത്തവശേഷിച്ച കനു ദൂരെ മരത്തിനു കീഴിലുള്ള ഒഴിഞ്ഞ പീപ്പയിൽ ഒളിച്ചിരുന്നു. ഇരുട്ടിയപ്പോൾ മെല്ലെ പുറത്തിറങ്ങി. തുണ്ടുകയറുകൾ കൂട്ടിക്കെട്ടിയ ചുരുൾ മരക്കൊമ്പുകൾക്കിടയിൽനിന്നും പുറത്തെടുത്തു. കരുതിവെച്ചിരുന്ന ഇരുമ്പുദണ്ഡും കൈയിലെടുത്തു. പതുക്കെ പടവുകൾ കയറി. ഒരു കാവല്ക്കാരൻ മുന്നിൽ പ്രത്യക്ഷപ്പെട്ടു. ഒറ്റ അടി. അയാൾ ബോധംകെട്ടു വീണു. കയറിന്റെ സഹായത്തോടെ പുറത്തിറങ്ങി.

വേറൊരു കാവല്ക്കാരൻ തീപ്പെട്ടിയാവശ്യപ്പെട്ടുകൊണ്ടു വന്നു. കൂട്ടുകാരൻ ബോധംകെട്ടു കിടക്കുന്നതു കണ്ട് അയാൾ പരിഭ്രമിച്ചു, ഉടനെ വിസിലൂതി. നാലുഭാഗത്തും ബൂട്ടിന്റെ ഒച്ച. സർച്ച്ലൈറ്റ് പ്രകാ ശിച്ചു. കനു ഓടിപ്പോകുന്നതു കണ്ണിൽപ്പെട്ടു. തോക്ക് അയാളെ ലക്ഷ്യം വച്ചു... കനു മറിഞ്ഞു വീണു...

ഇതെല്ലാം നടക്കുമ്പോൾ പത്താം നമ്പർ ബ്ലോക്കിലെ മനുവും കൂട്ടുകാരും ഉറങ്ങാതിരിക്കുകയായിരുന്നു...

രാവിലെ പുറത്തിറങ്ങിയപ്പോൾ അവർ നടുങ്ങിപ്പോയി. മുന്നിൽ കനുവിന്റെ മൃതദേഹം തൂങ്ങിനില്ക്കുന്നു. തീ പാറുന്ന മിഴികളുമായി ലിംസാഹേബ്. ദുഃഖവും പരിഭ്രമവും കലർന്ന തടവുകാരെ നോക്കി അയാൾ പറഞ്ഞു: "എല്ലാവർക്കും ഇതൊരു പാഠമാണ്. രക്ഷപ്പെടാൻ ആരു ശ്രമം നടത്തിയാലും ഫലം ഇതായിരിക്കും."

കനുവിന്റെ നിർജ്ജീവമായ കണ്ണുകൾ തടവുകാരിൽ ഭീതിയും നടുക്കവും ഉളവാക്കി.

"പറയൂ, ഇവനെ രക്ഷപ്പെടാൻ സഹായിച്ചതാര്?" ലിംസാഹേബിന്റെ കഴുകൻദൃഷ്ടി ഓരോ തടവുകാരനിലും പതിഞ്ഞു.

ആരും ഉത്തരം പറഞ്ഞില്ല എല്ലാവരും തലകുനിച്ചു നിന്നു.

"ഇവനാണ് അവന്റെ കൂട്ടുകാരൻ—" മനുവിനെ ചൂണ്ടി വാർഡ നറിയിച്ചു.

ലിംസാഹേബ് കണ്ണിറുക്കി മനുവിനെത്തന്നെ നോക്കി. തുടർന്ന് ശിക്ഷയും കല്പിച്ചു...

അങ്ങനെ ഈ സെല്ലിലെത്തി...

ജയതിലക് അമ്പരപ്പോടെ കേട്ടുനില്ക്കയായിരുന്നു...

ഉച്ചയ്ക്ക് മറ്റൊരു ദാരുണസംഭവം നടന്നു...

മൂന്നുനാല് വാർഡർമാർ മനുവിന്റെ മുറിയിലെത്തി. അയാളെ നിലത്തു മലർത്തിക്കിടത്തി. രണ്ടുപേർ ബലമായി പിടിച്ചു. ഒരാൾ കണ്ണിൽ എന്തോ ദ്രാവകമൊഴിച്ചു...

"എന്താ...ഇതെന്താ...?" മനുചോദിച്ചു.

"ഒന്നുമില്ല. കണ്ണിനല്പം മരുന്ന്.

"അതിന് എന്റെ കണ്ണിന് രോഗമൊന്നുമില്ലല്ലോ..."

"എങ്കിലും മരുന്നിരിക്കട്ടെ..."

വാർഡർമാർ സ്ഥലം വിട്ടു. അല്പസമയത്തിനകം മരുന്നിന്റെ ഫല മറിഞ്ഞു. കണ്ണ് പുകയാൻ തുടങ്ങി. അസ്സഹനീയമായ വേദന. അയാൾ ഉറക്കെക്കരഞ്ഞു.

"മനൂ...വെള്ളമുണ്ടെങ്കിൽ കണ്ണു കഴുക്...പുകച്ചിൽ കുറയും..." ജയ തിലക് പറഞ്ഞു.

"അതിനിവിടെ വെള്ളമില്ല..."

"കുറേനേരം കണ്ണടച്ചുകിടക്ക്...എല്ലാം നേരെയാവും..."

മനു ഞരങ്ങിക്കൊണ്ടിരുന്നു...

ഇരുട്ടിയിട്ടും മനുവിനു സ്വസ്ഥത കിട്ടിയില്ല. ജയതിലക് ഉറങ്ങാതെ ചിന്തിച്ചിരുന്നു മനുഷ്യർ ഇത്ര ക്രൂരനാകുമോ? മറ്റൊരുത്തന്റെ സങ്കടം കണ്ടിട്ട്ഇവർക്കെന്തുകിട്ടാൻ?... അധികാരമുണ്ടെന്ന അഹങ്കാരം തന്നെ... നാളെ ജനങ്ങളുടെതായ ഒരു ഭരണകൂടം വന്നാൽ ഇവർക്കെന്തു ശിക്ഷ ലഭിക്കും...?

അടുത്ത പ്രഭാത്തിൽ ഭക്ഷണം കൊണ്ടുവന്നപ്പോൾ മനു പരവശ നായിരുന്നു...

"ആരാ? എന്താ വേണ്ടത്?"

"ഇതാ... കഞ്ഞി..."

"എവിടെ...? എനിക്കൊന്നും കാണുന്നില്ലല്ലൊ" മനു കൈകൾ മുന്നോട്ടു വിടർത്തി തപ്പിത്തടഞ്ഞു...

ഭക്ഷണം കൊണ്ടുവന്ന ആൾ നെടുവീർപ്പിട്ട് അടുത്ത മുറിയുടെ നേർക്ക് നടന്നു.

അടുത്ത രണ്ടുമൂന്നു ദിവസങ്ങൾക്ക് യുഗങ്ങളുടെ ദൈർഘ്യം ജയതിലകിനനുഭവപ്പെട്ടു. മനു കരഞ്ഞുകൊണ്ടേയിരുന്നു. അയാളെ എന്ത് പറഞ്ഞ് ആശ്വസിപ്പിക്കും...? വാക്കുകൾ തൊണ്ടയിൽ കുടുങ്ങിനിന്നതേയുള്ളൂ...

മൂന്നാംദിവസം അയാളുടെ ഏകാന്തവാസം അവസാനിച്ചു. വീണ്ടും പത്താം ബ്ലോക്കിൽ. സുഹൃത്തുക്കൾ അയാളെ കെട്ടിപ്പിടിച്ചു സന്തോഷം പ്രകടിപ്പിച്ചു...

"വളരെ ക്ഷീണിച്ചുപോയല്ലൊ..." സലോമിൻ പറഞ്ഞു.

"നല്ല ആഹാരവും ടോണിക്കും പാലും മറ്റും കഴിച്ചാൽ പോയ തടി വീണ്ടെടുക്കാം..." രാജവർദ്ധൻ നിർദ്ദേശിച്ചു.

ജയതിലക് ചിരിച്ചതേയുള്ളൂ.

മനുവിനുണ്ടായ ദുരന്തം അയാൾ വിവരിച്ചു. അതു കേട്ടവർ കോപം കൊണ്ടു വിറച്ചു. സലോമിന്റെ കണ്ണുകൾ ചുവന്നു...അയാളുടെ താടി രോമങ്ങൾ വിറച്ചു. കൈകൾ കൂട്ടിത്തിരുമ്മിക്കൊണ്ട് അയാൾ പറഞ്ഞു: "ഇവർ മനുഷ്യരല്ല പിശാചുക്കളാണ്. നമ്മുടെ കൈവശം ഒരു പത്രമു ണ്ടായിരുന്നെങ്കിൽ...ഈ വിവരം എല്ലാവരെയും ഉടനെ അറിയിക്കാ മായിരുന്നു. ഇനിയും നാം അടങ്ങിയിരിക്കരുത്. സന്ദർശകർ വഴി എല്ലാ വിവരങ്ങളും പുറത്തെത്തിക്കണം..

വാർത്തകൾക്കു ചിറകുകളുണ്ടായി. അവ കടലിനക്കരെ പറന്നെ
ത്തി. നീലദ്വീപുകളിലെ ഗ്രാമങ്ങളിൽ അതിന്റെ അലയടിച്ചു. സ്വാതന്ത്ര്യം
നഷ്ടപ്പെട്ടവരെങ്കിലും ആത്മാഭിമാനമുള്ള ജനത എരിപൊരികൊണ്ടു.

പന്ത്രണ്ട്

ബാല്യത്തിലെ കൂട്ടുകാരിയെ കണ്ട് ജബാല അത്യധികം സന്തോ
ഷിച്ചു.

"ആനൂറേ നിന്നെ കണ്ടിട്ട് വർഷങ്ങൾ തന്നെയായല്ലോ."

ആനൂറ കൂട്ടുകാരിയുടെ കൈ പിടിച്ച് ഗൗരവത്തിൽ പറഞ്ഞു:
"ജബാലേ, നിന്നോട് എനിക്കല്പം സംസാരിക്കാനുണ്ട്. നീ എന്നു വിളി
ക്കുന്നതിൽ വിരോധമില്ലല്ലോ? നീയിപ്പോൾ പ്രസിഡന്റിന്റെ പത്നി
യല്ലേ...?"

"നീയെന്താ ഇങ്ങനെയൊക്കെ പറയുന്നത്? ഞാനെന്നും നിന്റെ
ജബാലതന്നെയാണ്."

എങ്ങനെ തുടങ്ങണമെന്നറിയാതെ ആനൂറ കുഴങ്ങി...

"ഇന്നു നിന്നെ ഞാൻ വിടില്ല. നാളെ പോയാൽമതി" ജബാല
നിർബ്ബന്ധിച്ചു

"അതു പറ്റില്ല...എനിക്കുടനെ പോകണം. ഞാൻ വന്ന കാര്യമറി
ഞ്ഞാൽ നീ വിഷമിക്കുമോ എന്തോ...! ദേഷ്യവും വന്നേക്കാം...എങ്കിലും
നീയും ഒരു സ്ത്രീയല്ലേ...ഞാൻ പറയുന്നതു നിനക്കും മനസ്സിലാകും..."

"എന്തായാലും പറയൂ.."

"എന്റെ ജ്യേഷ്ഠത്തിക്ക് ഒരേ ഒരു മകൾ. സുന്ദരി. നല്ല നിറം
കഴിഞ്ഞ ദിവസം അവൾ കോളേജിൽ പോകുകയായിരുന്നു.
പ്രസിഡന്റിന്റെ കാറ് വഴിയിൽ വന്നു നിന്നു. പ്രസിഡന്റ് അവളെ കണ്ടു.
കാറ് അവളുടെ അരികിലൂടെ പതുക്കെ ഓടിച്ചു. അവളെ കാറിൽ
വലിച്ചുകയറ്റി. പിന്നെ നടന്നതെന്താണെന്നു വച്ചാൽ..."

ജബാലയുടെ മുഖം വിളറി. നെറ്റി വിയർത്തു. കൊട്ടാരത്തിൽ
കാമക്കൂത്തുകൾക്ക് പ്രത്യേകം ഇടമുണ്ടെന്ന് അവൾക്കറിയാം. ആദ്യ
മാദ്യം എതിർത്തുപറഞ്ഞിരുന്നു അപ്പോഴൊക്കെ കലമന്ത് കല്പിച്ചു:
"വജ്രവും വൈഡൂര്യവും കൊട്ടാരവുമെല്ലാം നിനക്കു തന്നിട്ടുണ്ട്. പ്രസി
ഡണ്ടിന്റെ പത്നിയാണെന്ന മേന്മയുമുണ്ട്. പെണ്ണിന് ഇതിനേക്കാൾ
കൂടുതലായെന്തു വേണം...എന്റെ കാര്യത്തിൽ തലയിടാൻ വരണ്ട. മിണ്ടാ
തിരുന്നാൽ നന്ന്..."

"നാട്ടിലുള്ള പെണ്ണുങ്ങളെയെല്ലാം ഇങ്ങനെ ഉപദ്രവിച്ചാൽ അവരുടെ
ശാപം ഏല്ക്കേണ്ടിവരും..."

"ശാപവും കീപവും എല്ലാം വെറും വിശ്വാസം...ദേവഗണങ്ങൾക്ക്
എന്നെങ്കിലും ശാപമേല്ക്കുമോ...? ദൈവം കഴിഞ്ഞാൽ ഈ രാജ്യത്തിലെ
ഏറ്റവും ആദരിക്കപ്പെടുന്ന വ്യക്തി ഞാനാണ്. കാരണം, ഞാൻ ദൈവ

ത്തിന്റെ പ്രതിനിധിയാണ്. ഈ നാട്ടിലെ എല്ലാ പെണ്ണുങ്ങളും ദേവ ദാസികളാണ്..."

മറുത്തു പറയാൻ നാക്കുയർന്നെങ്കിലും അവൾ ഒതുക്കിവച്ചു... അതിനുള്ള ധൈര്യവും അവൾക്കുണ്ടായില്ല...

മൗനംപൂണ്ടിരിക്കുന്ന ജബാലയെ നോക്കി ആനൂറു തുടർന്നു: "ജന ങ്ങളെ രക്ഷിക്കുന്നവർതന്നെ ഇങ്ങനെ പ്രവർത്തിച്ചാൽ ഞങ്ങൾ ആരോടു പരാതിപറയും...? എന്റെ ജ്യേഷ്ഠത്തി ഭ്രാന്തിയെപ്പോലെയായിരിക്കയാണ്. പെണ്ണാണെങ്കിൽ കിടന്നിടത്തുനിന്ന് എണീറ്റിട്ടില്ല... ഇത് ഒറ്റവീട്ടിലെ മാത്രം കാര്യമല്ല ജബാലേ... ഈ നഗരത്തിൽ ഇത്തരം നൂറുകണക്കിനു വീടുകളുണ്ട്. ഈ നാട്ടിലെ പെൺകുട്ടികളുടെ മാനം രക്ഷിക്കേണ്ടത് നീയാണ്. നിനക്കൊന്നു പറഞ്ഞുനോക്കിക്കൂടെ...?"

"ആനൂറേ..., അതുകൊണ്ടൊന്നും പ്രയോജനമില്ല... ഞാനെത്ര ശോചനീയ നിലയിലാണെന്ന് നിനക്കുഹിക്കൻ പറ്റുമല്ലോ... ജബാല നിസ്സഹായത പ്രകടിപ്പിച്ചു.

ആനൂറ ചുണ്ടുകൾ കടിച്ചുപിടിച്ചു. തെല്ലുറച്ച സ്വരത്തിൽ അവൾ പറഞ്ഞു: "എങ്കിൽ ഞങ്ങളുടെ വഴി വ്യക്തമായി. ഞങ്ങൾ സ്ത്രീവിമോചന സമിതി രൂപീകരിച്ചിരിക്കയാണ്. ഇന്നാട്ടിലെ സ്ത്രീകളെല്ലാം അതിൽ ചേരും. പ്രസിഡന്റ് ഇനി ഏതെങ്കിലും പെണ്ണിന്റെ ദേഹത്തു തൊട്ടാൽ ഞങ്ങൾ വെറുതെയിരിക്കില്ല. ഇതു പറയാനാണ് ഞാൻ വന്നത്..."

ഇതെല്ലാം കേട്ടിട്ടും ജബാലയ്ക്ക് കോപം വന്നില്ല. തന്റെയുള്ളിൽ കുമിഞ്ഞുകൂടിയ വികാരം ഇവളിലൂടെ പുറത്തുവന്നിരിക്കയാണ്. ആനൂറ യുടെ കൈപിടിച്ച് സ്നേഹത്തോടെ അവൾ പറഞ്ഞു: "ആനൂറേ... നിങ്ങൾ സംഘടിക്കണം. എങ്കിലേ രക്ഷയുള്ളു... വേണമെങ്കിൽ ഞാനുംകൂടി അതിൽചേരാം."

ജബാലയുടെ വാക്കു കേട്ട് ആനൂറ മിഴിച്ചിരുന്നുപോയി. കലമന്തിന്റെ പത്നിയാണ് ഇതു പറഞ്ഞതെന്നു വിശ്വസിക്കാനായില്ല.

"അല്പം ചായ കൊണ്ടുവരട്ടെ...?"

"വേണ്ട..." ആനൂറ എണീറ്റു. "പ്രസിഡന്റ് ഞങ്ങളുടെ ശത്രുവാണ്. എനിക്കൊന്നും വേണ്ട...."

"എങ്കിലും ഞാൻ നിന്റെ സ്നേഹിതയല്ലേ? ഇത് എന്റെയും കൂടി വീടാണ്..."

"അതേയോ...?" ചുണ്ടു കൂർപ്പിച്ചു ചിരിച്ചുകൊണ്ട് അവൾ പുറ ത്തേക്കു നടന്നു. തനിക്കവളെ തടയാൻ കഴിയുന്നില്ലല്ലോ എന്ന വ്യഥ യോടെ ജബാല നോക്കിനിന്നു...

വിവാഹത്തിനുശേഷം ചെറിയൊരു വീട്ടിലാണ് താമസിച്ചിരുന്നത്. മിലിട്ടറിസ്കൂൾ വിദ്യാഭ്യാസം പൂർത്തിയാക്കിയ കലമന്ത് ചെറിയ പദവി യിലായിരുന്നു. ദമ്പതികൾക്കുണ്ടാകേണ്ട പരസ്പരവിശ്വാസവും അനു രാഗവും ബഹുമാനവും പ്രേമവും എല്ലാം നിറഞ്ഞു നിന്നിരുന്നു... എന്നാൽ കലമന്ത് പദവികൾ കയറിപ്പോയപ്പോൾ ഇവ ഓരോന്നായി കുറ ഞ്ഞുവന്നു...

ഒരു കുഞ്ഞുണ്ടായിരുന്നെങ്കിൽ ഇങ്ങനെ ഒറ്റയ്ക്കിരുന്നു മുഷി
യേണ്ടിവരില്ലായിരുന്നു. ആ ഭാഗ്യവും ഉണ്ടായില്ല. ആയിടയ്ക്കു തങ്ങൾ
വലിയൊരു വീട്ടിലേക്കു താമസം മാറ്റി. അദ്ദേഹത്തിന്റെ അമ്മ മരിച്ചതും
ആ സമയത്താണ്. പിന്നീടു വലിയൊരു ബംഗ്ലാവ് വിലയ്ക്കു വാങ്ങി.
ഒടുവിൽ ഈ കൊട്ടാരത്തിലെത്തി. തന്റെ പിതാവ് സുലുദ്വീപലെ ദരിദ്ര
കർഷകനായിരുന്നു. കലമന്ത് വിവാഹം കഴിച്ചതിൽപ്പിന്നെ അദ്ദേഹത്തെ
കാണാൻ ചെന്നിട്ടില്ല. അച്ഛൻ ഇവിടെ വന്നിട്ടുമില്ല.

ചെറിയ വീട്ടിൽനിന്നു കൊട്ടാരത്തിലെത്തിയ മാർഗ്ഗം സുഗമമായി
രുന്നില്ല. ഓരോ കാൽവെപ്പിലും കൊല, രക്തംചൊരിയൽ, വഞ്ചന. മുൻ
പ്രസിഡണ്ടിന്റെ പുഞ്ചിരിക്കുന്ന മുഖം മനസ്സിൽ മായാതെ കിടക്കുന്നു.
മൃദുഭാഷി. സ്നേഹത്തിനുവേണ്ടി എന്തു ത്യാഗം ചെയ്യാനും സന്നദ്ധൻ.
അങ്ങനെയുള്ള നല്ല മനുഷ്യനെ കൊന്നതറിഞ്ഞപ്പോൾ ഹൃദയം ഉരുകി
പ്പോയതുപോലെ തോന്നി. എന്തിന് ആ കൊടുംക്രൂരത ചെയ്തു? തങ്ങൾ
ക്കെന്തിന്റെ കുറവാണുണ്ടായിരുന്നത്? അധികാരം...പ്രതാപം... ഐശ്വ
ര്യം എല്ലാം പക്ഷേ, ഇദ്ദേഹത്തിന് അതൊന്നും പോരായിരുന്നു അധി
കാരദാഹം...അനന്തരം അധികാരത്തിലുള്ള അഹങ്കാരം..

പ്രസിഡന്റിൽനിന്നു തുടങ്ങിയത് ആഭ്യന്തരമന്ത്രിവരെ ചെന്നെത്തി.
അതിനിടയിൽ എത്ര പേർക്ക് ജീവൻ നഷ്ടപ്പെട്ടെന്നതിനു കണക്കില്ല.
ജയിലുകളാണെങ്കിൽ നിറഞ്ഞു കവിഞ്ഞിരിക്കുന്നു. അവർക്ക് നല്കുന്ന
ശിക്ഷകളാണെങ്കിൽ മൃഗീയവും...പുറമെ നൂറുകണക്കിനു യുവതിക
ളുടെ മാനം കവർന്നെടുക്കൽ... ഈ ജനങ്ങൾ എന്തുകൊണ്ട് അടങ്ങിയി
രിക്കുന്നു? ഇവർക്ക് കലാപത്തിനിറങ്ങിക്കൂടെ? അലയടിക്കുന്ന കടലായി
ഈ അധികാരത്തെ മുക്കിക്കളഞ്ഞുകൂടേ?

സ്വന്തം ചിന്തകൾ അവളെ ഭയപ്പെടുത്തി. കലമന്തിലുള്ള വിശ്വാസം
അവൾക്കു പൂർണ്ണമായും നഷ്ടപ്പെട്ടു കഴിഞ്ഞു. ആ കാലടികൾ രക്തം
പുരണ്ടവയാണ്. അതു കാണുന്തോറും വെറുപ്പും നിന്ദയും അവളിലുട
ലെടുത്തു. ഭാര്യയും ഭർത്താവും എന്ന വ്യാമോഹം എങ്ങോ കൈമോശം
വന്നിരിക്കുന്നു. നീചനായ ഒരാൾക്ക് രാജ്യത്തെ എങ്ങനെയെല്ലാം നശിപ്പി
ക്കാനാകുമെന്നു ബോദ്ധ്യപ്പെട്ടിരിക്കുന്നു. അതിനെതിരെ മനുഷ്യസഹജ
മായ ആക്രോശം അവളിലും ഉയർന്നുതുടങ്ങിയിരിക്കുന്നു...

കലമന്ത് ഉച്ചഭക്ഷണത്തിനുവന്നു. ജബാലയുടെ മുഖത്തെ ഭാവ
മാറ്റം കണ്ട് അയാൾ ചോദിച്ചു: "എന്താ ഒരു മാതിരി...?"

ആനുറ പറഞ്ഞതെല്ലാം പറയണോ...? പറഞ്ഞിട്ടെന്തു പ്രയോജനം...?
അതുകൊണ്ട് അവൾ മറുപടി കൊടുത്തു:

"ശരീരത്തിനു നല്ല സുഖമില്ല. തല വേദനിക്കുന്നു..."

"ഒരു ഗുളിക തിന്ന് മാറും ഇന്ന് സേനാംഗങ്ങളുടെ പരിപാടിയുണ്ട്.
ആറുമണിക്കുതന്നെ പുറപ്പെടണം..."

"ഞാൻ വരുന്നില്ല..."

"വരുന്നില്ലെങ്കിൽ എടുത്തുകൊണ്ടു പോകേണ്ടിവരും. പ്രസിഡന്റിന്

ഭാര്യയോട് എത്ര സ്നേഹമുണ്ടെന്നു ജനങ്ങൾക്കെല്ലാം മനസ്സിലാകട്ടെ..."

"ഭാര്യയെ സ്നേഹിക്കുന്നയാൾ മറ്റു പെണ്ണുങ്ങളെ തൂക്കിക്കൊണ്ടു വരുന്നതെന്തിനാ?"

"വായടയ്ക്ക് അത് എന്റെ വ്യക്തിപരമായ കാര്യം. നീയതിൽ തല യിടണ്ട. ഭാര്യയുടെ സ്ഥാനം എവിടെയാണോ അവിടെ മാത്രം നില്‍ ക്കണം..." അയാൾ ദേഷ്യത്തോടെ എഴുന്നേറ്റു പുറത്തേക്കു നടന്നു.

ഇത്രത്തോളം അപമാനിക്കപ്പെട്ടിട്ടും താനെന്തിന് ഈ കൊട്ടാര ത്തിൽ കഴിയണം...? എങ്ങോട്ടെങ്കിലും ഇറങ്ങിപ്പോയാലോ...? പക്ഷേ, എങ്ങോട്ട്...? കലമന്റിന്റെ അഹങ്കാരംമൂലം ബന്ധുക്കളും എന്നോ നഷ്ട പ്പെട്ടുകഴിഞ്ഞു. വാ എന്നു പറഞ്ഞ് തന്നെ സ്വീകരിക്കാൻ അച്ഛൻമാത്ര മാണ് ബാക്കിയുള്ളത്...ദാരിദ്ര്യമുണ്ടെങ്കിലും അവിടെ വാത്സല്യം ലഭി ക്കും. സ്വാതന്ത്ര്യം കിട്ടും. മാനവും മര്യാദയുമുണ്ടാകും...

അച്ഛനെകാണാൻ പോകണമെന്നാവശ്യപ്പെട്ടപ്പോഴൊക്കെ, 'വേണ്ട... അതു നമുക്ക് കുറച്ചിലാണ്,' എന്നു പറഞ്ഞ് വിലക്കുകയാണുണ്ടായത്. പറയാതെ രക്ഷപ്പെടാനും സാദ്ധ്യമല്ല.പൊലീസുകാർതന്നെ പിടിച്ചുകൊ ണ്ടുവരും...

എത്രനേരം അങ്ങനെ ചിന്തിച്ചിരുന്നെന്ന് അവൾക്കുതന്നെ അറി യില്ല...

വൈകുന്നേരം കലമന്ത് ഒറ്റയ്ക്കാണു പുറപ്പെട്ടത്. അയാളെ കണ്ട പ്പോൾ സേനാംഗങ്ങൾ കൈമുട്ടി സന്തോഷം പ്രകടിപ്പിച്ചു.

സർവ്വസൈന്യാധിപൻ അയാളെ വേദിയിലേക്ക് ആനയിച്ചു.

"ഇന്നത്തെ പരിപാടികളെന്തൊക്കെയാണ്...?" കലമന്ത് അന്വേ ഷിച്ചു.

"ആദ്യം അങ്ങയുടെ ഭാഷണം, അനന്തരം കലാപരിപാടികൾ..."

സർവ്വസൈന്യാധിപൻ മൈക്കിനു മുന്നിൽ ചെന്നുനിന്നു.

"ഇപ്പോൾ നമ്മുടെ ബഹുമാനപ്പെട്ട പ്രസിഡണ്ട് നിങ്ങളെ അഭിസം ബോധന ചെയ്യുന്നതാണ്..."

ശ്രോതാക്കളുടെ കൈയടികൾക്കിടയിൽ കലമന്ത് എഴുന്നേറ്റു:

"എന്റെ പ്രിയപ്പെട്ട ചങ്ങാതിമാരെ..."

പ്രസംഗം ആരംഭിച്ചതേയുള്ളൂ...പെട്ടെന്ന് മുൻനിരയിൽനിന്ന് ഒരാൾ തോക്കുമായെണീറ്റു. കലമന്തിന്റെ ശിരസ്സിനു ലക്ഷ്യം വച്ചു...രംഗം നിരീ ക്ഷിച്ചിരുന്ന ഉപസൈന്യാധിപൻ മഹാനാഥ് കലമന്തിനിനെ പിടിച്ചു വലിച്ചു. ഉണ്ടകൾ ശിരസ്സിനു മുകളിലൂടെ ചീറിപ്പാഞ്ഞു. വീണ്ടും തോക്കു യർത്തുന്നതിനു മുമ്പ് അംഗരക്ഷകർ ചാടിവീണു കഴിഞ്ഞിരുന്നു...

കലമന്ത് നന്ദിയോടെ മഹാനാഥിനെ നോക്കി അംഗരക്ഷകരുടെ വലയത്തിലൂടെ അയാൾ കാറിൽ കയറി...

"സർവ്വസൈന്യാധിപനെവിടെ?"

"അവിടെ കാണാനില്ല..."

"ഉം...എന്റെ കൂടെ വരൂ..."

ഉപസൈന്യാധിപൻ കാറിൽ കയറി. കൊട്ടാരത്തിലെത്തുന്നതുവരെ ആരും ഒന്നും സംസാരിച്ചില്ല...

കലമന്റെ പിന്നാലെ മഹാനാഥ് ആലോചനാമുറിയിൽ കടന്നു ചെന്നു. കലമത് വിസ്കി പകർന്നു...ഇരുവരും കുടിച്ചു...ശബ്ദം കേട്ടു കടന്നു വന്ന ജബാലയോട് അയാൾ പറഞ്ഞു:

"ഈ മഹാനാഥാണ് എന്റെ ജീവൻ രക്ഷപ്പെടുത്തിയത്..."

ജബാല കൗതുകത്തോടെ മഹാനാഥിനെ ശ്രദ്ധിച്ചു. മഹാനാഥ് പ്രസിഡന്റിന്റെ പത്നിയെ താണുവണങ്ങി...

ഭർത്താവിനെ മരണത്തിൽനിന്നും ഇയാളെന്തിനു രക്ഷപ്പെടുത്തി...? ആ മരണം തന്നെ സംബന്ധിച്ചിടത്തോളം സന്തോഷപ്രദമാണ്, ആശ്വാസകരമാണ്.

ഫോൺ ശബ്ദിച്ചതു കേട്ടു കലമന്തെണീറ്റു ചെന്നു... തിരികെ വന്നിരുന്ന അയാൾ പറഞ്ഞു:

"സർവ്വസൈന്യാധിപൻ വെടിവച്ച് ആത്മഹത്യചെയ്തിരിക്കുന്നു..."

മഹാനാഥ് നടുങ്ങിപ്പോയി. പക്ഷേ, കലമന്തിനു ഭാവഭേദമൊന്നു മുണ്ടായില്ല. അയാളുടെ മനസ്സ് ഒരേകദേശചിത്രം വരച്ചെടുക്കുകയാണ്...

"മഹാനാഥ്..." കലമത് തെല്ലുനേരത്തെ മൗനം ഭഞ്ജിച്ചു: ഇനി മുതൽ നിങ്ങളാണ് ആ സ്ഥാനത്തിരിക്കേണ്ടത്...'

മഹാനാഥ് എഴുന്നേറ്റു പ്രസിഡന്റിനെ വണങ്ങി. കല്പന ശിരസ്സാ വഹിച്ചു.

ഈ ചെറുപ്പക്കാരനാണോ സർവ്വസൈന്യാധിപൻ...? ഇയാൾക്കു സേനയെ നിയന്ത്രിക്കാനാകുമോ? ജബാല വിസ്മയത്തോടെ മഹാ നാഥിനെ നോക്കിനിന്നു...

മീനയ്ക്കു രാവിലെതന്നെ പെറ്റുനോവാരംഭിച്ചു. അനുഭവമില്ലാത്ത പെണ്ണ്. പുറമേ ഭയവും. വേദന സഹിക്കാനാവാതെ അവൾ നിലവിളിച്ചു. ഭൂദേവി അടുക്കലിരുന്ന് ആശ്വസിപ്പിച്ചു... ഈ ആളുകളുടെയെല്ലാം മുന്നിൽവെച്ചുതന്നെ ഇവൾ പ്രസവിക്കണോ?

ബഹളം കേട്ട് മേട്രൻ വന്നു:

"എന്താ ഇവിടെ?"

"മീനയ്ക്ക് പ്രസവവേദന. ആശുപത്രിയിലെത്തിക്കണം."

"ആസ്പത്രിയിലോ? അവിടെ ആരാ ഉള്ളത് പ്രസവം നോക്കാൻ? ഇവിടത്തെ ഡോക്ടർ മരുന്നേ തരൂ പ്രസവമെടുക്കില്ല"

"ചെറിയ പെണ്ണ്. പാവം വല്ലതും പറ്റിയാൽ ഞങ്ങളെന്തു ചെയ്യും...?"

ഭൂദേവിയുടെ നിസ്സഹായതയെ പരിഹസിക്കാനെന്നവണ്ണം മേട്രൻ പറഞ്ഞു.

"ഇവളെപ്പോലുള്ളവർക്ക് ഒന്നും പറ്റില്ല. നായ്ക്കൾ പെരുവഴിയിലല്ലേ പെറ്റുകൂട്ടുന്നത്...! ആരെങ്കിലും സഹായിക്കാറുണ്ടോ...?"

പതിമൂന്ന്

ഭൂദേവിക്കു ദേഷ്യവും സങ്കടവും ഒന്നിച്ചുണ്ടായി.

"അമ്മേ, നിങ്ങളും ഒരു സ്ത്രീയല്ലേ? ഇങ്ങനെ പറയുന്നല്ലോ... നിങ്ങൾക്കും കുഞ്ഞുകുട്ടികളില്ലേ...?

"എനിക്കു കുഞ്ഞുകുട്ടികളും ഇല്ല... വിവാഹവും കഴിഞ്ഞിട്ടില്ല. അതെല്ലാം നിങ്ങളെപ്പോലുള്ളവർക്കാണ്..."

മേട്രൻ തന്റെ മുറിയിലേക്കു പിന്തിരിഞ്ഞു.

ഭൂദേവിക്കു നിരാശ തോന്നി. ഇവിടെനിന്നു മറ്റൊരു സഹായവും കിട്ടില്ല...മീനയെ ആശ്വസിപ്പിച്ചുകൊണ്ട് അവർ അടുത്തിരുന്നു...

മനിലനെ പ്രസവിച്ച ദിവസം... ഉച്ചയ്ക്കുശേഷമാരംഭിച്ച വേദന വൈകുന്നേരം ജാസ്തിയായി. ഹരിചരൺ അടുക്കൽത്തന്നെ ഉണ്ടായിരുന്നു. കുഞ്ഞിനെ എടുക്കാൻ വന്ന പ്രായം ചെന്ന സ്ത്രീ നെറ്റിയും പുറവും തലോടി ആശ്വസിപ്പിച്ചിരുന്നു...ഇരുൾ പരക്കുന്നതിനുമുമ്പ് മനില ജനിച്ചു... ആൺകുഞ്ഞ്...ആ സ്ത്രീ ശുശ്രൂഷ ചെയ്തു.. പൊക്കിൾ മുറിച്ചു... കുഞ്ഞിനെ തുണിയിൽ പൊതിഞ്ഞ് അമിയയുടെ കൈയിൽക്കൊടുത്തു... ചൂടുവെള്ളംകൊണ്ടു ദേഹം മുഴുവൻ വൃത്തിയാക്കി. ചൂടുകാപ്പി കുടി പ്പിച്ച് ഇനി സമാധാനമായി കിടക്ക് എന്നു പറഞ്ഞ് അവർ സ്ഥലംവിട്ടു.

മീനയ്ക്കു വേദന കൂടിക്കൂടിവന്നു ഭൂദേവി പലതും പറഞ്ഞും തടവിയും ആശ്വസിപ്പിച്ചു. ഉള്ളിൽ വരാൻശ്രമിച്ച കുട്ടികളെയും മറ്റും ഭൂദേവി അകറ്റി നിർത്തി...ഇരുമ്പഴികൾ പിടിച്ചുകൊണ്ട് അവർ കൗതു കത്തോടെ നിന്നു.

നാലഞ്ചുവർഷം മുമ്പു നടന്ന ഒരു സംഭവം ഭൂദേവിയുടെ മനസ്സിൽ തികട്ടിവന്നു. അയൽപക്കത്ത് ഒരു കന്നിപ്രസവം നടക്കുന്നു. മൂന്നു ദിവസം വേദന നീണ്ടുനിന്നു. രക്തസ്രാവവുമുണ്ടായി. ആസ്പത്രിയിൽ കൊണ്ടുപോകാനൊന്നും അവർ കൂട്ടാക്കിയില്ല. കുഞ്ഞു കുറുകെയാണ്... പ്രസവം ബുദ്ധിമുട്ടാണ് എന്നു വയറ്റാട്ടി പറഞ്ഞെങ്കിലും ആരുടെയും ചെവിയിൽ പതിഞ്ഞില്ല. വയറ്റാട്ടി ഉള്ളിൽ കൈയിട്ട് കുഞ്ഞിനെ നേരെ യാക്കാൻ ശ്രമം തുടങ്ങി. പെട്ടെന്നു യുവതി ഒന്നു നിലവിളിച്ചു. കെട്ടട ങ്ങിയതുപോലെ രക്തം ധാരധാരയായൊഴുകി. ഭൂദേവി ചെന്നപ്പോൾ എല്ലാം അവസാനിച്ചിരുന്നു...

ആ സംഭവമോർത്ത് ഭൂദേവിയുടെ ദേഹം വിറച്ചു. മീനയ്ക്കും അതു പോലെ സംഭവിച്ചാൽ...അവളുടെ ശവം തങ്ങൾ കാണേണ്ടിവരും...

മീന ഉറക്കെ കരഞ്ഞുതുടങ്ങി. മൂന്നുനാലു സ്ത്രീകൾ അവളുടെ അടുക്കൽ ചെന്നു. കാലകത്തി നോക്കി. കുഞ്ഞിന്റെ തല കാണുന്നുണ്ടാ യിരുന്നു. ഇനിയെന്തു വേണമെന്ന് ആർക്കും അറിയില്ല. ഏവരും നോക്കി നില്ക്കെ തന്നെ കുഞ്ഞു പുറത്തുകടന്നു. ഭൂദേവി മുട്ടുകുത്തിയിരുന്നു കുഞ്ഞിനെയെടുത്തു. നല്ല പെൺകുഞ്ഞ്. കരയുന്ന കുഞ്ഞിനെ ഗിൽഡ തുണികൊണ്ടു പുതപ്പിച്ചു. പൊക്കിൾ മുറിക്കണം...എങ്ങനെ...?

മുറിക്കാനുള്ള ഉപകരണം എവിടെനിന്നു കിട്ടും? അമ്മയുടെ വയറ്റിൽ നിന്നു വന്ന മറ്റവശിഷ്ടങ്ങളും ദൂരെക്കളയണം. ആലോചിച്ചു നില്ക്കാൻ സമയമില്ല. ഭൂദേവി പല്ലുകൊണ്ട് പൊക്കിൾക്കൊടി മുറിച്ചു. മറ്റൊരു സ്ത്രീ സാരിത്തലപ്പുകൊണ്ട് അതു പൊതിഞ്ഞുകെട്ടി. ഭൂദേവിയുടെ വായ നിറയെ രക്തം... എങ്കിലും അമ്മയുടെ വയറ്റിൽ നിന്നുമുള്ള രക്തം പോക്കു നിലച്ചുതുടങ്ങിയിരുന്നു.

നിലത്തു കിടക്കുന്ന യുവതിയെ കീറിയ കമ്പിളിമേലെടുത്തു കിടത്തി ഗിൽഡ തന്റെ കമ്പിളിയെടുത്ത് അവളെ പുതപ്പിച്ചു. ഭൂദേവി സമാധാനിപ്പിച്ചു എല്ലാ കച്ചറകളും ഒരു കുടുക്കയിലാക്കി പുറത്തു കൊണ്ടുകളഞ്ഞു. മുറിക്കു പുറത്തു കുട്ടികളും മുതിർന്നവരും തിക്കി നിന്നിരുന്നു. പുതുതായി പിറന്ന കുഞ്ഞിനെനോക്കി അവരെല്ലാം ചിരിച്ചു. കുഞ്ഞിന്റെ പുതുഗന്ധം എല്ലാവരും ആസ്വാദിച്ചു.

രാവിലെമുതലേ മാനസികമായി പ്രയാസപ്പെട്ടിരുന്ന ഭൂദേവി കിടന്ന യുടൻ ഉറങ്ങിപ്പോയി. ഉറക്കത്തിൽ സ്വപ്നംകണ്ടു...ഗ്രാമത്തിലുള്ള സ്വന്തം വീട്ടിൽ കുഞ്ഞു പിറന്നിരിക്കുന്നു. ഭൂദേവി പായസം തയ്യാറാക്കി. തടവുകാർ വരി വരിയായിരിക്കുന്നു. അവർക്ക് വയറുനിറയെ വിളമ്പിക്കൊ ടുത്തു. പായസംകുടിച്ചുകൊണ്ടിരിക്കെ അവർ ചോദിച്ചു... കുഞ്ഞിനെന്താ പേരിട്ടത്...? പേരിട്ടില്ല നല്ലതൊന്നു കണ്ടുപിടിക്കണം ഭൂദേവി പറഞ്ഞു. എല്ലാവരും കുടിച്ചശേഷം ഭൂദേവിയും കുടിക്കാനിരുന്നു.

പെട്ടെന്ന് ഉറക്കം ഞെട്ടി. ചുറ്റും ഉറങ്ങുന്നവർ കൂർക്കംവലിക്കുന്നു. ഇനിയും പുലർന്നിട്ടില്ല. ഏതോ കുഞ്ഞുകരയുന്നുണ്ട്. അമ്മ ആശ്വസിപ്പി ക്കുന്നുമുണ്ട്. മീന ഗാഢനിദ്രയിലാണ്. ഭൂദേവി ചരിഞ്ഞുകിടന്നു കണ്ണടച്ചുപിടിച്ചു...

പതിവുപോലെ സൂര്യനുദിച്ചു. കഞ്ഞി കൊണ്ടുവന്നു. പ്രസവിച്ചവൾ ക്കു വേണ്ടി ഭൂദേവി ഒരുപാത്രം കൂടുതൽ ആവശ്യപ്പെട്ടു. കൊടുത്ത തെല്ലാം മീന സന്തോഷത്തോടെ കുടിച്ചു. കുഞ്ഞ് എല്ലാം നോക്കിക്കൊ ണ്ടു ദൂരെ കിടന്നിരുന്നു...

"കുഞ്ഞിന് ഒരു നല്ല പേരു വേണം"

ഭൂദേവിയുടെ വാക്കു കേട്ട് ഓരോരുത്തരും ഓരോന്ന് അഭിപ്രായപ്പെട്ടു. ഉച്ചവരെ ആ ചർച്ച നീണ്ടുനിന്നു. അവർപറഞ്ഞ പേരുകളൊന്നും ഭൂദേവിക്കിഷ്ടപ്പെട്ടില്ല. അവരുടെ മനസ്സിൽ മറ്റൊന്നു തെളിഞ്ഞു വന്നിരുന്നു...

"സ്വാതന്ത്ര്യകുമാരി എന്നിടാം"

ആ പേരിന്റെ പുതുമ എല്ലാവരിലും കൗതുകമുളവാക്കി. മീന സന്തോഷത്തോടെ തലകുനിച്ചു. ഗിൽഡയ്ക്കു നന്നേ ഇഷ്ടപ്പെട്ടു. "അങ്ങനെ പറഞ്ഞാലെന്താ?" ഒരു സ്ത്രീ പേരിന്റെ അർത്ഥം കിട്ടാതെ ചോദിച്ചു. ഭൂദേവി അർത്ഥം പറഞ്ഞുകൊടുക്കാൻ ചെന്നില്ല. അതു കൊണ്ടു പ്രയോജനമില്ലെന്ന് അവർക്കറിയാം.

ഉച്ചഭക്ഷണം കഴിഞ്ഞ് യുവതികൾ പാടാനും നൃത്തംചെയ്യാനും

തുടങ്ങി. ആ അദമ്യചൈതന്യധാരയ്ക്ക് ഭൂദേവിയും വശംവദമായി. ആ യുവതികളുടെ മിഴികളിൽ സൂര്യപ്രകാശമുണ്ട്. എന്നാൽ മിഴികൾക്കു താഴെ കറുപ്പുവര... വിളറിയ മുഖം. മെലിഞ്ഞ ദേഹം. തീവ്രമായ ദുഃഖ ത്തിലും വെളിപ്പെടുന്ന ജീവിതചൈതന്യം. ഇതിനു സാഫല്യമുണ്ടാവു മോ? ഉത്തരം കണ്ടെത്താനാവാത്ത ചോദ്യം...

നൃത്തം ചെയ്തു തളർന്ന യുവതികൾ നിലത്തു വീണുകിടന്നു. അകേഷിയാമരത്തിന്റെ കീഴിലിരുന്ന് ഗിൽഡ നിലത്തെന്തോ വരയ് ക്കുന്നു. ഉണങ്ങിയ കമ്പുകൾ പൊട്ടിച്ചുവച്ച് അതിന് ആകൃതി നല്കുന്നു. രണ്ടു കുട്ടികൾ കടലാസുതോണിയുണ്ടാക്കി കൂടാരത്തിലെ വെള്ളത്തി ലിട്ടു കൈകൊട്ടിച്ചിരിച്ചു. ചില കുട്ടികൾ ഏറോപ്ലെയിനുണ്ടാക്കി പറപ്പി ക്കുന്നു. ഭൂദേവി എല്ലാം നോക്കിക്കണ്ടു. അവരുടെ ഉത്സാഹവും സന്തോ ഷവും ഭൂദേവിയുടെ ഹൃദയത്തിൽ അലിഞ്ഞുചേർന്നു. ഒരു നിമിഷത്തേ ക്കു സ്വന്തം പരിസരം മറന്നുപോയി...സ്കൂളിലെ കുട്ടികൾ... അവർ പല തരം കളികളിലേർപ്പെട്ടിരിക്കുന്നു...ചലിക്കുന്ന റെയിൽ... മോട്ടോർകാർ... ഓടുന്ന പാവങ്ങൾ... അങ്ങനെ എന്തെല്ലാം. അതൊക്കെ കാണുമ്പോൾ കുട്ടികളുടെ കണ്ണുകൾ വിരിഞ്ഞു നില്ക്കും... എന്തൊരാനന്ദം...ഇപ്പോൾ ഈ ജയിലിലെ കുട്ടികളും ആ സംതൃപ്തി അനുഭവിക്കുന്നു. ഇവർ ക്കുള്ളതു കടലാസു തുണ്ടുകളും മരക്കഷ്ണങ്ങളുമാണ്...

ഗിൽഡ കമ്പുകൾ കൂട്ടിവച്ച് ഒരു പാവയുണ്ടാക്കി തലമുടിക്കു പകരം തുണിക്കഷണം ചുറ്റിക്കെട്ടി. കുട്ടികൾ അതു നോക്കിക്കൊണ്ടു ചുറ്റും കൂടി. അവർക്കെല്ലാം ആ പാവ വേണം. അവർ ബഹളം കൂട്ടിയപ്പോൾ ഗിൽഡ പറഞ്ഞു: "ഛേ, മിണ്ടാതിരിക്ക്. പാവയുടെ പണി തീർന്നിട്ടില്ല..." അവൾ വീണ്ടും മിനുക്കുപണിയിലേർപ്പെട്ടു.

ഭൂദേവി വെറുതെയിരിക്കുന്നതു കണ്ട കുട്ടികൾ അടുക്കൽ പാഞ്ഞെ ത്തി:

"മേഡം കഥ പറഞ്ഞുതാ..."

"എന്തു കഥ...?"

"രാജാവിന്റെ കഥ."

"ഒരു രാജ്യത്ത് ഒരു രാജാവുണ്ടായിരുന്നു. അത്യാഗ്രഹി. നാട്ടിലെ സമ്പത്തു മുഴുവൻ അയാൾ സ്വന്തമാക്കി കൊട്ടാരത്തിൽ കുന്നുകൂട്ടി. കുട്ടികളുടെ കളിക്കോപ്പുകളെല്ലാം വാരിക്കൂട്ടി കൊണ്ടു വന്നു. നാട്ടിലെ കുട്ടികളൊന്നും കളിക്കരുത്... പാടരുത്... നൃത്തം ചെയ്യരുത്... സംസാരി ക്കരുത്... എന്തിനു പറയുന്നു, ഒടുവിൽ കരയരുതെന്നുപോലും കല്പിച്ചു കുട്ടികൾക്ക് ഇങ്ങനെ ഒതുങ്ങിയിരിക്കാൻ കഴിയുമോ? അവർ വിഷമിച്ചു. എല്ലാവരും ഒന്നിച്ചിരുന്ന് ആലോചിച്ചു. കൊട്ടാരം ആക്രമിക്കാൻ പരിപാടി യിട്ടു. ഒരു മുഹൂർത്തത്തിൽ എല്ലാവരും യാത്രപുറപ്പെട്ടു. ചിലർ നടന്നു പോയി...ചിലർ പറന്ന്...ചിലർ നീന്തിക്കൊണ്ട്. ഭൂമിയും ആകാശവുമെല്ലാം കുഞ്ഞുങ്ങളെക്കൊണ്ട് നിറഞ്ഞു. അവർ കൊട്ടാരം വളഞ്ഞു. ഉള്ളിൽ കയറി തങ്ങൾക്കാവശ്യമുള്ളതെല്ലാം എടുത്തു"

"അപ്പോൾ രാജാവെവിടെപ്പോയി?"

"രാജാവ് പേടിച്ച് ഓടിപ്പോയി..."

"അയാൾ നീചനാണ്...ദ്രോഹിയാണ്...അയാളെ കൊല്ലണം..."
കുട്ടികൾ വളിച്ചുപറഞ്ഞു.

"ശരി...കൊല്ലാം..." ഭൂദേവി ചിരിച്ചു.

കുട്ടികൾ ഓടിപ്പോയി...

അടുത്ത ദിവസം കൗതുകമുളവാക്കിയ ഒരു സംഭവം നടന്നു...

ഭ്രാന്തി സുബൈദ കഴിഞ്ഞുകൂടുന്ന സെല്ലിന്റെ അടുത്തുള്ള മറ്റൊരു ഒറ്റസെല്ലിന്റെ വാതിൽ തുറക്കപ്പെട്ടു. വാർഡർമാർ ഏതാനും തടവുകാരെ കൂട്ടിക്കൊണ്ടുവന്നു. മുറി അടിച്ചു വൃത്തിയാക്കി. മാറാലയും മറ്റും നീക്കം ചെയ്തു. നിലത്തു ഫിനൈൽ തളിച്ചു. ഒരു കട്ടിൽ കൊണ്ടു വരപ്പെട്ടു. അതിൽ കിടക്ക...വിരിപ്പ്...തലയണ...

മേട്രൻ എല്ലാ സ്ത്രീതടവുകാരും കേൾക്കെ ഉറക്കെ പറഞ്ഞു: "ഒരു വലിയ ആൾ വരുന്നുണ്ട്. ആരും മുന്നിൽ വന്നു ബുദ്ധിമുട്ടിക്കരുത്..."

തടവുകാർക്ക് ഒന്നും മനസ്സിലായില്ല. അവർ മുഖത്തോടുമുഖം നോക്കി...

ഉച്ചതെറ്റിയ സമയം. സിൽക്കുസാരിയുടുത്തു വെളുത്തുമെലിഞ്ഞ ഒരു സ്ത്രീ ഗമയിൽ നടന്നുവന്നു. അവൾ സമ്പന്നയാണെന്നതിൽ സംശയമില്ല. മേട്രൻ തൊഴുകൈയോടെ പിന്നാലെയുണ്ട്...

"ഈ മുറിയിലെങ്ങനെയാ കഴിയുക...?" വെറുപ്പോടെ ആ സ്ത്രീ മേട്രനോടു ചോദിച്ചു. "വാതിലിൽ ഒരു കർട്ടൻ കൊണ്ടിട്..."

നിമിഷങ്ങൾക്കകം ആഗ്രഹം സാധിപ്പിച്ചു. തടവുകാർ ആശ്ചര്യ ത്തോടെ ആ വൈഭവം നോക്കിനിന്നു... കരയാനോങ്ങിയ ഒരു കുഞ്ഞിന്റെ വായ അമ്മ പൊത്തിപ്പിടിച്ചു...

"ഈ ജയിലില് എന്നെപ്പോലുള്ളവർക്ക് കഴിയാൻ ഒരു നല്ല മുറി കൂടിയില്ലേ?" സമ്പന്നമഹിള മേട്രനെ പേടിപ്പിച്ചുകൊണ്ടിരുന്നു...

മേട്രനെ ഭയപ്പെടുത്തുന്ന ഈ സ്ത്രീ സാധാരണക്കാരിയല്ലെന്ന് തടവുകാർക്ക് മനസ്സിലായി...

ഇതിനിടയിൽ ഒരു വാർഡൻ വലിയ ടിഫിൻകാരിയറുമായെത്തി. തടവിനുള്ളിലെ മിഴികളെല്ലാം അതിൽ തങ്ങി നിന്നു....

"ഇതെന്തിനാ ഇങ്ങോട്ടു കൊണ്ടുവന്നത്...?" വാർഡനെ നോക്കി സ്ത്രീ തുടർന്നു. "ഇവരുടെയൊക്കെ മുമ്പിൽ വച്ച് ഞാനെങ്ങനെ ഭക്ഷണം കഴിക്കും...? ലിംസാഹേബിന്റെ മുറിയിൽ കൊണ്ടുവെക്ക്... അവിടെ ചെന്നു കഴിച്ചുകൊള്ളാം..."

സ്ത്രീ എഴുന്നേറ്റു നടന്നു...രാജ്ഞിയുടെ നടത്തം...ദേഹം നിറയെ ആഭരണങ്ങൾ... അപൂർവ്വമായ പരിമളം...

എല്ലാവരും മിഴിച്ചിരിക്കെ അവൾ അപ്രത്യക്ഷയായി...

ഭക്ഷണമണി മുഴങ്ങി...

തടവുകാർ പാത്രങ്ങളുമായി വരിനിന്നു...ഓരോ ഉരുളയും ഒരു

കൈയില്‍ ചാറും...

വായകള്‍ തമ്മില്‍ വാര്‍ത്ത കൈമാറി...ജയിലിലെത്തിയ സ്ത്രീ നീല ദ്വീപിലെ കരകൗശലവിദഗ്ദ്ധന്റെ പത്നിയാണത്രേ. ഏതോ കൊലയ്ക്കു കൂട്ടുനിന്നതുകൊണ്ടാണ് ഇവിടെയെത്തിയത്. ഒന്നുരണ്ടു ദിവസത്തിനു ള്ളില്‍ ഭര്‍ത്താവ് വന്നു ജാമ്യത്തിലിറക്കിക്കൊണ്ടു പോകുമത്രേ....

ആ സ്ത്രീ മുറിയില്‍ വളരെ കുറച്ചുസമയമേ ചെലവഴിച്ചുള്ളു... മുറിയിലുള്ളപ്പോഴാണെങ്കില്‍ മേട്രനും വാര്‍ഡനും കാവലുണ്ടാകും. അധികനേരവും ലിംസാഹേബിന്റെ മുറിയിലിരിക്കാനാണ് അവളിഷ്ടപ്പെ ട്ടത്. ഭക്ഷണം അവിടെത്തന്നെ. ഒറ്റ രാത്രിയേ ആ മുറിയില്‍ അവളുണ്ടാ യിരുന്നുള്ളൂ... മറ്റു രാത്രികളില്‍ അവള്‍ എവിടെയായിരുന്നെന്ന് ആര്‍ക്കു മറിയില്ല...

ഒരുദിവസം ആ മുറിയില്‍ സ്റ്റൗ കത്തി. മേട്രന്‍ ചായയുണ്ടാക്കി... തെല്ലു കഴിഞ്ഞപ്പോള്‍ വാര്‍ഡന്‍ പത്രം കൊണ്ടുകൊടുത്തു...ഇത്തരം അദ്ഭുതങ്ങള്‍ നടക്കുന്നതിനിടയില്‍ ഒരുദിവസം ആ സ്ത്രീ മോചിത യായി. കട്ടിലും കിടക്കയും എല്ലാം അവളുടെ പിന്നാലെ ബഹിര്‍ഗ്ഗമിച്ചു.

അടുത്തദിവസം ഒരു സില്‍ക്ക് സാരി ഭൂദേവിയെ കാട്ടിക്കൊണ്ടു മേട്രന്‍ പറഞ്ഞു. "ഇതു കണ്ടോ...? ആ മഹാമനസ്ക സമ്മാനിച്ചതാണ്. വലിയവര്‍ എന്നും വലിയവര്‍തന്നെ...."

കീറിയ തന്റെ സാരിയില്‍ കണ്ണോടിച്ചു ഭൂദേവി പറഞ്ഞു: "ഞങ്ങള്‍ ദരിദ്രരാണ്. വലിയവരുടെ കാര്യമൊന്നും ഞങ്ങള്‍ക്കു മനസ്സിലാവില്ല..."

"ലിംസാഹേബിന് വെള്ളിയുടെ ടീസെറ്റാണു കൊടുത്ത്..." അസൂയയോടെ മേട്രന്‍ പറഞ്ഞു.

ചിരി വന്നെങ്കിലും അതടക്കിവെക്കാന്‍ ഭൂദേവി നന്നേ പാടുപെട്ടു.

പതിനാല്

മീനയുടെ കുഞ്ഞ് നാള്‍ക്കുനാള്‍ വളര്‍ന്നുവന്നു. അവളുടെ തനി സ്വരൂപം. യുവതികള്‍ മാറിമാറി കുഞ്ഞിനെ താലോലിച്ചു... താരാട്ടു പാടിയുറക്കി...

ഒരുദിവസം ഒരു യുവതി കുഞ്ഞിനെയെടുത്തു. സുബൈദയുടെ സെല്ലിനു മുന്നില്‍ ചെന്നു. കുഞ്ഞിനെ കണ്ട് സുബൈദ അഴികള്‍ക്കിടയി ലൂടെ കൈ നീട്ടി... "എന്റെ കുഞ്ഞ്...എന്റെ കുഞ്ഞ്... ആരാ കട്ടുകൊണ്ടു പോയത്...വേഗം താ..."

രംഗം വീക്ഷിച്ചിരുന്ന മീന ഓടിവന്ന് കുഞ്ഞിനെ വാങ്ങി തിരികെ സ്വസ്ഥാനത്തു ചെന്നിരുന്നു. പിടിവലിമൂലം കുഞ്ഞ് കരഞ്ഞു. കരച്ചിലൊ തുക്കാന്‍ വായില്‍ മുലക്കണ്ണ് തിരുകിക്കൊടുത്തു...കുഞ്ഞ് കരച്ചില്‍ നിര്‍ത്തി...കൈകാലിളക്കിക്കൊണ്ട് മുല ഈമ്പിക്കുടിച്ചു.

ഗില്‍ഡ അസൂയയോടെ നോക്കി നില്‍ക്കയായിരുന്നു. തനിക്കും ഒരു കുഞ്ഞുണ്ടായിരുന്നെങ്കില്‍... ഇതുപോലെ ലാളിക്കാമായിരുന്നു...പക്ഷേ,

വേശ്യാലയം നടത്തിപ്പുകാരി എന്തോ കഷായം കുടിപ്പിച്ചു...അതു കുടിച്ചവരാരും ഗർഭിണികളായിട്ടില്ല. താനതു കുടിക്കാതിരുന്നെങ്കിൽ...!

മീനയുടെ അരികത്തു ചെന്ന് അല്പം കടുത്ത സ്വരത്തിൽ അവൾ പറഞ്ഞു: "കുഞ്ഞിനെ ഇങ്ങനെ ലാളിക്കണ്ട..."

"എന്തേ...?" ആശ്ചര്യത്തോടെ ഗിൽഡയെ നോക്കി.

"നാളെ ജയിലിൽനിന്ന് വിട്ടാൽ ഈ കുഞ്ഞിനെ എന്തു ചെയ്യും...? നിന്റച്ഛൻ ഇതിനെ വീട്ടിൽ കയറ്റുമോ? ബന്ധുക്കളും സ്നേഹിതകളും നിന്നെ സഹായിക്കുമെന്നാണോ കരുതുന്നത്...? അവരെല്ലാം നിന്നെ ആട്ടിയ കറ്റും ...മാത്രല്ല...നിനക്ക് ഇനി വിവാഹംപോലും നടക്കില്ല. അതുകൊണ്ട് കുഞ്ഞിനെ ഏതെങ്കിലും അനാഥാലയത്തിൽ വളർത്താൻ കൊടുക്ക്..."

മീന വികാരാധീനയായി... ഗിൽഡയെ തുറിച്ചു നോക്കിക്കൊണ്ട് അവൾ പറഞ്ഞു: "ഇല്ല...ഇല്ല...എന്റെ കുഞ്ഞിനെ ആർക്കും കൊടു ക്കില്ല... കൂലിപ്പണിയെടുത്തെങ്കിലും ഇതിനെ വളർത്തും. പഠിപ്പിക്കും..."

"വെറുതെ പകൽക്കിനാവു കാണണ്ട..." ഗിൽഡ ചിരിച്ചു. എല്ലാം കേട്ടുകൊണ്ടിരുന്ന ഭൂദേവിക്ക് സഹായിക്കാൻ കഴിഞ്ഞില്ല...

"ഗിൽഡേ...നീയെന്താ പറഞ്ഞത്...? പകൽക്കിനാവ് കാണേണ്ടേ ന്നോ...? അതുള്ളതുകൊണ്ടല്ലേ നാമിന്നും ജീവിക്കുന്നത്...?"

ഗിൽഡയും മീനയും അമ്പരപ്പോടെ ഭൂദേവിയുടെ തിളങ്ങുന്ന മുഖ ത്തേക്കു നോക്കി....

ഇത്തവണ ജയതിലകിനെ സന്ധിച്ചതിനുശേഷം ലാറ ദുഃഖിത യായി. ജയതിലക് എല്ലും തോലി യുമായിത്തീർന്നിരിക്കുന്നു. അറസ്റ്റ് നടന്നിട്ട് ഒരു വർഷമായി. ഇനിയും വിചാരണ നടത്തുന്ന ലക്ഷണമില്ല...അപ്പോൾ പിന്നെ...ജയിൽ മോചനമെന്നത് ഒരു മരീചികയായിപ്പോകുമോ...?

"വെറുതെ നീയിങ്ങനെ ചിന്തിച്ചിരുന്നിട്ടു ഫലമില്ല. നമ്മുടെ ജാതി യിൽപ്പെട്ട ഒരാളെ കണ്ടുപിടിച്ച് കല്യാണം കഴിക്കണം...." അമ്മ പലവുരു നിർബ്ബന്ധിച്ചു.

"അമ്മേ....ഇനിയും ഇങ്ങനെ ബുദ്ധിമുട്ടിക്കയാണെങ്കിൽ ഞാൻ സന്ന്യാസത്തിനു പോകും..."

മകൾ സന്ന്യാസിനിയാകുന്നത് അമ്മ ഇഷ്ടപ്പെട്ടില്ല. അതുകൊണ്ട് മകളോട് വിവാഹക്കാര്യം പറയാൻ അവർ തുനിഞ്ഞില്ല.

ഈ ഒരു വർഷംകൊണ്ട് തങ്ങളുടെ സ്നേഹം കൂടുതൽ ദൃഢപ്പെട്ടിരി ക്കുന്നതായി ലാറയ്ക്കു തോന്നി. പ്രേമം എന്നു പറഞ്ഞാലെന്താ...? അടുത്തു പെരുമാറലും ചുംബിക്കലും കെട്ടിപ്പുണരലും മാത്രമാണോ? അങ്ങനെയെങ്കിൽ ഈ ഒരു വർഷം തങ്ങൾക്കിടയിൽ അതൊന്നും നടന്നിട്ടില്ലല്ലോ...എന്നിട്ടും തന്റെ ഹൃദയം അയാൾക്കു വേണ്ടി ദാഹി ക്കുന്നു... ആ പേർ രോമാഞ്ചമണിയിക്കുന്നു. സദാ അയാളുമൊത്തുള്ള ജീവിതം സ്വപ്നം കാണുന്നു...അപ്പോൾ പ്രേമമെന്നതിന് വേറെയും വിശ ദീകരണങ്ങളുണ്ട്. പരസ്പരബഹുമാനം...വിശ്വാസം...ത്യാഗം തുടങ്ങിയ വയും പ്രേമത്തിന്റെ ലക്ഷണങ്ങളാണ്....

"ലാറേ... നീ ഒരു വെറും ഭാര്യയാകുന്നത് എനിക്കിഷ്ടമല്ല. ജീവിത പങ്കാളിയെന്നു പറഞ്ഞാൽ പുരുഷന്റെ എല്ലാ ലക്ഷ്യപ്രാപ്തിക്കും കൂട്ടു നില്ക്കുകയെന്നാണ്...." ജയതിലക് പറയുമായിരുന്നു.

നിശ്ചിതകാൽവെപ്പുകളോടെ അയാൾ മുന്നോട്ടു നീങ്ങുമ്പോൾ വിരുദ്ധമായി യാതൊരു സങ്കല്പവുമില്ലാതെ പിന്നോക്കം വലിയുന്നത് ഒരു പങ്കാളിക്ക് യോജിച്ചതാണോ...? പിന്നെ ഞങ്ങൾ തമ്മിൽ എന്തു യോജിപ്പാണുണ്ടാവുക...?

"മറ്റുള്ളവരെപ്പോലെ വെറുതെ തിന്നു ജീവിക്കാൻ ഞാനിഷ്ടപ്പെടു ന്നില്ല. ഈ രാജ്യം അപകടത്തിൽപ്പെട്ടിരിക്കുമ്പോൾ നമുക്കെങ്ങനെ സുഖമായിരിക്കാനൊക്കും...?"

ആദ്യമാദ്യം ജയതിലക് പറയുന്നതൊന്നും അവൾക്കു മനസ്സിലായി രുന്നില്ല. ഇപ്പോൾ പ്രിയതമൻ ജയിലിലായതോടെ കാര്യങ്ങളുടെ ഗൗരവം ബോദ്ധ്യപ്പെട്ടു... വേണ്ടിവന്നാൽ കലാപത്തിന്നിറങ്ങാനുള്ള മാനസിക ശേഷി അവൾ കൈവരിച്ചുകൊണ്ടിരിക്കയാണ്...

രാജ്യം അധികാരത്തീയിൽ വെന്തെരിയുകയാണ്. ആ തീ മനുഷ്യ രെയെല്ലാം വിഴുങ്ങിത്തീർക്കുകയാണ്...

ശ്വാസം മുട്ടുന്നതുപോലെ അവൾക്കു തോന്നി...

തന്റെ പ്രീയപ്പെട്ട നാട് എന്തായീത്തീർന്നിരിക്കുന്നു...ഓരോ വീട്ടി ലെയും അച്ഛനും മകനും സഹോദരനും ജയിലിലാണ്. വയലിൽ പണി ചെയ്യാൻ പുരുഷന്മാരില്ലാത്തതുകൊണ്ട് സ്ത്രീകൾക്കു തന്നെ അതും ചെയ്യേണ്ടിവരുന്നു...കമ്പനികളിലെ നിലയും ഇതുതന്നെ. മുമ്പ് മഹാ യുദ്ധകാലത്ത് പുരുഷന്മാർ യുദ്ധത്തിനു പോയപ്പോൾ വീട് കാത്തു സൂക്ഷിച്ചതു സ്ത്രീകളാണെന്നു പറഞ്ഞുകേട്ടിട്ടുണ്ട്. ഈ രാജ്യത്തിനും ആ ഗതി വന്നുചേരുമോ...?

സ്വാതന്ത്ര്യമില്ലാത്ത രാജ്യംകൊണ്ടെന്തു പ്രയോജനം?

സ്വാതന്ത്ര്യം നഷ്ടപ്പെട്ട ഈ രാജ്യത്ത് ചുമരുകൾക്കുപോലും ചെവികളുണ്ട്. ചാരന്മാർ എല്ലായിടത്തുമുണ്ട്. ജനം വായ തുറക്കുന്നില്ല. നാവനക്കാൻ ഭയക്കുന്നു. എന്നാൽ ജനത തീർത്തും നിഷ്ക്രിയരായി ട്ടില്ല... വീടുകളിൽ രഹസ്യമായെത്തുന്ന ലഘുലേഖകൾ അതിനുദാഹര ണമാണ്...കഴിഞ്ഞ ദിവസത്തെ ലഘുലേഖയിലെ ഉള്ളടക്കം അവൾ ക്കോർമ്മവന്നു...

"നാട്ടിൽ കലാപം നടക്കുന്നെന്നപേരിൽ പ്രഖ്യാപിച്ച ഈ അടിയന്ത രാവസ്ഥ ഒരു തന്ത്രമാണ്. ജനം ഒട്ടും ഭയക്കരുത്. വിപ്ലവം തകർക്കാൻ നേതാക്കളെയെല്ലാം അറസ്റ്റ് ചെയ്തെങ്കിലും പോരാട്ടത്തിനുള്ള ശ്രമം തുടർന്നുകൊണ്ടേയിരിക്കുന്നു. നേതാക്കൾ വിട്ടുപോയ കാര്യം ജനങ്ങളേ റ്റെടുത്തിരിക്കയാണ്. ഈ പോരാട്ടം അന്തിമവും നീണ്ടുനില്ക്കുന്നതു മാണ്. ജനശക്തിയുടെ മുന്നിൽ സൈനികശക്തി ചിതറിപ്പോകുമെന്ന തിൽ യാതൊരു സംശയവുമില്ല...."

ലാറ അറിയാതെ ചിരിച്ചുപോയി. ദുഃഖത്തിന്റെ ഇരുട്ടിലും കർത്തവ്യ ത്തിന്റെ പ്രകാശം തെളിഞ്ഞുവരുന്നതുപോലെ...

കലമന്തിനെക്കുറിച്ചോർത്തപ്പോൾ അവളുടെ അടിവയറ്റിൽ തീയാളി... അധികാരത്തിന്റെ ബലം... അയാൾ പറയുന്നതാണ് വേദ വാക്യം...അയാൾ കല്പിച്ചില്ലെങ്കിൽ സൂര്യനും ചന്ദ്രനുമുദിക്കില്ല എന്ന നിലവരെയായി. പൂ വിരിയുന്നതും പക്ഷി പാടുന്നതും അയാൾക്കു വേണ്ടിയാണ്... കവികൾ ആ പ്രതാപമാണ് വാഴ്ത്തുന്നത്. റേഡിയോവും ടെലിവിഷനും അതാവർത്തിക്കുന്നു...ദേശീയഗാനങ്ങൾ അപ്രത്യക്ഷമാ യിരിക്കുന്നു... പകരം സ്തുതിപാഠകന്മാർ പുതിയ പാട്ടെഴുതിയിരിക്കു ന്നു... നാടുനീളെ അതിന്റെ അലകളാണ്...അനുസരണയില്ലാത്ത എഴു ത്തുകാരും കലാകാരന്മാരും തുരങ്കത്തിനുള്ളിൽ കിടന്ന് വീർപ്പുമുട്ടുന്നു....

ഇതൊക്കെ കാണുമ്പോൾ ജയതിലക് പറഞ്ഞതാണു സത്യമെന്നു ബോദ്ധ്യപ്പെടുന്നു...

സാമൂഹ്യനീതിക്കും മനുഷ്യാവകാശങ്ങൾക്കും വേണ്ടി നാം പോരാ ടേണ്ടിയിരിക്കുന്നു. സർവ്വാധികാരി കൂടുതൽ പിടിമുറുക്കുന്നതോടൊപ്പം ജനം രോഷാകുലരായിത്തീരുകയാണ്. അവകാശങ്ങൾക്കു വേണ്ടി എന്തു വിലകൊടുക്കാനും അവരൊരുങ്ങിക്കഴിഞ്ഞു... അധികാരത്തിന്റെ ഈ അവഹേളനം സഹിച്ചുകൊണ്ട് എത്രനാൾ കഴിഞ്ഞുകൂടും...? അമർത്താൻ ശ്രമിക്കുന്തോറും ഉയിർത്തെഴുന്നേല്ക്കുന്നതാണ് മനുഷ്യചേതന...

ലാറ ജയതിലകിന്റെ വീട്ടിലേക്കു നടന്നു. വൃദ്ധമാതാവ് കാത്തിരിപ്പു ണ്ടായിരുന്നു...

"ജയന് എങ്ങനെയുണ്ട്...? സുഖമല്ലേ....?"

ലാറ ഒരുനിമിഷം ചിന്തിച്ചു നിന്നു. സത്യം പറയണോ? എന്തിന് ഈ അമ്മയെ വേദനിപ്പിക്കണം...

"സുഖമാണമ്മേ..."

"വിചാരണ കഴിഞ്ഞോ?..."

"ഇല്ല..."

"നിനക്ക് ചായ വേണ്ടേ...ഞാനുണ്ടാക്കാം." അവരെഴുന്നേറ്റു, ലാറ പിന്നാലെ ചെന്നു.

താനെന്നാണ് ഈ വീട്ടിൽ മരുമകളായി കാലു കുത്തുക...? ഒരു പക്ഷേ, ഇതു നടക്കാത്ത ആഗ്രഹമായി മാറിയേക്കാം...

ഈ രാജ്യം ഭരിക്കുന്നത് സമ്പന്നരുടെ സർക്കാരാണ്. ദരിദ്രരെ അവർ ചൂഷണംചെയ്യുന്നു. പാവപ്പെട്ടവരെ ഞെക്കിപ്പിഴിയുന്നു... ഇതു മാറണം... അതിന് ജനത ഒന്നിക്കണം... ഒരു മഹാശക്തിയായി... അഗ്നി പർവ്വതമായി... പൊട്ടിത്തെറിക്കണം..

ലാറയുടെ മനോഗതമറിഞ്ഞെന്നവണ്ണം അമ്മ പറഞ്ഞു: "നിന്നെ പ്പോലെ ഒരുത്തനുവേണ്ടി കാത്തിരിക്കുന്ന പെണ്ണിനെ ഞാൻ കണ്ടിട്ടില്ല... ദൈവം നിങ്ങളെ അനുഗ്രഹിക്കട്ടെ..."

അമ്മയുടെ കണ്ണുകൾ നനഞ്ഞു.നിഷ്കളങ്കമായ ഈ അമ്മ തന്നെ എത്രമാത്രം സ്നേഹിക്കുന്നു...

ലാറയുടെ മിഴികൾ ചുമരിലെഴുതിയ അക്ഷരങ്ങളിൽ പതിഞ്ഞു... ചുവന്ന അക്ഷരങ്ങൾ...

സർവ്വാധികാരി തുലയട്ടെ...!
സ്വാതന്ത്ര്യം തിരിച്ചുനല്കുക...!
രാഷ്ട്രീയത്തടവുകാരെ വിട്ടയയ്ക്കുക...!

അവൾക്ക് രോമാഞ്ചമുണ്ടായി. ജയതിലകിനെ വിടുവിക്കാനുള്ള പോരാട്ടത്തിൽ താനും പങ്കാളിയാണ്... ഈ അക്ഷരങ്ങൾ ആ അനിവാര്യതയാണു സൂചിപ്പിക്കുന്നത്...

ഒരു ഞായറാഴ്ച...

ലാറ പള്ളിയിൽ ചെന്നു. ആളുകൾ അധികമില്ല. ഏറ്റവും പിന്നിലായി അവളിരുന്നു.

"നമ്മുടെ നാട്ടിലെ ദരിദ്രജനവിഭാഗങ്ങൾ ശ്രേഷ്ഠരാണ്" ഫാദർ പ്രഭാഷണം തുടങ്ങി. "അവർക്കു വേണ്ടത് നമ്മുടെ സ്നേഹവും ദയയും അനുകമ്പയുമാണ്. നാമവരെ ബഹുമാനിക്കണം. സഹോദരങ്ങളെപ്പോലെ പെരുമാറണം. പിതാവായ യേശു ഇങ്ങനെയാണു പെരുമാറിയത്. അതിമോഹവും പണക്കൊതിയും അനർത്ഥത്തിനു കാരണമാകും. ദരിദ്രരിലാണ് യഥാർത്ഥ മനുഷ്യത്വംകുടികൊള്ളുന്നത്...യേശു ദീനരുടെ ബന്ധുവാണ്."

തലയിൽ മഫ്ലർ കെട്ടിയ ഒരു യുവാവ് അകത്തു കടന്നു. അയാൾ ലാറയുടെ അരികിൽ ചെന്നിരുന്നു. ലാറ ശ്രദ്ധിച്ചു. വളർന്ന താടിരോമങ്ങൾ. മുഷിഞ്ഞ പാന്റ് തുറിച്ച നോട്ടം...

"നിങ്ങൾ ലാറയല്ലേ...?"

ചോദ്യം കേട്ട് അവൾ അമ്പരന്നു. ഇയാൾ രഹസ്യചാരനായിരിക്കും... ഉള്ളിലുള്ള ഭയം മറച്ചുകൊണ്ട് അവൾ മറുപടി നല്കി: "അതേ... നിങ്ങളാരാ...?"

"ഞാൻ ജയതിലകിന്റെ സുഹൃത്ത്. ഗ്രബിയേൽ..." ലാറയുടെ ശ്വാസഗതി നേർക്കായി.

"ഇവിടെ എന്തിനാ വന്നത്? വീട്ടിൽ വരാമായിരുന്നല്ലോ...."

"വീട്ടിൽ വരാനൊക്കില്ല. വഴിനീളെ ചാരന്മാരുണ്ട്. ചിലകാര്യങ്ങൾ അറിയിക്കാനാണു വന്നത്. ജയതിലകിനെ മോചിപ്പിക്കാനുള്ളതാണ് ഒന്ന്. മറ്റൊന്ന് സ്ത്രീകളുടെ ജാഥ നടത്തേണ്ട കാര്യമാണ്...

ലാറ ചെവികൂർപ്പിച്ചു... ഗ്രബിയേൽ തുടർന്നു:

"ജയൻ ഞങ്ങളുടെ നേതാവാണ്. അയാൾ പുറത്തുണ്ടെങ്കിലേ പോരാട്ടത്തിന് ഉശിരും ഉണർവ്വും കിട്ടൂ... അയാളെ വിടുവിക്കാനുള്ള എല്ലാ ശ്രമവും നടത്തണം..."

കനുവിന്റെ കാര്യം ലാറയ്ക്കോർമ്മവന്നു. രക്ഷപ്പെടാൻ ശ്രമിച്ചിട്ട്... ജീവൻതന്നെ നഷ്ടമായി...

"ജയതിലകിന് അങ്ങനെയൊന്നും സംഭവിക്കില്ല, ജയിലാസ്പത്രി മതിലിനു പുറത്താണ്. ജയൻ അവിടെ രോഗിയായി എത്തിപ്പെട്ടാൽ കാര്യം എളുപ്പമായി. ഡോക്ടറെ പണംകൊടുത്തു വശത്താക്കാൻ പ്രയാസമില്ല. ആസ്പത്രിയിൽനിന്നും കടലിലെത്തിയാൽ പിന്നെ പേടിക്കാനുമില്ല."

"ജയൻ നല്ല നീന്തൽക്കാരനാണ്. നന്നായി തോണി തുഴയാനും അറിയാം..."

"ആ ധൈര്യത്തോടെയാണ് പരിപാടികൾ സംഘടിപ്പിച്ചിട്ടുള്ളത്. അതുകൊണ്ട് നിങ്ങൾ ചെയ്യേണ്ട കാര്യമിതാണ്... ഒരു കുറിപ്പ് ജയന്നെത്തിക്കണം...."

ലാറയുടെ ഹൃദയം മിടിച്ചു...കുറിപ്പെത്തിക്കുക അപകടകരമാണ്... എങ്കിലും ജയന്റെ മോചനത്തിനുവേണ്ടിയല്ലേ... പുറത്തെത്തിയാൽ ഒളി വിൽ കഴിയേണ്ടിവരുമെന്നറിഞ്ഞിട്ടും അവൾ സന്തോഷിച്ചു ഗബ്രിയേൽ കൊടുത്ത കുറിപ്പു വാങ്ങി ബൈബിളിൽ ഒളിച്ചുവച്ചു...

പ്രഭാഷണം കഴിഞ്ഞു ജനം പുറത്തിറങ്ങിത്തുടങ്ങി. മഫ്‌ളർ മുറുക്കി ക്കെട്ടി ഗബ്രിയേലും എണീറ്റു.

"അടുത്താഴ്ച കാണാം ഞാൻ വന്നില്ലെങ്കിൽ പകരം സുഹൃത്ത് സയ്യദ് വരും. ഇതേ സ്ഥലത്ത്...ഇതേ സമയത്ത്..."

ഗബ്രിയേൽ അപ്രത്യക്ഷനാകുന്നതുവരെ ലാറ നോക്കിനിന്നു.

നിശ്ചിത ദിവസത്തിനു മുമ്പേ അവൾ ജയിലിൽ ചെന്നു. ഗബ്രിയേൽ കൊടുത്ത കുറിപ്പു ബിസ്ക്കറ്റ് പായ്ക്കറ്റിനുള്ളിൽ ഭദ്രമായി വച്ചു...

ലാറയുടെ പ്രകൃതത്തിലുള്ള മാറ്റം ജയതിലകിനെ ആശ്ചര്യപ്പെടു ത്തി. ഈ മുഖത്ത് എന്തൊരു തിളക്കം!...

"നല്ല ബിസ്കറ്റാണ്. സൂക്ഷിച്ചു തിന്നണം. വീട്ടിൽ അമ്മ കാത്തി രിക്കയാണ്..."

പതിവായി ജയതിലകിനോടു വിടവാങ്ങുമ്പോഴുണ്ടാകുന്ന ദുഃഖം അന്നവൾക്കുണ്ടായില്ല...

അടുത്ത ഞായറാഴ്ച നേരത്തേ അവൾ പള്ളിയിലെത്തി. ജനം വന്നുതുടങ്ങുന്നതേയുള്ളൂ. പിൻസീറ്റിലിരുന്ന് കടന്നുവരുന്ന ഓരോ ആളെയും അവൾ ശ്രദ്ധിച്ചു... ഗബ്രിയേൽ വേഗം വന്നിരുന്നെങ്കിൽ... പലതും സംസാരിക്കാമായിരുന്നു. താനിപ്പോൾ രഹസ്യ പ്രവർത്തനത്തി ലാണ്... അപകടമാണെങ്കിലും ഒരുതരം നിർവൃതിയുണ്ട്...

ഫാദർ പ്രസംഗം തുടങ്ങി...

ഒരു യുവാവ് അകത്തു കടന്നു. ലാറ ശ്രദ്ധിച്ചു. ഗബ്രിയേലല്ല.

ഉയരം കുറഞ്ഞ ആൾ. സയ്യദ് ആകണം...

ലാറയുടെ അടുത്തു വന്നിരുന്ന അയാൾ ചിരിച്ചു:

"കുറിപ്പ് എത്തിച്ചോ?"

"ഊം...."

"ഇന്നേക്ക് എട്ടാം ദിവസം ജയതിലക് രക്ഷപ്പെടും. ഏർപ്പാടുക ളെല്ലാം പൂർത്തിയായിക്കഴിഞ്ഞു. വിചാരിച്ചതുപോലെ എല്ലാം നടന്നാൽ അടുത്താഴ്ച അദ്ദേഹം നമ്മോടൊപ്പമുണ്ടാകും..."

ലാറ ദീർഘശ്വസം വിട്ടു. സന്തോഷവും സങ്കടവും അവൾക്കൊന്നിച്ച നുഭവപ്പെട്ടു...

"സ്ത്രീകളുടെ ജാഥ ബുധനാഴ്ചയാണ്. വിവരം എല്ലായിടത്തും എത്തിച്ചുകഴിഞ്ഞു. കൃത്യം പത്തുമണിക്കു സ്ത്രീകൾ പ്രധാനവീഥിയി ലെത്തിച്ചേരും. നിങ്ങളാണ് ജാഥ നയിക്കേണ്ടത്. മേലധികാരിക്കു നിവേദനം സമർപ്പിക്കണം..."

"എനിക്കൊന്നും അറിയില്ല."

"പേടിക്കാനൊന്നുമില്ല. ഇന്നാട്ടിലെ സ്ത്രീകൾ മുഴുവൻ നിങ്ങളുടെ പിന്നിലുണ്ടെന്ന് ഓർക്കണം..."

"അറസ്റ്റ് ചെയ്താലോ..."

"ഞങ്ങൾ വിടുവിക്കും..."

"പൊലീസുകാരുടെ ബയണറ്റിനുമുന്നിൽ എത്രനേരം പിടിച്ചു നില്ക്കാനാകും...?"

"അതൊന്നും സാരമുള്ളതല്ല. ബയണറ്റ് കൊണ്ട് രാജ്യം ഭരിക്കാ നാവില്ല. പൊലീസുകാർ തോക്കുയർത്തുന്നത് വിധേയത്വം പ്രകടിപ്പി ക്കാനാണ്. അവർക്കു ലക്ഷ്യമില്ല. ജനങ്ങൾ അങ്ങനെയല്ല. അവർക്ക് ലക്ഷ്യമുണ്ട്. ശക്തിയുണ്ട് വിവേകമുണ്ട്...ഉൽകൃഷ്ടമായ ഈ ശക്തിക്കു മുന്നിൽ ഒന്നിനും പിടിച്ചു നില്ക്കാനാവില്ല..."

ലാറ അദ്ഭുതത്തോടെ സയ്യദിനെ നോക്കി. എത്ര നന്നായി സംസാരി ക്കുന്നു. ജയനെപ്പോലെ... ഇവരെല്ലാം ഒരേ ചിന്താഗതിക്കാരാണ്...

"നമ്മുടെ ആൾക്കാർ നിസ്സഹായകരാണെന്നതു സത്യമാണ്. പക്ഷേ, അവരൊന്നിച്ചാൽ...മഹാപ്രസ്ഥാനമാകും. ലോകത്ത് ഇത്തരം പല സംഭവങ്ങളുമുണ്ടായിട്ടുണ്ട്...."

"സ്ത്രീകൾ ജാഥ നടത്തിയാൽ അടിമത്തം ഇല്ലാതാകുമോ?"

"നല്ല ചോദ്യം...അതുകൊണ്ടു മാത്രമായില്ല. ഇത്തരം നൂറുകണക്കിന് ആയിരക്കണക്കിന് ജാഥകൾ രാജ്യത്തുടനീളം നടക്കണം... അപ്പോൾ പ്പിന്നെ ഫലം കിട്ടാതിരിക്കുമോ...?"

സയ്യദിന്റെ വാക്പ്രവാഹത്തിൽ ലാറ അലിഞ്ഞുചേർന്നു. പെണ്ണാ ണെങ്കിലും താൻ അബലയല്ല. തന്നോടൊപ്പം ആയിരക്കണക്കിനു ജനങ്ങ ളുണ്ട്...

താനൊറ്റയ്ക്കല്ലെന്ന ചിന്ത അവൾക്കു ധൈര്യം നല്കി...

പതിനഞ്ച്

ലഘുലേഖ ഓരോ വീട്ടിലുമെത്തി. സ്ത്രീകൾ രഹസ്യമായി അതു വായിച്ചു. ഹൃദയത്തിൽ സൂക്ഷിച്ചു...

"ഇന്നാട്ടിലെ ഓരോ വീട്ടിലെയും അച്ഛനോ ഭർത്താവോ സഹോദ രനോ ജയിലിലാണ്. യാതൊരുപാധിയും കൂടാതെ അവരെ വിടുവി ക്കണം. അതിനുവേണ്ടി എല്ലാ സ്ത്രീകളും ഒത്തുചേരണം. സമാധാന പരമായി പ്രകടനം നടത്തണം. മേലധികാരിക്കു നിവേദനം സമർപ്പിക്ക ണം... അതുകൊണ്ട് സുലുദ്വീപിലെ സ്ത്രീകളേ, ഉണർന്നെണീക്കുക. നിങ്ങളൊന്നിച്ചുനിന്നാൽ അതിനെ തടയാൻ ആർക്കും കഴിയില്ല..."

ബുധനാഴ്ച രാവിലെ പത്തുമണി...

സുലുവിലെ ഇടവഴികളിലെല്ലാം നടന്നുനീങ്ങുന്ന സ്ത്രീകൾ. കുഞ്ഞുങ്ങളെ ചുമലിലേന്തിയവർ...നടക്കാൻ കഴിയുന്നവരുടെ കൈ പിടിച്ചവർ...

ആയിരക്കണക്കിനു സ്ത്രീകൾ ഒന്നിക്കുന്നതു കണ്ടപ്പോൾ പൊലീ സുകാർ അമ്പരന്നു. നമ്മുടെ ചാരന്മാർക്കെന്തുപറ്റി...?

വാർത്ത മേലധികാരിക്കെത്തിച്ചു. അയാൾ ഞെട്ടിയെണീറ്റു... ഇന്നാ ട്ടിലെ പാവപ്പെട്ട പെണ്ണുങ്ങൾക്ക് ഇത്ര ധൈര്യമോ...? ഇതിന്റെ പിന്നിൽ തീർച്ചയായും മറ്റു കരങ്ങളുണ്ടാകും... ഏതായാലും പെണ്ണുങ്ങളല്ലേ... അത്ര കാര്യമാക്കേണ്ട... ജാഥ തുടങ്ങുന്നതിനുമുമ്പേ പേടിപ്പിച്ചു പറഞ്ഞ യച്ചാൽമതി...

പൊലീസുകാർ ജാഥയുടെ മുന്നിൽ ചെന്നു നിന്നു...

"ഉടനെ എല്ലാവരും പിരിഞ്ഞുപോകണം. വീട്ടിൽ ചെന്ന് അടുക്കള പ്പണി ചെയ്യണം. വേണ്ടാത്തകാര്യത്തിന് ഇറങ്ങിത്തിരിക്കരുത്..."

ജാഥയുടെ മുന്നിലുള്ള ഒരു സ്ത്രീ വിളിച്ചുപറഞ്ഞു: "ഞങ്ങളുടെ പുരുഷന്മാർ ജയിലിലാണ്. അച്ഛനെവിടെയെന്നു മക്കൾ ചോദിക്കുന്നു. മക്കളെ കാണാഞ്ഞ് അമ്മമാർ കണ്ണീരൊഴുക്കുന്നു. അതേക്കുറിച്ചറിയാ നാണ് ഞങ്ങൾ വന്നത്..."

"വെറുതെ ലാത്തിയടികൊള്ളേണ്ട..."

"തല്ലുന്നെങ്കിൽ തല്ല്...നിങ്ങൾക്കും അമ്മപെങ്ങന്മാരില്ലേ...?"

പൊലീസുകാർ മുഖം തിരിച്ചു...

ഒരു ചെറിയ ബാലൻ പിച്ചവച്ചുകൊണ്ട് പൊലീസുകാരുടെ അടു ക്കൽ ചെന്നു. കാക്കിക്കുപ്പായവും തോക്കും അവൻ തൊട്ടുനോക്കി, മോണകാട്ടി ചിരിച്ചു...

പൊലീസുകാർക്ക് അവരുടെ മക്കളെ ഓർമ്മവന്നു. തങ്ങളുടെ കുഞ്ഞുങ്ങളും അമ്മമാരോടൊപ്പം ഇക്കൂട്ടത്തിലുണ്ടാകാം...

ലാറ മുന്നോട്ടു നീങ്ങിനിന്നു...

"ഞങ്ങൾ മേലധികാരിക്കു നിവേദനം സമർപ്പിക്കാനാണു പോകു ന്നത്..."

പൊലീസുകാർ തടഞ്ഞില്ല ജാഥ പുറപ്പെട്ടു...

നഗ്നപാദരായി...പൊടിപാറിച്ചുകൊണ്ട്...ഉയർന്നുപാറുന്ന കൊടി യുടെ പിന്നാലെ...അവരുടെ മുദ്രാവാക്യം അന്തരീക്ഷത്തിൽ മുഖരിതമായി—

"ജനാധിപത്യം വിജയിക്കട്ടെ...

ഏകാധിപത്യം തകരട്ടെ...

ഞങ്ങളുടെ പുരുഷന്മാരെ വിട്ടുതരിക...

രാഷ്ട്രീയത്തടവുകാരെ വിട്ടയയ്ക്കുക...

തോക്കും ലാത്തിയുമേന്തിയ പൊലീസുകാർ ജാഥയ്ക്ക് അകമ്പടി നിന്നു...

അധികാരിയുടെ ഓഫീസിനു മുന്നിൽ ജാഥ സമാപിച്ചു...

ജനലിലൂടെ കാഴ്ച കണ്ട അധികാരി കുപിതനായി. ഉടനെ മറ്റുദ്യോ ഗസ്ഥരുമായി ചർച്ചചെയ്തു...ഈ സ്ത്രീകളെ സമാധാനിപ്പിച്ചു പറഞ്ഞ യയ്ക്കുകയാണു നല്ലതെന്ന് അയാൾക്കു തോന്നി. ഇല്ലെങ്കിൽ സ്ഥിതി വഷളായേക്കും. ഇവരുടെ സംഖ്യ അത്രയ്ക്കുണ്ട്. അയാൾ പുറത്തിറങ്ങി ജാഥയുടെ മുന്നിൽ ചെന്നു നിന്നു...

"നിങ്ങൾക്കെന്തോ വേണ്ടത്? നിങ്ങൾ നിയമം ലംഘിക്കുകയാണെന്ന റിയാമോ...? വേഗം പിരിഞ്ഞുപോകണം."

"നിയമം ലംഘിക്കുന്നത് ഞങ്ങളല്ല...നിങ്ങളാണ്." ലാറ തുടർന്നു: "ഞങ്ങളുടെ വീടുകളിലെ പുരുഷന്മാരെവിടെ...? അവരെ വിട്ടയയ്ക്കണ മെന്ന നിവേദനവുമായാണ് ഞങ്ങൾ വന്നത്..."

"ഈ ആവശ്യം സാധിക്കാതെ ഞങ്ങൾ പിരിഞ്ഞുപോവില്ല..." മഞ്ജരി കൂട്ടിച്ചേർത്തു.

നെഞ്ചുയർത്തിനില്ക്കുന്ന യുവതികളെ അധികാരി ശ്രദ്ധിച്ചു... ചുറു ചുറുക്കുള്ളവർ...പിന്നിൽ ജനസമുദ്രം. എല്ലാ കണ്ണുകളും തന്നിൽ തറച്ചിരിക്കയാണ്.

"നിങ്ങളുടെ പുരുഷന്മാരെ തടവിലിട്ടത് കലമന്തിന്റെ കല്പന പ്രകാരമാണ്. എനിക്കിതിലൊന്നും ചെയ്യാനില്ല. നിങ്ങൾ അദ്ദേഹത്തിന്റെ അടുക്കൽ നിവേദനം സമർപ്പിക്കണം..."

"അതു പറ്റില്ല..." ഉച്ചസ്വരത്തിൽ ലാറ പറഞ്ഞു: "നിങ്ങൾ തന്നെ ഈ നിവേദനം സ്വീകരിക്കണം. ഇല്ലെങ്കിൽ ഞങ്ങളിവിടെ ധർണ്ണ നട ത്തും..."

അധികാരി രോഷത്തോടെ പിന്തിരിഞ്ഞു.

ലാറ ഉറക്കെ ശബ്ദിച്ചു... സ്ത്രീകൾ നിലത്ത് അമർന്നിരുന്നു. തിരകൾപോലെ അവരുടെ തലമുടി കാറ്റിലാടി. കറുത്ത കടൽ... അതിൽ തുടിക്കുന്ന ജീവചൈതന്യം...കടലിരമ്പലായി മാറിയ മുദ്രാവാക്യം...

"ഈ ചെറുപ്പക്കാരികൾക്ക് ഇത്ര ധൈര്യം എങ്ങനെ കിട്ടി...?" അധി കാരി ചിന്തിച്ചു... കുറേപ്പേരെ അറസ്റ്റ് ചെയ്താലോ... ബാക്കിയുള്ളവരെ വിരട്ടിയോടിക്കാം...

"സർ, ഇനി ലോക്കപ്പ് ചെയ്യേണ്ട. ജയിലിൽ സ്ഥലമില്ലെന്ന് അറി യിപ്പു വന്നിരിക്കുന്നു..." ഒരു കീഴുദ്യോഗസ്ഥൻ അറിയിച്ചു.

"എങ്കിൽ...ലാത്തിച്ചാർജ്ജ് തന്നെ... വേണമെങ്കിൽ കണ്ണീർ വാതക വും...അയാൾ കല്പനകൊടുത്തു..."

പക്ഷേ,...അടുത്തക്ഷണത്തിൽ അവിശ്വസനീയമായത് സംഭവിച്ചു... ലാത്തിച്ചാർജ്ജിനുള്ള കല്പന കേട്ടിട്ടും പൊലീസുകാർ അനങ്ങിയില്ല... ഈ അമ്മപെങ്ങന്മാരെ തല്ലിച്ചതയ്ക്കാൻ ഞങ്ങളില്ല... ഒരുപക്ഷേ, ഇക്കൂട്ട ത്തിൽ സ്വന്തം കുഞ്ഞുങ്ങളുണ്ടാകാം...ഭാര്യമാരും അമ്മമാരുമുണ്ടാകാം... സ്വന്തക്കാർക്കുനേരെ ലാത്തിയുയർത്താനോ...? ഇല്ല... ഒരിക്കലുമില്ല...

അധികാരിയുടെ മുഖം തുടുത്തു...അയാൾ സ്വസ്ഥാനത്തിരുന്നു ചിന്തിച്ചു...ഇന്നിവിടെ ഇങ്ങനെ നടന്നു...നാളെ ഇതുതന്നെ മറ്റിടങ്ങളിലും ആവർത്തിക്കാം...

എന്തോ ആലോചിച്ചുറച്ചശേഷം അയാൾ പുറത്തിറങ്ങി. ജാഥയുടെ മുന്നിൽ ചെന്നു. ലാറയുടെ കൈയിൽനിന്നു നിവേദനം വലിച്ചെടുത്തു...

"നിങ്ങളുടെ ആൾക്കാരെ എനിക്കു വിടാൻ പറ്റില്ല. ഈ നിവേദനം ഞാൻ പ്രസിഡന്റിനെത്തിക്കാം. നിങ്ങൾ ശാന്തരായി പിരിഞ്ഞു പോക ണം. ഇതിന്റെ പേരിൽ അനിഷ്ടസംഭവമൊന്നും ഉണ്ടാക്കരുത്..."

ലാറ സന്തോഷത്തോടെ ചാടിയെണീറ്റു. ആകാശത്തേക്ക് മുഷ്ടിയു
യർത്തി ഉച്ചത്തിൽ വിളിച്ചു: "ജനാധിപത്യം വിജയിക്കട്ടെ...! ഏകാധി
പത്യം തകരട്ടെ..."

കറുത്തകടൽ അതേറ്റുവിളിച്ചു...ആകാശത്തിലെ പറവകളിൽ അതു
പ്രതിധ്വനിച്ചു.

ജനം എഴുന്നേറ്റു. ചെറുസംഘങ്ങളായി പിരിഞ്ഞു പോയി...

ഇവർ മുയലുകളല്ല...പെൺസിംഹങ്ങളാണ്...പിന്നിൽ പ്രവർത്തിച്ച
വർക്ക് ആത്മവിശ്വാസം ലഭിച്ചു...ഒന്നാംഘട്ടം വിജയിച്ചിരിക്കുന്നു...
ഐക്യത്തിന് ബലമുണ്ടെന്നു വ്യക്തമായി...

ലാറ അത്യധികം സന്തോഷിച്ചു. തനിക്കിവരെ നയിക്കാനാകുമെന്ന്
ബോദ്ധ്യമായി...ഒന്നിച്ചുള്ള യുവതിയോട് അവൾ തിരക്കി: "നീ മഞ്ജരി
യല്ലേ?"

"അതേ...നീ...ലാറയല്ലേ...? ജയതിലക് ഉടനെ മോചിതനാകും...
നിങ്ങളുടെ വിവാഹം മംഗളകരമായി നടക്കട്ടെ...

"ആരാ ജയിലിലുള്ളത്...?"

"അമ്മ..."

"അമ്മയും വേഗം മോചിതയാകും..."

മഞ്ജരി ചിരിച്ചു. ലാറ അവളുടെ കൈപിടിച്ചു നടന്നു...

ജയതിലക് ബിസ്കറ്റ് പാക്കറ്റ് സൂക്ഷ്മതയോടെ പൊളിച്ചു. ഉള്ളിൽ
ഒരു തുണ്ടുകടലാസ്. അതിൽ ഒറ്റവരി: "നിങ്ങൾ രോഗിയാകണം.
അപ്പോൾ ആസ്പത്രിയിലെത്തിക്കും."

ലാറയുടെ കൈപ്പടയല്ല. സൂക്ഷിച്ചു ശ്രദ്ധിച്ചു... ഗബ്രിയേലിന്റേത്...
സംശയമില്ല. ഇതു തന്നെ വിടുവിക്കാനുള്ള ശ്രമമാണ്. ജയിലിൽ നിന്നു
രക്ഷപ്പെട്ട് ജനതയുടെ പോരാട്ടത്തിൽ സജീവമായി പങ്കെടുക്കണമെന്നു
വിചാരിച്ചുതുടങ്ങിയിട്ട് കാലമേറെയായി... എങ്കിലും രക്ഷപ്പെടാനുള്ള
അവസരം മുന്നിലെത്തിയപ്പോൾ...ഒരു സങ്കോചം... ശ്രമം ഫലവത്താ
കുമോ എന്ന സംശയം...

വിവരം സലോമിനെയും രാജവർദ്ധനെയും അറിയിച്ചു. തെല്ലു
ചിന്തിച്ചശേഷം സലോമിൻ പറഞ്ഞു. "ഞാൻ വൃദ്ധനായി. എനിക്ക് ഇനി
യൊന്നും സാധിക്കില്ല. നിങ്ങൾ യുവാവാണ്. അവസരം പാഴാക്കരുത്,
എന്നാൽ...ഓരോ അടിയും വളരെ ശ്രദ്ധിച്ചു വേണം നീങ്ങാൻ...നിങ്ങളുടെ
ജീവൻ അമൂല്യമാണെന്നു മറക്കരുത്..."

രോഗിയാകണം...എങ്ങനെ? ഈ ചോദ്യം ഏവരെയും കുഴക്കി.
രോഗം അധികരിച്ചാലേ ഡോക്ടർ വരൂ... ആ നിലയ്ക്ക് എത്ര ദിവസം
രോഗിയായി അഭിനയിക്കണം...? വാർഡന് പൂർണ്ണബോദ്ധ്യം വരണം...
രാജവർദ്ധൻ മാർഗ്ഗം നിർദ്ദേശിച്ചു.

"ജയതിലകിന് ഭയങ്കര വയറ്റിലക്കം. ഭക്ഷണം തീരെ ഉപേക്ഷി
ക്കണം. ഒന്നുരണ്ടു ദിവസംകൊണ്ട് തന്നെ ക്ഷീണിക്കും. അപ്പോൾ
നമ്മൾ ബഹളംകൂട്ടണം. വാർഡൻ ഓടിയെത്തി ആസ്പത്രിയിലെത്തി
ക്കാതിരിക്കില്ല..."

ആ തീരുമാനപ്രകാരം അടുത്തദിവസം ജയതിലക് അതിസാരം മൂലം കിടപ്പിലായി... ഇടയ്ക്കിടെ കാവല്ക്കാരോടൊപ്പം അയാൾ കക്കൂ സിൽ പോയി. അന്ന് പറയത്തക്ക ചലനമൊന്നുമുണ്ടായില്ല.

രാത്രി ജയതിലകിന് ഉറക്കം വന്നില്ല. വയറ് എരിയുകയാണ്... കണ്ണു മിഴിച്ചുകിടന്നു...

അർദ്ധരാത്രിയായിരിക്കണം. തെല്ലകലെ കിടന്ന മാൻസിങ് എണീറ്റു പ്രായപൂർത്തിയെത്താത്ത ഒരു ആൺകുട്ടിയെ അയാൾ ഉണർ ത്തിയെണീപ്പിച്ചു അവനെയും കൊണ്ട് ഇടനാഴിയിലേക്കു നീങ്ങി. ജയ തിലക് പതുക്കെ എഴുന്നേറ്റു. അവരെ പിന്തുടർന്നു. മാൻസിങ് അവനെ സ്വവർഗ്ഗരതിക്കുപയോഗപ്പെടുത്തുകയാണ്... സ്ത്രീസംഗമമില്ലാത്തതു കൊണ്ട് ജയിലിൽ ഇത്തരം കാര്യങ്ങൾ നടക്കാറുണ്ടെന്ന് അയാൾ കേട്ടി രുന്നു. ഇപ്പോൾ നേരിൽക്കണ്ട് ബോദ്ധ്യപ്പെട്ടു...

നേരം പുലർന്നു...അയാൾ കിടന്നിടത്ത് എണീറ്റിരുന്നു. മറ്റുള്ളവർ കഞ്ഞികുടിച്ചു. അയാൾ പട്ടിണികിടന്നു.

ജയതിലകിന് സുഖമില്ലെന്ന വാർത്ത ജയിലിൽ പരന്നു...

"ജയാ ഒരു വാർത്തയറിഞ്ഞോ?" രാജവർദ്ധൻ അടുത്തുവന്നിരു ന്നു" സുലുദ്വീപിൽ സ്ത്രീകൾ വലിയ ജാഥനടത്തിയത്രേ! തടവുകാ രനെ സന്ദർശിക്കാനെത്തിയ ആൾ പറഞ്ഞതാണ്. പൊലീസുകാർ കൈ കെട്ടി നിന്നത്രേ! സംഗതികൾ ഇങ്ങനെയാണെങ്കിൽ... കലമന്തിന്റെ അന്ത്യമടുത്തെന്നു കണക്കാക്കാം..."

"അങ്ങനെ പറയാനൊക്കുമോ...?"

"ജനങ്ങളുടെ പോരാട്ടം തീജ്ജ്വാലപോലെയാണ്. തുടങ്ങിയാൽ ആളിപ്പടർന്നുകൊണ്ടിരിക്കും..." രാജവർദ്ധൻ തുടർന്നു: "ജയാ, നീ രക്ഷ പ്പെട്ടാൽ നീലദ്വീപിലെ യൂണിവേഴ്സിറ്റിയിൽ പോകണം. അവിടെ എന്റെ സ്നേഹിതൻ സത്യപാലുണ്ട്. നല്ല ചുറുചുറുക്കുള്ള മനുഷ്യൻ. എന്തു സഹായവും ചെയ്യും..."

"നിങ്ങൾക്ക് എന്റെ വീട്ടിൽ ഒളിച്ചുകഴിയാം..." സലോമിൻ കുട്ടി ചേർത്തു. "ഒരു വൃദ്ധവേലക്കാരി മാത്രമേ അവിടെയുള്ളൂ. എന്റെ പേരു പറഞ്ഞാൽ മതി. എല്ലാ കാര്യവും നോക്കിക്കൊള്ളും."

താൻ രക്ഷപ്പെട്ടതുപോലെയാണല്ലോ ഇവർ സംസാരിക്കുന്നത്. സുലുവിലെ സ്ത്രീകൾ ജാഥനടത്തിയത്രേ...പൊലീസുകാർ കൈകെട്ടി നിന്നത്രേ...! അക്കൂട്ടത്തിൽ ലാറയുണ്ടാകുമോ? കഴിഞ്ഞതവണ അവ ളൊന്നും പറഞ്ഞില്ലല്ലോ...

മനു തപ്പിത്തടഞ്ഞ് കടന്നുവന്നു...

"ആരാ...?"

"ഞാൻ രാജവർദ്ധൻ..."

"കാഴ്ചയില്ലാണ്ട്...ഈ ജീവിതമിങ്ങനെ പാഴായിപ്പോയല്ലോ..." നില ത്തിരുന്നുകൊണ്ട് മനു പറഞ്ഞു.

"എന്തുചെയ്യാം...പുറത്തായിരുന്നെങ്കിൽ വേറെ ഡോക്ടറെ കാണി ക്കാമായിരുന്നു."

"ഒരിക്കൽ നഷ്ടപ്പെട്ട കാഴ്ച പിന്നെ തിരികെ കിട്ടുമോ? ഇങ്ങനെ കഴിയുന്നതിൽ ഭേദം മരിക്കുകയാണ്."

കേട്ടുനിന്നവർക്കെല്ലാം സങ്കടംതോന്നി. കനുവിന്റെ മരണം അവർ ക്കോർമ്മവന്നു...മുറ്റത്ത് അയാളുടെ മൃതദേഹം തൂങ്ങിനില്ക്കുന്നു... തുറിച്ചുനോക്കുന്ന മിഴികൾ...

ജയതിലക് അറിയാതെ നടുങ്ങിപ്പോയി...

"ജയാ...ഞാനൊന്നുകൂടി ഓർമ്മപ്പെടുത്തുന്നു... നിങ്ങൾ വളരെ സൂക്ഷിക്കണം..." സലോമിൻ പറഞ്ഞു.

തലേദിവസം രാത്രി മാൻസിങ് ഉണർത്തിക്കൊണ്ടുപോയ ആൺ കുട്ടി അവിടേക്കു വന്നു. അവന്റെ പ്രകൃതം ആകർഷകമായിരുന്നു. നീണ്ട തലമുടി, തുടുത്ത കവിളുകൾ. തടവുകാർ ഇവനെ ആക്രമിക്കുന്നതിൽ അതിശയമില്ല. രാത്രിയിലെ സംഭവം ജയതിലക് ഓർത്തു...ഇപ്പോൾ അവന് യാതൊരു സങ്കോചവുമില്ലല്ലോ...

സലോമിന്റെ നിർദ്ദേശപ്രകാരം ജയതിലകിന്റെ രോഗവിവരം അവൻ വാർഡനെ ചെന്നറിയിച്ചുവന്നു.

"നീയെങ്ങനെയാ ഇവിടെയെത്തിയത്...?" സലോമിൻ ചോദിച്ചു.

"പോക്കറ്റടിച്ചിട്ട്. വീട്ടിൽ അമ്മ സുഖക്കേടു പിടിച്ചു കിടക്കുന്നു. മരുന്നു വാങ്ങാൻ എന്റെ കൈയിൽ പൈസയില്ല. ആരും തരാനുമില്ല. ഒടുവിൽ ഒരാളുടെ പോക്കറ്റിൽ കൈയിട്ടു. ഇവിടെയെത്തുകയും ചെയ്തു. ഇവിടെയെത്തിയിട്ട് മാസങ്ങൾ കഴിഞ്ഞിരിക്കുന്നു. അമ്മയ്ക്കെന്തായെ ന്നറിയില്ല."

പഠിച്ചു വലുതാകേണ്ടവൻ ഇവിടെ കൊലപാതകികൾക്കിരയായി കഴിയുന്നു...

ഉച്ചയ്ക്ക് വാർഡൻ വന്നു.

"ഡോക്ടറുടെ പക്കൽ ആളയച്ചിട്ടുണ്ട്. ഗുളിക കൊടുത്തയയ്ക്കും..."

വാർഡൻ പോയിക്കഴിഞ്ഞപ്പോൾ അത്ഭുതംതന്നെ നടന്നു. ഗുളിക കൊടുത്തയയ്ക്കുന്നതിനു പകരം ഡോക്ടർ നേരിട്ടുവന്നു പരിശോധന നടത്തി...

നല്ല ക്ഷീണമുണ്ട്. ഗ്ലൂക്കോസ് കുത്തിവെക്കണം. ഒരാഴ്ച ആസ്പത്രിയിൽ കിടത്തണം...!

രോഗി ഇച്ഛിച്ചതും വൈദ്യൻ കല്പിച്ചതും ഒന്നായി...

രാജവർദ്ധന്റെയും സലോമിന്റെയും അനുഗ്രഹത്തോടെ ജയതിലക് പുറത്തുകടന്നു. പൊലീസ്കാവലിൽ ആസ്പത്രിയിലെത്തി. വിശാലമായ ഹാളിൽ പതിനഞ്ചോളം രോഗികൾ. ഒരു മൂലയിലുള്ള കട്ടിൽ അയാൾ ക്കു ലഭിച്ചു.

ഡോക്ടർ പ്രവർത്തനനിരതനായി. രക്തനാളത്തിൽ സൂചി കയറ്റി. ഡ്രിപ്കൊടുത്തു.

"ഇന്നു പുറത്തു പോയില്ലെങ്കിൽ നാളെ കട്ടിആഹാരം കഴിക്കാം, പാലും മുട്ടയും ചോറും..." ഡോക്ടർ പറഞ്ഞു.

ജയന് അതു വിശ്വസിക്കാനായില്ല...പാലും മുട്ടയും...അത്തരം ആഹാരം

കണ്ടിട്ട് മാസങ്ങളെത്രയായി...? അയാളുടെ വായിൽ ഉമിനീരൂറി...

അടുത്തദിവസം ഡോക്ടർ നിർദ്ദേശിച്ചതുപോലുള്ള ആഹാരം ലഭിച്ചു...ആർത്തിയോടെ അയാൾ തിന്നു. തടിക്ക് ബലം വേണം...എങ്കിലേ സാഹസം വിജയിക്കൂ.

രാത്രി ഡ്യൂട്ടിക്കു വന്ന വാർഡ്ബോയ് ജയതിലകിനെ പ്രത്യേകം ശ്രദ്ധിച്ചു. വളരെനേരം അയാളോടു സംസാരിച്ചു... പോകാൻനേരത്ത് അയാൾ പറഞ്ഞു: "രാത്രി എല്ലാവരും ഉറങ്ങിക്കഴിഞ്ഞാൽ പിന്നിലെ ഇടനാഴിയിൽ വരണം..."

ഇടനാഴിയെന്നു കേട്ടപ്പോൾ മാൻസിങ്ങിന്റെ സ്വവർഗ്ഗരതി ജയതില കിന്റെ ഓർമ്മയിലെത്തി..ഇയാളും അതേപോലെ പെരുമാറുമോ? എങ്കിൽ കൈക്കരുത്ത് പ്രയോഗിക്കേണ്ടിവരും...

രോഗികളെല്ലാം ഉറക്കത്തിലായെന്നു ബോധ്യമായപ്പോൾ ജയതില കെഴുന്നേറ്റു പതുക്കെ ഇടനാഴിയിലെത്തി. വാർഡ്ബോയ് കാത്തുനിന്നിരുന്നു:

"ഞാൻ ഗബ്രിയേലിന്റെ ആളാണ്...നിങ്ങളുടെ നാട്ടുകാരൻ..."

ജയതിലകിന്റെ ശ്വാസഗതി നേർക്കായി. അയാൾ ചെവി കൂർപ്പിച്ച് ബോയ് പറയുന്നതു ശ്രദ്ധിച്ചു...

"മറ്റന്നാൾ രാത്രി...ഈ സമയത്ത് നിങ്ങൾ രക്ഷപ്പെടണം. ഞാൻ മൂന്നുതവണ പ്രത്യേകശബ്ദമുണ്ടാക്കും. അപ്പോൾ നിങ്ങൾ പുറത്തു കടക്കണം. കാവൽക്കാരും നഴ്സും ഉറങ്ങാൻ വേണ്ടത് ഞാൻ ചെയ്യാം. വാതിൽ പൂട്ടില്ല. നിങ്ങൾ തുറന്ന് പുറത്തുനിന്നടയ്ക്കണം. ഗേറ്റ് കടന്ന് മുന്നോട്ടു പോകണം. ആറു വീടു കഴിഞ്ഞാൽ ഒരു ഇലക്ട്രിക് പോസ്റ്റുണ്ട്. അവിടെ നിന്ന് ഇടത്തോട്ടു തിരിയണം. പിന്നെ കാറ്റാടിമരം... മണൽത്തിട്ട...വലിയ പാറ...അവിടെ തോണിയുണ്ടാകും. നിങ്ങളെ കണ്ടാൽ തോണിക്കാരൻ ഇറങ്ങിവരും. കടലിൽ നിങ്ങൾ ഒറ്റയ്ക്കാണ്. പുലരുന്നതിനുമുമ്പ് സുലുവിലെത്തണം. ഇല്ലെങ്കിൽ അപകടമാണ്..."

ജയതിലക് സന്തോഷംകൊണ്ട് മതിമറന്നു. വാർഡന്റെ കൈപിടിച്ചു കുലുക്കിക്കൊണ്ട് അയാൾ നന്ദിപറഞ്ഞു...

വാർഡ്ബോയ് പറഞ്ഞ കാര്യങ്ങൾ പലതവണ മനസ്സിലുരുവിട്ടു... ഹൃദിസ്ഥമാക്കി... വല്ലതും പിഴച്ചാൽ അനുഭവം കനുവിന്റേതാകും... ഇപ്പോൾ മഴക്കാലമാണ്. കാറ്റും കോളും ഉണ്ടാകും... വളരെ സൂക്ഷി ക്കണം. ഒറ്റയ്ക്ക് കടലിലുള്ള യാത്ര ദുഷ്കരമാണ്...സമുദ്രം ശാന്തമാണെ ങ്കിൽ പേടിക്കാനില്ല...

അടുത്ത രണ്ടുദിവസം നല്ല ആഹാരം വേണ്ടുവോളം കഴിച്ചു... മനസ്സും ദേഹവും സുഖപ്പെടുത്തി. ഡോക്ടർ സ്നേഹപൂർവ്വം അയാ ളോടു പെരുമാറി... സാധാരണ കള്ളന്മാരെയും കൊലപാതകികളെ യു മാണ് അയാൾ ചികിത്സിക്കുക...ഒരു വിദ്യാസമ്പന്നനെ ആദ്യമായി ചികി ത്സിക്കുകയാണ്...ഡോക്ടർക്ക് അത്യധികം ആനന്ദമുണ്ടായി...

ആ രാത്രി വന്നുചേർന്നു. ആസ്പത്രി ഗാഢനിദ്രയിലാണ്ടു. ജയ തിലക് എഴുന്നേറ്റു. വാർഡ്ബോയിയുടെ ഒച്ച തിരിച്ചറിഞ്ഞു. തുടിക്കുന്ന ഹൃദയത്തോടെ വാതിൽ തുറന്ന് പുറത്തിറങ്ങി. ഗേറ്റ് കടന്നു മുന്നോ

ട്ടോടി നിർദ്ദേശിച്ച വഴികൾ കടന്നു. കടൽക്കരയിലെത്തി. തോണിക്കാരൻ തിരിച്ചറിഞ്ഞു. അയാൾ തോണിയിറക്കി... "വേഗം തുഴയണം. മഴയുടെ ലക്ഷണമുണ്ട്..."

തോണി തള്ളിനീക്കിയശേഷം അയാൾ നോക്കിനിന്നു... ജയതിലക് തുഴ കൈയിലെടുത്തു. തിരകൾ മുറിച്ചുകടന്ന് തോണി മുന്നോട്ടു നീന്തി...

പതിനാറ്

പെട്ടെന്ന് മഴചാറി. ആകാശം കറുത്തിരുണ്ടിരിക്കുന്നു...ഉയരത്തിൽ പാഞ്ഞുവരുന്ന തിരകൾ. തോണി അതിൽ കയറിയിറങ്ങി... മഴചാറിയ തോടെ തണുപ്പുകൂടി. വസ്ത്രം നനഞ്ഞു. ഇടയ്ക്കിടെ വിറയൽ അനു ഭവപ്പെട്ടു. തനിക്ക് നാട്ടിലെത്താനൊക്കില്ലേ...? കൂട്ടുകാർക്ക് കുറച്ചുമുമ്പേ രക്ഷപ്പെടുത്താൻ ശ്രമിക്കാമായിരുന്നു... ഒരുപക്ഷേ, അവർ ശ്രമിച്ചിരി ക്കും... പരാജയപ്പെട്ടിട്ടുണ്ടാകും...സുഹൃത്തുക്കളെ താൻ തെറ്റിദ്ധരിക്ക രുത്... ഇപ്പോൾ തനിക്കവസരം നല്കിയിരിക്കുകയാണ്... താനിത് പൂർണ്ണ മായുപയോഗപ്പെടുത്തണം...പ്രകൃതിയുടെ ഈ പ്രകോപനത്തെ താൻ അതിജീവിക്കണം...

ഇരുട്ടത്തുള്ള യാത്ര. മണിക്കൂറുകൾക്ക് ദൈർഘ്യത കൂടിയതു പോലെ. മഴ കൂടിക്കൂടി വന്നു...ഒപ്പം ശക്തിയായ കാറ്റും. ചെവി അട ഞ്ഞുപോകുന്നു. തോണി ആടിയുലയാൻ തുടങ്ങി...തുഴയുടെ നിയന്ത്ര ണം വിട്ടുപോകുന്നു...തോണിയിൽ വെള്ളം കയറുന്നു...കോരി മാറ്റാൻ ശ്രമിച്ചാൽ അതും അപകടത്തിലാകും...എന്തും സംഭവിക്കാവുന്ന നിമിഷ ങ്ങൾ...ഇപ്പോൾ എവിടെയാണെന്നൂഹിക്കാൻ കഴിയുന്നില്ല. തോണിയുടെ പോക്ക് എങ്ങോട്ടാണ്...?ഒന്നും മനസ്സിലാകുന്നില്ല...മരണം മുന്നിലെത്തി യതുപോലെ...

പൊടുന്നനവെ മുന്നിൽ ആകാശത്തോളം വളർന്ന ഒരു തിരയു ണ്ടായി...സർവ്വശക്തിയും സംഭരിച്ചുനോക്കി...ഇല്ല...അടുത്ത ക്ഷണം തോണി മറിഞ്ഞു...ജയതിലക് ദൂരെ തെറിച്ചുവീണു. തോണി എത്തിപ്പി ടിക്കുന്നതിനുമുമ്പ് അപ്രത്യക്ഷമായി...ഇനി...? നിരാശയുടെ പടുകുഴിക ളാണു മുന്നിൽ...തീരത്തെത്താൻ എത്രനേരം നീന്തേണ്ടിവരും...? വരുന്നതു വരട്ടെ. ആലോചിച്ചിട്ടു ഫലമില്ലല്ലൊ... എങ്ങോട്ടെന്നില്ലാതെ അയാൾ നീന്തി...

എത്രനേരം അങ്ങനെ കൈകാലിട്ടടിച്ചെന്നറിയില്ല...ക്രമേണ സമുദ്ര ത്തിലെ ബഹളം കുറഞ്ഞുതുടങ്ങി. തിരകൾ കരയിലടിക്കുന്ന ഒച്ച... കാടിന്റെയും മണ്ണിന്റെയും ഗന്ധം...ഇരുട്ടിൽ ഒന്നും വ്യക്തമല്ല...കൈ കുഴ ഞ്ഞിരിക്കുന്നു. ഇനി ഒട്ടും നീന്താനൊക്കില്ല. ഈ ജീവിതം അവസാനി ച്ചതുതന്നെ. തിരയിൽ അയാൾ മുന്നോട്ടാഞ്ഞു...എത്തിപ്പെട്ടത് ഒരു മൺ കൂനയിൽ...തേപ്പിത്തടഞ്ഞ് വലിഞ്ഞുകയറി...ആശ്വാസത്തോടെ മലർന്നു വീണു...

അപൂർവ്വസമ്പത്തുള്ള സമുദ്രം...സ്വർണ്ണമത്സ്യങ്ങൾ...വിവിധ ആകൃതിയിലുള്ളത്...അവ ജയതിലകിനെ മുട്ടിയുരുമ്മുന്നു...കടലിന് എന്തൊരു തിളക്കം!... എന്തൊരു ഭംഗി...! പലതരം സസ്യങ്ങൾ... വർണ്ണപ്പൂക്കുലകൾ...പവിഴപ്പുറ്റുകൾ...മുത്തുച്ചിപ്പികൾ...അവയ്ക്കിടയിൽ നിന്ന് ലാറയുടെ മിഴികൾ തെളിഞ്ഞുവരുന്നു...ജയതിലകും ലാറയും സ്വർണ്ണ മത്സ്യങ്ങളായി നീന്തിത്തുടിക്കുന്നു...മറ്റു മീനുകൾക്ക് ആശ്ചര്യം. അവർ കുശലം ചോദിക്കുന്നു... പെട്ടെന്ന് ലാറ ഒരു വെള്ളിൽപ്പറവയായി... ജയ തിലകും...അവർ പറന്നു... തമ്മിലുരുമ്മിക്കളിച്ചു..ഒടുവിൽ പതുക്കെ താഴ ത്തിറങ്ങി...നനഞ്ഞ പൂഴിയിൽ കാലൂന്നി...

ജയതിലക് കണ്ണുതുറന്നു...സൂര്യനുദിച്ചിരിക്കുന്നു... കരയ്ക്കടു ത്തുള്ള ഒരു മണൽത്തിട്ടയിലാണ് എത്തിപ്പെട്ടിരിക്കുന്നത്... ചുള്ളിക്കാടു കൾക്കപ്പുറത്ത് കാട്ടുമരങ്ങൾ...പലതരം ശബ്ദങ്ങൾ... തെല്ലകലെ വിചിത്രരീതിയിലുള്ള ഒരു തോണി കിടക്കുന്നു...അത്ഭുതം... ഇതുവരെ ഇത്തരമൊന്നു കണ്ടിട്ടില്ല...താനിപ്പോൾ എവിടെയാണെത്തിയിരിക്കു ന്നത്...? തനിക്കു പരിചിതമായ സുലുദ്വീപിലല്ല... കുലുവിലുമല്ല... അപ്പോൾ പിന്നെ സുജിദ്വീപ്! കാട്ടുമനുഷ്യരുള്ള... നരഭോജികളുള്ള... ദ്വീപ്... കാട്ടുമൃഗങ്ങളുള്ള ഇടം...

മഴ നിലച്ചിരുന്നു. വെയിലിൽ വസ്ത്രം ഉണങ്ങി. ശരീരമാകെ നീറുന്നു... കൈകാലുകളിലൂടെ തൊലി മുഴുവൻ പൊട്ടിപ്പോയിരിക്കുന്നു... എഴുന്നേറ്റു നടക്കാൻ ശേഷിയില്ല...

ഈ തോണി ആരുടേതാണ്...? ഇതിൽ രക്ഷപ്പെടാൻ കഴിയുമോ...? ഈ പകൽ ആരുടെയും കണ്ണിൽ പെടാതെ കഴിഞ്ഞാൽ ഈ തോണി യിൽ കയറി സുലുവിലെത്താം...അവിടെ തനിക്കായി കാത്തിരിക്കുന്ന വരുണ്ട്...അവരെന്തു ചെയ്യുകയാവും? കടലിൽ അലിഞ്ഞുചേർന്നെന്നു കരുതുമോ...? ജയിലാസ്പത്രിയിൽനിന്നും താൻ രക്ഷപ്പെട്ട വിവരം അധികാരികൾക്കു ലഭിച്ചിരിക്കും...അന്വേഷണം ആരംഭിച്ചിരിക്കണം... താൻ മരിച്ചെന്നുതന്നെ കരുതും... കോരിച്ചൊരിയുന്ന ആ മഴയത്തു കടലിൽനിന്ന് ആർക്കും രക്ഷപ്പെടാനാവില്ലെന്ന് എല്ലാവർക്കുമറിയാം... ജയതിലക് മരണപ്പെട്ടെന്ന് ജയിൽ ഡയറിയിൽ കുറിച്ചിടും...സലോമിനും രാജവർദ്ധനും ഉൽക്കണ്ഠപ്പെടുകയാവണം...

ആരോ ഓടിവരുന്ന ഒച്ച...ജയതിലക് തല തിരിച്ചു...കരടിയെപ്പോലെ രോമാവൃതമായ ഒരു മനുഷ്യൻ...കറുകറുത്ത ദേഹം...ഇലകൊണ്ട് ഗോപ്യസ്ഥാനം മറച്ചിരിക്കുന്നെന്നു മാത്രം...ചുമലിൽ വില്ല്...അമ്പ്...

അയാൾ എന്തെല്ലാമോ ഒച്ചയുണ്ടാക്കി...ജയതിലകിന് അതു മനസ്സിലായില്ല...അയാൾ കണ്ണുകൾ തുറുപ്പിച്ചു ...ജയതിലക് ഭയന്നു... ഇയാൾ തന്നെ അമ്പെയ്തു കൊല്ലുമോ...?

എന്നാൽ വന്നയാൾ തിരികെ പാഞ്ഞുപോയി. കൂട്ടുകാരെ അറിയി ക്കാനാകും അയാൾ പോയിരിക്കുക...ഒരുപക്ഷേ, എല്ലാവരും എത്തി തന്നെ ഭക്ഷിച്ചേക്കും...എങ്ങോട്ടെങ്കിലും ഓടിപ്പോയാലോ?.... കൈകാ ലുകൾക്ക് തീരെ ബലമില്ല... ഇനി ഒളിച്ചാലും ഇവർ കണ്ടുപിടിക്കും...

നീണ്ട താടിരോമങ്ങളുള്ള അഞ്ചാറുപേർ ഓടിവന്നു. ആദ്യം വന്ന യാളെക്കാൾ ക്രൂരത തോന്നിക്കുന്നവർ...അവരുടെ കറുത്ത ശരീരം വെയി ലിൽ തിളങ്ങുന്നു...അമ്പും വില്ലും എല്ലാവർക്കുമുണ്ട്...അടുത്ത നിമിഷ ത്തിൽ തന്റെ കഥകഴിയും...തലച്ചോറു വേവിച്ചു തിന്നും...മാംസം തിന്ന് എല്ലുകൾ കടലിലെറിയും. അവ നീന്തി സുലുദ്വീപിലെത്തും. സുഹൃത്തു ക്കൾ തിരിച്ചറിയും...കണ്ണീരോടെ സംസ്കരിക്കും...

കൂട്ടത്തിൽ ഉയരംകൂടിയ ആൾ മുന്നോട്ടു നീങ്ങിവന്നു എന്തോ ആംഗ്യം കാട്ടി...ഏതായാലും അന്ത്യമടുത്തു. ഇനി വരുന്നതു വരട്ടെ... ധൈര്യത്തോടെ നേരിടുകതന്നെ.

ജയതിലക് മെല്ലെ നടന്ന് നേതാവെന്നു തോന്നിക്കുന്ന ആളുടെ മുന്നിലെത്തി...അല്പനിമിഷം അവർ പരസ്പരം നോക്കി നിന്നു... തുടർ ന്ന് നേതാവ് കൈകളുയർത്തി ജയതിലകിന്റെ ചുമലിൽ വച്ചു. പുഞ്ചി രിച്ചു. മറ്റുള്ളവർ അനുകരിച്ചു. കൂട്ടത്തിൽ ഒരു യുവതിയുമുണ്ട്... അവ ളുടെ ഉയർന്ന മാറിടം ജയതിലകിനെ രോമാഞ്ചമണിയിച്ചു.

അയാളാരാണെന്നും എന്തിനിവിടെ വന്നെന്നും നേതാവ് ആംഗ്യ ത്തിൽ ചോദിച്ചു. ജയതിലക് ആവുംവിധം ആംഗ്യങ്ങളിലൂടെ സ്വന്തം കഥ വിവരിച്ചു. നേതാവിന്റെ കണ്ണുകളിൽ അലിവുണ്ടായി... അയാൾ കൂടെപ്പോരാൻ ആംഗ്യംകാട്ടി...അയാൾ നടന്നു...ജയതിലക് പിന്തുടർന്നു.. യുവതി ആശ്ചര്യത്തോടെ അയാളെ ഉറ്റുനോക്കുകയും വസ്ത്രത്തിൽ തൊട്ടുനോക്കുകയും ചെയ്തുകൊണ്ടിരുന്നു...

കാടുകളും പാറക്കൂട്ടങ്ങളും കടന്ന് വലിയൊരു ഗുഹയുടെ മുന്നിൽ അവരെത്തിച്ചേർന്നു തലകുനിച്ച് അകത്തുകടന്നു. മുന്നിൽ തീയെരി യുന്നു. രണ്ടു സ്ത്രീകൾ തീകായുന്നു. അപരിചിതനെ കണ്ട് വിസ്മയ ത്തോടെ അവരെഴുന്നേറ്റു. നേതാവ് എന്തോ ശബ്ദിച്ചു. അവർ തലയാട്ടി ക്കൊണ്ട് ഉള്ളിലേക്കു പോയി. ഓലകൊണ്ടുള്ള ഒരു കൊട്ടയുമായി പ്രത്യക്ഷപ്പെട്ടു. അതിൽ മീനുണ്ടായിരുന്നു. മീൻ തീയിലിട്ടു വേവിച്ചു. വാഴയിലയിലാക്കി ജയതിലകിനു കൊടുത്തു. തുടർന്നു മറ്റുള്ളവർക്കും നല്കി. തരുണി മുന്തിരിച്ചാറ് കൊണ്ടു വന്നു. ആദ്യം അതിഥിക്ക്...പിന്നെ മറ്റുള്ളവർക്ക്...

ഭക്ഷണത്തിനുശേഷം വിശ്രമം. യുവതി പച്ചിലപറിച്ചുകൊണ്ടു വന്നു. ഇടിച്ചുപിഴിഞ്ഞ് മുറിവിൽ വച്ചു...പുല്ലുവിരിച്ച് കിടക്കാനേർപ്പാടു ചെയ്തു...വേദനയെല്ലാം ശമിച്ചതുപോലെ...ശരീരം സുഖപ്പെട്ടതുപോലെ... കിടന്ന ഉടൻ ജയതിലക് ഉറങ്ങി...

സന്ധ്യക്കാണ് ഉണർന്നത്. യുവതി അടുക്കൽത്തന്നെയുണ്ട്. അടുപ്പിൽ തീയെരിയുന്നു...പുരുഷന്മാർ വേട്ടയാടിക്കൊണ്ടുവന്ന മൃഗ ലിനെ കൊന്ന് മാംസം പാകമാക്കി. ആദ്യം ജയതിലകിനും പിന്നെ മറ്റുള്ള വർക്കും...

ഈ ഗുഹയിൽ എല്ലാവരും തുല്യരാണ്.സ്ത്രീപുരുഷവ്യത്യാസമില്ല. ചതിയും വഞ്ചനയുമില്ല... പരസ്പരം വിശ്വസിക്കുന്നു... ബഹുമാനി ക്കുന്നു... കാട്ടുനിവാസികളായിട്ടും പരിഷ്കൃതമായ പെരുമാറ്റം... നഗര വാസികളെ ലജ്ജിപ്പിക്കുന്നു...ഇവർക്കെങ്ങനെ നരഭോജികളാകാ

നൊക്കും...? സാദ്ധ്യമല്ല...! ഇവരെക്കുറിച്ചു കെട്ടിച്ചമച്ച കഥകളാണ് പ്രചരിപ്പിക്കുന്നത്... ഇല്ലെങ്കിൽ ഇതിനകം ഇവർ തന്നെ കൊന്നുതിന്നു മായിരുന്നു...തന്നെ ഇവർ ആദരിക്കുന്നു... സ്നേഹിക്കുന്നു...

ഇരുട്ട് വ്യാപിച്ചു. യുവതി ജയതിലകനെ വേറൊരു ഗുഹയിലേക്കു കൂട്ടിക്കൊണ്ടുപോയി. ആ കാട്ടുപെണ്ണിന്റെ ആവേശത്തിലലിഞ്ഞ് അയാൾ സ്വയം മറന്നു...

അടുത്ത പ്രഭാതത്തിൽ സുലുദ്വീപിനെക്കുറിച്ചുള്ള ചിന്ത അയാളെ അസ്വാസ്ഥ്യപ്പെടുത്തി. നേതാവിനോട് ആംഗ്യഭാഷയിൽ കാര്യമുണർത്തിച്ചു...

നേതാവ് യാത്രയ്ക്ക് വേണ്ടതു ചെയ്തു. കടൽത്തീരത്തുള്ള തോണി പരിശോധിച്ചു. ഉടവ് നേരെയാക്കി. ഈ തോണിയിൽ സുലുവി ലെത്താമെന്ന് ജയതിലകനെ ധരിപ്പിച്ചു...അയാളുടെ ആനന്ദത്തിന് അതി രുണ്ടായിരുന്നില്ല...കൃതജ്ഞത നിറഞ്ഞ മിഴികളോടെ നേതാവിനെ നോക്കി കാര്യങ്ങളെല്ലാം ശരിപ്പെട്ടാൽ തിരിച്ചു വരുമെന്ന് വിശ്വസിപ്പിച്ചു.

നേരമിരുട്ടി ജയതിലക് യാത്രയ്ക്ക് ഒരുങ്ങി. നിർമ്മലമായ ആകാശം. നേതാവ് ജയതിലകിന്റെ കൈ പിടിച്ചമർത്തി വിധേയത്വം പ്രകടിപ്പിച്ചു. യുവതി മീൻ പൊതിഞ്ഞു കൊണ്ടുവന്നു. അവളും കൈപിടിച്ചമർത്തി...

തോണി കടലിലിറങ്ങി. ജയതിലക് കണ്ണിൽനിന്നു മറയുന്നതുവരെ ആ കാട്ടുനിവാസികൾ നോക്കിനിന്നു...

ജയതിലക് ആഞ്ഞുതുഴഞ്ഞു. യുവതി നല്കിയ മീൻ ഇടയ്ക്കിടെ ചവച്ചിറക്കി...വെളുക്കുന്നതിനു മുമ്പ് സുലുവിന്റെ പരിസരത്തെത്തി. പ്രകാശബിന്ദുക്കൾ ദൃഷ്ടിയിൽ പതിഞ്ഞു... ഒരുപക്ഷേ, തന്നെ എതിരേല്ക്കുന്നത് തോക്കുധാരികളായ പൊലീസുകാരായിരിക്കാം. എങ്കിലും അധീരനാകില്ല...എന്തിനെയും നേരിടാനുള്ള ആത്മബലം സ്വായത്തമാക്കിയിരിക്കുന്നു..

പരിചിതമായ തീരപ്രദേശം കുറ്റിക്കാടുകൾക്കടുത്തു തോണിയടു പ്പിച്ചു. അല്പനേരം കാത്തിരുന്നു. പൊലീസുകാരുടെ ലക്ഷണമില്ല. തോണി കരയിൽ കയറ്റിക്കെട്ടി. പതുങ്ങിപ്പതുങ്ങി മുന്നോട്ടോടി... ദൂരെ യുള്ള മുക്കുവക്കുടിയിൽ ഓടിക്കയറി...

ചെറ്റവാതിൽ തള്ളി അകത്തെത്തിയ ആളെ കണ്ട് മുക്കുവൻ പിട ഞ്ഞെണീറ്റു...അയാളുടെ കണ്ണുകൾ സന്തോഷംകൊണ്ടു തിളങ്ങി... "അയ്യോ...! അങ്ങെത്തിയോ...? രണ്ടു ദിവസമായിട്ട് ഞങ്ങൾ കാത്തിരിക്ക യാണ്..."

മുക്കുവൻ പുറത്തിറങ്ങി. മൂന്നു തവണ പ്രത്യേകശബ്ദം പുറപ്പെടു വിച്ചു. ആ ശബ്ദം മറ്റു കുടിലുകൾ ആവർത്തിച്ചു...

പതിനേഴ്

ഉച്ചഭക്ഷണത്തിനുശേഷം കലമന്തും ബൂർണിയിലെ പ്രസിഡന്റും ചെസ്സ് കളിക്കാനിരുന്നു... കലമന്ത് കരുക്കൾ നീക്കുന്ന രീതി കണ്ടു ബൂർണിയിലെ പ്രസിഡന്റ് പറഞ്ഞു... "ചെസ്സ് കളിയിൽ നിങ്ങൾ അതി സമർത്ഥനാണെന്നുകേട്ടിട്ടുണ്ട്..."

"എല്ലാവരും അങ്ങനെയാണു പറയുന്നത്. എനിക്കറിയില്ല. രാജാവും റാണിയും ആനയും കുതിരയും മറ്റും..എത്ര സുന്ദരമായ സങ്കല്പം... ഇവയെ കരുതലോടെ നീക്കാൻ കഴിയുന്നവർക്കു രാജ്യഭരണം ഒരു പ്രശ്നമേയല്ല..."

"ശരിയാണ്, നിങ്ങളിൽനിന്നു പലതും എനിക്കു പഠിക്കാനുണ്ട്... ജനങ്ങളെ എത്ര സമർത്ഥമായാണ് നിങ്ങൾ അടക്കി നിർത്തിയിരി ക്കുന്നത്... അത്ഭുതം തോന്നുന്നു..."

"അത്ഭുതത്തോടൊപ്പം അപായവുമുണ്ട്..." കലമന്ത് ചിരിച്ചു...

ബാല്യത്തിൽ നടന്ന ഒരു സംഭവം അയാളുടെ ഓർമ്മയിൽ പാഞ്ഞെത്തി...

കലമന്തിന് അന്നു നാലോ അഞ്ചോ വയസ്സ് പ്രായമുണ്ടാകും. സ്കൂ ളിൽ ചേർത്തിട്ടില്ല. അച്ഛനോടൊപ്പം കുന്നിൻപുറത്തു ചെമ്മരിയാടുകളെ മേയ്ക്കാൻ പോകുമായിരുന്നു. ആടുകൾ കൂട്ടം കൂട്ടമായി നീങ്ങുന്നത് അത്യധികം സന്തോഷമുളവാക്കിയിരുന്നു... ഒരുദിവസം ഒരു ആട് കൂട്ടം തെറ്റി മുന്നിലോടിപ്പോയി. കലമന്ത് ഓടിച്ചെന്ന് അതിന്റെ പുറത്ത് നാലടി വച്ചുകൊടുത്തു. ചെവി പിടിച്ചു വലിച്ച് കൂട്ടത്തിൽ കൊണ്ടുചേർത്തു... അതു കണ്ട് അച്ഛൻ പറഞ്ഞു... "മോനേ... നീ ഭാവിയിൽ എന്നെക്കാൾ വലിയ ആടുമേയ്ക്കുന്നവനാകും..."

കലമന്ത് ഈ സംഭവം പറഞ്ഞപ്പോൾ ബൂർണിയിലെ പ്രസിഡന്റ് അമ്പരന്നിരുന്നുപോയി... ആ നിലയിൽനിന്ന് ഈ പദവിയിലേക്ക്... വിശ്വ സിക്കാൻ കഴിയാത്ത പുരോഗതി...

രാത്രി കിടക്കുന്നതിനുമുമ്പ് കലമന്ത് മാറത്തണിഞ്ഞ ലോഹ കവചം നീക്കം ചെയ്തു. പോക്കറ്റിലെ പിസ്റ്റളെടുത്തു മേശപ്പുറത്തിട്ടു. കിടക്കയിൽ മലർന്നുകിടന്നു... ജബാല ഇനിയും കണ്ണാടിയുടെ മുന്നിൽ നിന്നു നീങ്ങിയിട്ടില്ല. അവൾ ക്രീം പുരട്ടുകയാണ്.

"എത്ര നേരമായി പുരട്ടുന്നു...മതി..."

"ഈ പ്രേമനാടകം എനിക്കു മതിയായി. നാളെ മുതൽ ഞാൻ വേറെ മുറിയിൽ കിടന്നുകൊള്ളാം..."

കലമന്ത് എണീറ്റു. ജബാലയുടെ കവിളിൽ ഒരടി കൊടുത്തു. പിന്നെ പിടിച്ചു വലിച്ചു കിടക്കയിൽ കൊണ്ടിട്ടു...

പ്രഭാതം. കലമന്ത് കാപ്പികുടിച്ചുകൊണ്ടിരിക്കെ പ്രൈവറ്റ് സെക്രട്ടറി കടന്നു വന്നു...

"വിശേഷങ്ങളെന്തൊക്കെയുണ്ട്...?" ചിരിച്ചുകൊണ്ട് കലമന്ത് ചോദിച്ചു.

"രാജ്യത്തിലെ നില കൂടുതൽ വഷളായിരിക്കുന്നു. ആറിടത്തു ജന ങ്ങളും പൊലീസും തമ്മിൽ ഏറ്റുമുട്ടലുണ്ടായി. പ്രധാനപ്പെട്ടത് സുലുവി ലായിരുന്നു. നീലനഗരത്തിൽ സ്ത്രീകൾ ജാഥനടത്തി. ആയിരക്കണ ക്കിനു സ്ത്രീകൾ പങ്കെടുത്തു. രാഷ്ട്രീയത്തടവുകാരെ വിട്ടയയ്ക്കണ മെന്ന നിവേദനവും നല്കി. അവരെ വിരട്ടിയോടിക്കാൻ അധികാരി കല്പി ച്ചിട്ടും പൊലീസുകാർ അനങ്ങിയില്ല..."

കലമന്തിന്റെ മുഖം വലിഞ്ഞുമുറുകി...

"ഉടനെ പൊലീസ് ഐ ജിക്ക് ഫോൺചെയ്യ്..."

സെക്രട്ടറി അടുത്തമുറിയിൽ ചെന്നു. കലമന്ത് മുറിയിൽ അങ്ങു മിങ്ങും നടന്നു. പ്രഭാതത്തിലെ നീലക്കടൽ ജനലിലൂടെ കാണാം. ദൂരെ ഒരു കപ്പൽ..ലൈറ്റ് ഹൗസിലെ വെളിച്ചം മങ്ങിയിരിക്കുന്നു. അയാൾ ഇടതു വശത്തെ ജനലിനരികിൽ വന്നു നിന്നു. താഴെ നീണ്ടു കിടക്കുന്ന നഗരം... കെട്ടിടങ്ങളും വീടുകളും ചെറിയ പാവകളെപ്പോലെതോന്നിക്കുന്നു...

ഈ ദ്വീപുവാസികൾക്ക് ഇത്ര ധിക്കാരമോ...? അനുസരണക്കേട് ഒരിക്കലും വച്ചുപൊറുപ്പിക്കില്ലെന്ന് ഇവർക്കറിഞ്ഞുകൂടേ...? എല്ലാറ്റി നെയും നിർദ്ദയം അടിച്ചമർത്തണം...

ചീഫ് സെക്രട്ടറിയും പൊലീസ് ഐ ജി യും കടന്നു വന്നു സല്യൂട്ട് ചെയ്തു...

"പൊലീസ് നിഷ്ക്രിയരാണെന്ന വാർത്ത കേട്ടു..." കലമന്ത് ഉറച്ച സ്വരത്തിൽ പറഞ്ഞു: "ഇത് അപകടമാണ്. കല്പന പാലിക്കാത്തവരെ വെടിവച്ചുകൊല്ലണം..."

"ഞാനൊരുകാര്യം പറയട്ടെ..." ചീഫ് സെക്രട്ടറി അനുനയം പ്രകടി പ്പിച്ചു... "പൊലീസുകാരെ ശിക്ഷിക്കുന്നതു കൂടുതൽ അപകടം വരുത്തി വയ്ക്കും...അവർ കലാപത്തിനിറങ്ങിയാൽപ്പിന്നെ ക്രമസമാധാനം ആകെ തകരാറിലാകും..."

കലമന്ത് വിചാരമഗ്നനായി. സെക്രട്ടറി തുടർന്നു:

"ധാരാളം പൊലീസുകാർ ഇപ്പോൾ തന്നെ രാജിവച്ചുകഴിഞ്ഞു. ഭാര്യയും മക്കളും അവരെ ചീത്തപറയുന്നു പോലും. നാട്ടിൽ തലയുയർ ത്തിനടക്കാൻ അവർക്കാവുന്നില്ലത്രേ...മാത്രമല്ല, ജയിലിൽനിന്നും പല നേതാക്കളും രക്ഷപ്പെട്ടുകഴിഞ്ഞു. അവരെ പിടിക്കാൻ നമുക്കാവുന്നില്ല. ജനങ്ങൾ അവരെ ഒളിപ്പിച്ചിരിക്കയാണ്...ചുരുക്കത്തിൽ സ്വന്തം ഭാര്യ യെയും മക്കളെയും വിശ്വസിക്കാനാകില്ല എന്ന നില വന്നിരിക്കുന്നു... സ്ത്രീകൾ നടത്തിയ ആ ജാഥ എല്ലാവർക്കും ഒരു ധൈര്യം പകർന്നിരി ക്കയാണ്. പൊലീസുകാർക്കുനേരെയും സ്റ്റേഷനുകൾക്കു നേരെയും നിത്യേന അക്രമങ്ങൾ നടക്കുകയാണ്. ഇത്തരം നിസ്സാരകാര്യങ്ങൾ അങ്ങയെ അറിയിക്കേണ്ടെന്നു കരുതിയാണ് ഇതുവരെ മിണ്ടാതിരുന്നത്..."

"ഈ ദരിദ്രവാസികൾക്കു നമ്മെ എന്തുചെയ്യാനൊക്കും...? നമ്മുടെ പക്കൽ സൈന്യമുണ്ട്...ആയുധങ്ങളുണ്ട്."

"നാടൻ ബോംബുകളും മറ്റും അവരും ഉണ്ടാക്കുന്നുണ്ട്. എങ്ങനെ... എവിടെനിന്ന്...എന്നൊന്നും കണ്ടുപിടിക്കാൻ കഴിഞ്ഞിട്ടില്ല. പൊലീസ് സ്റ്റേഷനിലുള്ള ആയുധങ്ങളും അവർ കൈക്കലാക്കിയിരിക്കയാണ്. നമ്മുടെ കൂടെയുള്ള പൊലീസുകാർ ജനങ്ങളോടൊപ്പം ചേർന്നെന്നു വിശ്വസിക്കാനാവുന്നില്ല..."

"അങ്ങനെ പൊലീസുകാർ കലാപത്തിനിറങ്ങിയാൽ...പിന്നെ മറ്റൊ ന്നും ആലോചിക്കാനില്ല. ധീരമായി നേരിടുക. വേണ്ടത്ര സൈന്യത്തെ കൂട്ടിക്കൊള്ളൂ...വേണ്ടിവന്നാൽ അയൽരാജ്യങ്ങളിൽ നിന്നുപോലും സൈന്യത്തെ വരുത്താം..."

ചീഫ് സെക്രട്ടറി മൗനം പൂണ്ടു...

കലമന്ത് തുടർന്നു: "ബലം പ്രയോഗിക്കാതെ പൊലീസുകാരെ ഭരിക്കാനാവില്ല. രക്ഷപ്പെട്ടവരെ എല്ലാവരെയും മുന്നിൽവച്ചു വെടിവച്ചു കൊല്ലണം..."

"കല്പനപോലെ..."

ചീഫ് സെക്രട്ടറി ഇറങ്ങിപ്പോയി. കലമന്ത് ഒരു സിഗരറ്റ് കൊളുത്തി... ബൂർണിയിലെ പ്രസിഡന്റ് പറഞ്ഞ കാര്യം അയാളോർത്തു... 'ഈ കളിയിൽ നിങ്ങൾ സമർത്ഥനാണ്...' കലമന്ത് ഉള്ളാകെ ചിരിച്ചു... കാര്യ ങ്ങളെല്ലാം താൻ വിദഗ്ദ്ധമായി ആസൂത്രണം ചെയ്തിരിക്കുന്നു.... എങ്കിലും സെക്രട്ടറി പറഞ്ഞ ഒരു കാര്യം അയാളുടെ മനസ്സിനെ അസ്വാ സ്ഥ്യപ്പെടുത്തി...'ഭാര്യയെയും മക്കളെയുംകൂടി വിശ്വസിക്കാനാകില്ല...' എന്നു പറഞ്ഞാൽ?... അവരും കലാപക്കാർക്ക് ആശ്രയം നല്കുന്നെ ന്നർത്ഥം...അതോ...തങ്ങളും ഇതിൽ പങ്കാളിയാകുന്നുണ്ടെന്നാണോ...? അധികാരത്തിലിരിക്കുന്ന തങ്ങളെയെല്ലാം അവർ വെറുക്കുന്നെന്നു വന്നാൽ...?

ഭാര്യ ജബാലയെയും ശ്രദ്ധിക്കേണ്ടിയിരിക്കുന്നെന്ന് കലമന്തിനു തോന്നി...

ഗ്രാമീണവേഷധാരികളായ അവരെല്ലാം ഗബ്രിയേലിന്റെ ജ്യേഷ്ഠത്തിയുടെ വീട്ടിൽ ഒത്തുകൂടി. പരസ്പരം ചർച്ച നടത്താൻ തുടങ്ങി..

"ഊണു കഴിച്ചിട്ടിരുന്നുകൂടെ...?" ജ്യേഷ്ഠത്തി വിളിച്ചു.

"കുറച്ചുകൂടി കഴിയട്ടെ ചേച്ചീ..." ഗബ്രിയേൽ പറഞ്ഞു.

ജ്യേഷ്ഠത്തി പുറത്തെ വരാന്തയിൽ ചെന്നിരുന്നു. വഴിയിലൂടെ പോകുന്നവരെ സൂക്ഷിച്ചുനോക്കി...

"പ്രസിഡന്റിന്റെ കല്പനപ്രകാരം നൂറിലധികം പൊലീസുകാരെ വെടിവച്ചുകൊന്നിരിക്കയാണ്..." സയ്യദ് വിവരിച്ചു..."അതേത്തുടർന്നു നിര വധി പൊലീസുകാർ ജോലിയുപേക്ഷിച്ചു നാട്ടിലേക്കോടിപ്പോയിരി ക്കുന്നു. അവരിൽ പലരും ഇപ്പോൾ നമ്മുടെ കൂട്ടത്തിലാണ്. ചുരുക്ക ത്തിൽ നാട്ടിലാകെ പ്രസിഡന്റിനോട് കടുത്ത വിദ്വേഷം ഉടലെടുത്തി രിക്കുന്നു..."

"നമ്മുടെ ലക്ഷ്യം സാധിക്കാനുള്ള സമയമടുത്തിരിക്കുന്നു..." ജയ തിലക് അഭിപ്രായപ്പെട്ടു... "സൈന്യംപോലും പുതിയ സേനാനായകനെ അനുസരിക്കുന്നില്ലെന്നാണറിയാൻ കഴിഞ്ഞത്. നാം ജാഗ്രതയോടെ മുന്നേറണം. ഗബ്രിയേൽ സുലുവിലും സയ്യദ് കുലുവിലും ചെല്ലണം. ജനതയെ സംഘടിപ്പിക്കണം. ഞാൻ നീലനഗരത്തിൽ പോകാം. അവിടെ യൂണിവേഴ്സിറ്റിയുണ്ട്... ഫാക്ടറിയുണ്ട്... മഹിളാ സംഘടനകളുണ്ട്... എല്ലാവരെയും സംഘടിപ്പിക്കാനുള്ള ഉത്തരവാദിത്വം ഞാനേല്ക്കുന്നു... സലോമിന്റെ വീട്ടിലാണ് എന്റെ താവളം..."

"ഞങ്ങളെന്താ ചെയ്യേണ്ടത്...?" ലാറയും മഞ്ജരിയും ഒന്നിച്ചു ചോദിച്ചു.

"നിങ്ങൾ ഇന്നാട്ടിലെ സ്ത്രീകളെ സംഘടിപ്പിക്കണം, മുമ്പു ചെയ്ത തുപോലെ..."

പുറത്ത് ഒരു പുരുഷശബ്ദം. ലാറ ഞെട്ടിയെണീറ്റു. അടുക്കളയിൽ ചെന്നു പ്ലെയിറ്റുകൾ കൊണ്ടുവന്നു. ഓരോരുത്തരുടെയും മുന്നിലിട്ട് ഭക്ഷണം വിളമ്പി...

"മുലുജയിലിൽനിന്നു രക്ഷപ്പെട്ടവർ ഈ ഭാഗത്തെത്തിയിട്ടുണ്ടെന്നു വിവരം ലഭിച്ചിട്ടുണ്ട്... അകത്താരാണുള്ളത്...?" പുരുഷശബ്ദം അക ത്തിരുന്നവർ അവ്യക്തമായി കേട്ടു...

"അത്തരക്കാരെയൊന്നും ഇവിടെ കയറ്റില്ല..." ജ്യേഷ്ഠത്തിയുടെ ഉറച്ചസ്വരം: "നാട്ടിൽനിന്നു വിരുന്നുകാരു വന്നിട്ടുണ്ട്. അവര് ഊണു കഴിക്കുകയാണ്. വേണമെങ്കിൽ കയറി നോക്കിക്കൊള്ളൂ..."

രഹസ്യപ്പൊലീസുകാർ അകത്തു കടന്നു...ഭക്ഷണം കഴിച്ചുകൊണ്ടി രുന്നവരെ സൂക്ഷിച്ചുനോക്കി...ആരെയും തിരിച്ചറിയാൻ കഴിഞ്ഞില്ല... ഇവർ വിരുന്നുവന്നവരാണ്...സ്ത്രീ കള്ളം പറഞ്ഞതല്ല...

വന്നവർ പുറത്തിറങ്ങി. പുറപ്പെടുന്നതിനുമുമ്പു മുന്നറിയിപ്പു നല്കി: "സംശയം തോന്നിക്കുന്ന ആരെ കണ്ടാലും ഉടൻ പൊലീസിൽ വിവരമറി യിക്കണം...നല്ല സമ്മാനം കിട്ടും..."

"നേരോ...? സമ്മാനം ആർക്കാ വേണ്ടാത്തത്! തീർച്ചയായും അറിയി ക്കാം. അയൽപക്കത്തുള്ളവരോടും പറയാം..."

ഉള്ളിലുള്ളവർ ഭക്ഷണം കഴിച്ചുകൊണ്ടു സംസാരം തുടർന്നു...

"ഇത്തരം ദ്രോഹികൾ വേണ്ടത്രയുണ്ട്...." ഗബ്രിയേലിനു കോപം വന്നു.

"ഉണ്ടായിക്കൊള്ളട്ടെ. അതുകൊണ്ടു നമുക്കെന്തൊ ദോഷം...? ഇത്തരക്കാർ നാടിന്റെ നാനാഭാഗത്തുണ്ടാകും. അതു പോകട്ടെ...നമുക്കു കാര്യത്തിലേക്കു കടക്കാം. കുറെ ആയുധങ്ങൾ സംഘടിപ്പിക്കണം. ഉപ യോഗിക്കാനല്ലെങ്കിലും ശക്തി പ്രദർശിപ്പിക്കാൻ..." ജയതിലക് നിർദ്ദേ ശിച്ചു.

"അത്യാവശ്യഘട്ടത്തിൽ ഉപയോഗിക്കയും ചെയ്യണം..." സയ്യദ് പറഞ്ഞു.

"നീലനഗരം ആക്രമിക്കുകയാണ് നമ്മുടെ മുഖ്യലക്ഷ്യം..." ജയ തിലക് ഓർമ്മിപ്പിച്ചു: "തുടർന്ന് പ്രസിഡന്റിനെ നീക്കം ചെയ്യൽ... സ്വാത ന്ത്ര്യദിനത്തിന് ഇനി ഒരു മാസമേയുള്ളൂ...അതിന് ഒരാഴ്ചമുമ്പ് ജനം ചെറുചെറുസംഘങ്ങളായി നീലനഗരത്തിലെത്തണം. ബന്ധുക്കളുടെയും സുഹൃത്തുക്കളുടെയും വീട്ടിൽ താമസിക്കണം. എല്ലാം പരമരഹസ്യമായി രിക്കണമെന്നതു വളരെ പ്രധാനപ്പെട്ടതാണ്..."

"അതിനു ബുദ്ധിമുട്ടില്ല. മുമ്പു സ്ത്രീകൾ ജാഥ നടത്തിയപ്പോൾ പോലീസുകാർക്ക് വിവരം കിട്ടിയിരുന്നില്ലല്ലോ...." മഞ്ജരി പറഞ്ഞു.

ഗബ്രിയേൽ അഭിനന്ദനസൂചകമായി മഞ്ജരിയെ നോക്കി.

"ആ ജാഥ ഒരു പ്രദേശത്തുമാത്രം ഒതുങ്ങിനിന്നതല്ലേ..." ജയതിലക് പറഞ്ഞു: "ഇതങ്ങനെയല്ല. ലക്ഷക്കണക്കിനാളുകളാണ് ഈ പോരാട്ട ത്തിൽ പങ്കെടുക്കുന്നത്. ഗ്രൂപ്പുകളായി...ഓരോ ലീഡറുടെ നേതൃത്വ

ത്തിൽ....അച്ചടക്കത്തോടെ....കരുതലോടെ.... നീങ്ങണം... ഇല്ലെങ്കിൽ എല്ലാം താറുമാറാകും..."

"ശരിയാണ്..."

"ആദ്യം അധികാരം....പിന്നെ റേഡിയോ-ടെലിവിഷൻ കേന്ദ്രങ്ങൾ... അതും കഴിഞ്ഞ് കൊട്ടാരം...കലമന്തിനെ താഴത്തിറക്കണം...അവന്റെ കഥ കഴിക്കണം..."

"എങ്കിലും ഒരു സംശയം. കലമന്ത് നമ്മുടെ പദ്ധതി മണത്തറിഞ്ഞു പൊളിച്ചാലോ...? അതും ആലോചിക്കണമല്ലോ..."

"ആലോചിക്കാനെന്തിരിക്കുന്നു? അങ്ങനെ വന്നാൽ നാം ഒളിവിൽ പോകണം. വിജയം വരിക്കുന്നതുവരെ പോരാട്ടം മുന്നോട്ടു കൊണ്ടു പോകണം..."

ഗ്രബിയേൽ ജയതിലകിന്റെ കൈ പിടിച്ചു കുലുക്കി...

"ഒരു കാര്യംകൂടി ആലോചിക്കേണ്ടതുണ്ട്. നമ്മുടെ പുതിയ കൊടി എങ്ങനെയുള്ളതാകണം...?"

എല്ലാവരും കൊടിയെപ്പറ്റി ചിന്തിച്ചു. ഭക്ഷണം കഴിയാറായി...

"കുറച്ചുകൂടി ചോറു വിളമ്പട്ടെ...?"

"വേണ്ട... ഇപ്പോൾത്തന്നെ വയറു നിറഞ്ഞു..."

"ഇപ്പോഴത്തെ മഞ്ഞക്കൊടി മാറ്റി നീലനിറത്തിലുള്ള കൊടിയുണ്ടാ ക്കണമെന്നാണ് എന്റെ അഭിപ്രായം..." ഗ്രബിയേൽ നിർദ്ദേശിച്ചു.

"സമ്മതം..."

"നീലക്കൊടിയിൽ മീനടയാളം...ചെറുത്തുനില്പിന്റെ പ്രതീകം..." ജയതിലകിന്റെ മിഴികൾ ലാറയെ തഴുകി...

"മീനിനു പകരം ഒരു സിംഹമായിക്കൂടെ...?" സയ്യദ് ആഗ്രഹം പ്രകടിപ്പിച്ചു.

"പൊട്ടിയ ചങ്ങലയാണ് കൂടുതൽ അർത്ഥവത്തായത്..." ജയതിലക് പറഞ്ഞു.

എല്ലാവരും ആ അഭിപ്രായം കൈമുട്ടി പിന്താങ്ങി...

പുറത്തുള്ള ഗ്രബിയേലിന്റെ ജ്യേഷ്ഠത്തി അകത്തുവന്നു. "വിരുന്നു കാർ ഇരുന്നു സമയം കളയരുത്. എല്ലാവരും വേഗം പുറപ്പെടണം..." അവർ പറഞ്ഞു.

പതിനെട്ട്

ആനുറയെ കണ്ടപ്പോൾ ജബാലയുടെ കണ്ണുകൾ വിടർന്നു:

"വരൂ... ഇരിക്കൂ... സുഖംതന്നെയല്ലേ...?"

"നിങ്ങളുടെ ദയകൊണ്ട് ഇങ്ങനെ കഴിയുന്നു. ഞാനന്ന് മഹിളാ സംഘടനയുടെ കാര്യം സൂചിപ്പിച്ചിരുന്നല്ലോ...ഇപ്പോൾ ആയിര ത്തിലധികം മെമ്പർമാരുണ്ട്. ഇതിന്റെ യൂണിറ്റുകൾ സുലുവിലും കുലുവിലുമുണ്ട്. ഈ സംഘം നിലവിൽ വന്നതിനുശേഷം അക്രമ ങ്ങൾക്കു വളരെ കുറവുണ്ടായിട്ടുണ്ട്..."

ജബാലയുടെ മുഖം ചുളുങ്ങിപ്പോയി. സ്ത്രീകൾ അവകാശങ്ങൾക്കു വേണ്ടി എത്ര കഷ്ടപ്പെട്ടാണു പോരാടുന്നത്. താനും ഒരു സ്ത്രീയല്ലേ...? ഈ കൊട്ടാരത്തിൽ പ്രതിമയെപ്പോലെ...മിണ്ടാനാകാതെ...എന്തിനു കഴിയണം...? ഇങ്ങനെ ജീവിച്ചിട്ടെന്തു കിട്ടാൻ...?

"ജബാലേ...ഇങ്ങനെ വിളിക്കാമല്ലോ...? സ്വാതന്ത്ര്യോത്സവത്തിൽ പങ്കെടുക്കാൻ എല്ലാ പ്രദേശങ്ങളിൽനിന്നും നമ്മുടെ ആളുകൾ നീല നഗരത്തിലെത്തിച്ചേരുന്നുണ്ട്. അവരെ സ്വാഗതം ചെയ്യുന്നതിന് സ്വാത ന്ത്ര്യദിനത്തിനു തലേദിവസം ഒരു യോഗം സംഘടിപ്പിക്കുവാൻ തീരു മാനിച്ചിരിക്കയാണ്."

ജബാലയുടെ ഹൃദയം തുടിച്ചുതുടങ്ങി.

"ഞങ്ങൾക്കു വേണ്ട എല്ലാ സഹായവും ചെയ്തുതരുമെന്ന് അന്നു പറഞ്ഞതാണല്ലോ. അതുകൊണ്ടാണ് ഞാനിങ്ങോട്ടു വന്നത്. നിങ്ങൾ ആ സമ്മേളനത്തിൽ സ്ത്രീകളെ സംബോധനചെയ്ത് നാലുവാക്കു സംസാരിക്കണം... ധൈര്യമുണ്ടെങ്കിൽ മതി..."

ജബാല രോമാഞ്ചംകൊണ്ടു... ഭർത്താവിനെതിരെ വളർന്നിരുന്ന ദ്വേഷവും വെറുപ്പും നിന്ദയും ഒന്നിച്ച് പൊട്ടിത്തെറിച്ചു... ചെറുത്തു നില്പിന്റെ ശബ്ദം തന്നിൽനിന്നും ഉയരേണ്ടിയിരിക്കുന്നു. ഇല്ലെങ്കിൽ ഭാവി തനിക്കു മാപ്പുതരില്ല..

ജബാല എഴുന്നേറ്റു. ആനൂറയുടെ കരം ഗ്രഹിച്ചുകൊണ്ട് അവൾ പറഞ്ഞു: "വരാം, തീർച്ചയായും വരാം..."

"നന്ദി... ഇനി ഒരു കപ്പു ചായ കുടിക്കാം..." ആനൂറ സന്തോഷ ത്തോടെ പറഞ്ഞു...

സ്വാതന്ത്ര്യോത്സവത്തിന്റെ തലേദിവസം...

കലമന്ത് കൊട്ടാരത്തിലെത്തിയപ്പോൾ ജബാലയെ കണ്ടില്ല... പുറത്തു പോയതാകും...ഉടനെ...വരും...

അയാൾ മദ്യം ഗ്ലാസിൽ പകർന്നു...

അടുത്ത ദിവസത്തെ പരിപാടികളറിയിക്കാൻ സെക്രട്ടറി വന്നു...

"നാളെ കാലത്ത് എട്ടുമണിക്കാണ് ധ്വജാരോഹണം. പിന്നീട് പ്രസി ഡണ്ടിന്റെ പ്രസംഗം. തുടർന്ന് പ്രസിഡന്റ് അമ്പലങ്ങളും പള്ളികളും ചർച്ചുകളും സന്ദർശിച്ച് അവിടത്തെ വിശേഷപൂജകളിൽ പങ്കുകൊള്ളണം. വൈകുന്നേരം നാട്ടിലെ പ്രമാണിമാർക്ക് കൊട്ടാരത്തിലെ പൂന്തോട്ടത്തിൽ ചായസൽക്കാരം...ഈ ആളുകളെല്ലാം ഉത്സവത്തിൽ വളരെ താല്പര്യം പ്രകടിപ്പിക്കുന്നുണ്ടെന്നത് ശ്രദ്ധിക്കേണ്ട വിഷയമാണ്..."

ഇത്രയും പറഞ്ഞ് സെക്രട്ടറി മിണ്ടാതെ നിന്നു. മറ്റെന്തോകൂടി പറയാനുണ്ടെന്ന് അയാളുടെ മുഖഭാവം വ്യക്തമാക്കിയിരുന്നു.

"എന്താ...? എന്താ കാര്യമെന്നുവച്ചാൽ പറയൂ..."

സങ്കോചത്തോടെ സെക്രട്ടറി ഉണർത്തിച്ചു...

"ഈ രാജ്യത്ത് എന്താണു നടക്കുന്നതെന്ന് അറിയാൻ കഴിയുന്നി ല്ലെന്നാണ് ഐ ജി പറയുന്നത്. കീഴ്ജീവനക്കാരെ വരുതിയിൽ നിർത്താ നും അദ്ദേഹത്തിനു കഴിയുന്നില്ല. നിയമപാലനം താറുമാറായിരിക്കുന്നു...

പുതിയ സൈന്യാധിപൻ ചെറുപ്പക്കാരനായതിനാൽ മുതിർന്നവരൊന്നും അയാളെ അനുസരിക്കുന്നുമില്ല...

അപ്രതീക്ഷിതമായ വാർത്തകൾ. കലമന്ത് കുത്തേറ്റതുപോലെ പിടഞ്ഞു. ഇനി നിയമപാലനത്തിന്റെ ഉത്തരവാദിത്വം താൻതന്നെ കൈയേല്ക്കണം. സൈന്യത്തിന്റെ ചുമതലയും വഹിക്കണം...ആരെയും വിശ്വസിക്കാൻ പറ്റാത്ത നില വന്നുചേർന്നിരിക്കുന്നു. അയൽരാജ്യങ്ങ ളോട് സൈനികസഹായം ആവശ്യപ്പെടണം ....ഇല്ലെങ്കിൽ തന്റെ നില തന്നെ അപകടത്തിലായേക്കും...

"മറ്റൊരു രഹസ്യവാർത്തകൂടി.... ജനം സർക്കാരിനെതിരെ ആക്ര മണം നടത്താൻ ഒരുങ്ങിയിരിക്കുന്നത്രെ...!ഇതിലെത്രമാത്രം വാസ്തവ മുണ്ടെന്നറിയില്ല..."

"ഒന്നും പേടിക്കാനില്ല. നാളത്തെ സ്വാതന്ത്ര്യദിനാചരണം കഴിയട്ടെ. പിന്നെ വേണ്ട ഭദ്രത ഞാൻതന്നെ നോക്കിക്കൊള്ളാം. നിങ്ങളുടെ ശ്രദ്ധ എല്ലാവരിലുമുണ്ടാകണം..."

പോകാനുള്ള സമ്മതം നല്കിയിട്ടും സെക്രട്ടറി അവിടെത്തന്നെ നിന്നു...

"ഇനിയെന്താ കാര്യം...?"

"ഇക്കാര്യം എങ്ങനെ അറിയിക്കണമെന്ന് ആലോചിക്കയായിരുന്നു... അങ്ങയുടെ പത്നിയെ സംബന്ധിക്കുന്നതാണു വിഷയം..."

"എന്തായാലും പറയൂ..."

"അവർ മഹിളാസമ്മേളനത്തിൽ പങ്കെടുത്തിരിക്കുന്നു. നമുക്കെ തിരെ ഗൂഢാലോചന നടത്തുന്നവരാണ് മഹിളാസംഘടന. ഞാൻ ഉപദേ ശിച്ചിട്ടും അവർ കേട്ടില്ല..."

കലമന്തിന്റെ ദേഹം വിറച്ചു. ആ കണ്ണുകളിൽ തീപ്പൊരി ചിതറി...

"നിങ്ങൾക്കു പോകാം...നാളെ കാലത്ത് കുറച്ചു നേരത്തെ എത്ത ണം..."

സെക്രട്ടറി പോയി. ഭാര്യയെയും മക്കളെയും വിശ്വസിക്കാനാകി ല്ലെന്ന് പൊലീസ് ഐ ജി പറഞ്ഞത് കലമന്തിന്റെ ചെവികളിൽ മുഴങ്ങി... തന്റെ ഭാര്യ തന്നെ ധിക്കരിച്ച് ശത്രുപക്ഷത്തു ചേരുകയോ...? ഒരിക്കലും പൊറുപ്പിക്കാനാവില്ല..

പത്നി മാത്രമല്ല, നീലദ്വീപുവാസികളാകെ തനിക്കെതിരെ സംഘടി ക്കുകയാണെന്ന് കലമന്തിനു തോന്നി. നിരാശയിൽനിന്നും കോപമുടലെ ടുത്തു...അത് ശരീരമാകെ വ്യാപിച്ചു...തന്നെപ്പറ്റി ഈ ദരിദ്രപുരിഷകൾ എന്താണു ധരിച്ചുവച്ചിരിക്കുന്നത്...? ബലത്തിലും ബുദ്ധിയിലും തന്നെ തോല്പിക്കാൻ ആരുമില്ലെന്ന് ഇവറ്റകൾക്കറിയില്ല... ആദ്യമായി കുല ദ്രോഹികളെ വകവരുത്തണം. മനസ്സിൽ രൂപരേഖകൾ വരച്ചുകൊണ്ട് അയാൾ അങ്ങുമിങ്ങും നടന്നു...

മുറിയുടെ വാതിൽ തുറക്കുന്ന ഒച്ച. ജബാല നടന്നുവന്നു...അവളുടെ മുഖത്ത് എന്തെന്നില്ലാത്ത ആനന്ദം. നീലക്കരയുള്ള വെള്ളസാരിയാണു

ടുത്തിരിക്കുന്നത്. ആഭരണങ്ങളൊന്നും അണിഞ്ഞിട്ടില്ല. നീളൻ തലമുടി ചുരുട്ടിക്കെട്ടിയിരിക്കുന്നു.

"നീ എവിടെയായിരുന്നു...?" കലമന്ത് വിറച്ചു

"അതു നിങ്ങളറിഞ്ഞിരിക്കുമല്ലോ..." ജബാല വ്യംഗ്യഭാവത്തിൽ ചുണ്ടുകൾ ചലിപ്പിച്ചു.

വലതുകൈയിലെ ഹാൻഡ്ബാഗ് അലസമായി വീശി, മുളിപ്പാടി ക്കൊണ്ട് അവൾ ശയനമുറിയിലേക്കു നടന്നു. അവളുടെ നീരസം കലമ ന്തിനെ കൂടുതൽ പ്രകോപിപ്പിച്ചു. അവളുടെ പിന്നാലെ അയാളും ചെന്നു...

"മഹിളകൾ സംഘടിച്ചത് എനിക്കെതിരെയാണെന്നറിഞ്ഞിട്ടും നീയെന്തുകൊണ്ടു പോയി?"

"ഇഷ്ടമുള്ളിടത്തു പോകാനുള്ള സ്വാതന്ത്ര്യം എനിക്കുണ്ട്."

"ഒരിക്കലുമില്ല. എന്റെ ഭാര്യ ഞാൻ പറയുന്നതു കേൾക്കണം. ഇല്ലെങ്കിൽ ഇവിടംവിട്ടു പോകണം..."

ജബാല അയാളുടെ മുന്നിൽച്ചെന്ന് നിന്ദയോടെ സൂക്ഷിച്ചുനോക്കി: "ശരി... ഞാനിവിടംവിട്ടു പോവുകയാണ്..."

അവളുടെ ഉറച്ച ശബ്ദം കലമന്തിനെ അമ്പരപ്പിച്ചു. അയാൾ സ്വയം മറന്നു. ഇന്നുവരെ ആരും തനിക്കെതിരെ നാക്കുയർത്തിയിട്ടില്ല... അതു സ്വന്തം പത്നി കൂടിയായപ്പോൾ ക്രോധത്തിന് അളവില്ലാതായി...

"നീ പോകും അല്ലേ...? എങ്കിലൊന്നു കാണട്ടെ."

ജബാല ഹാൻഡ്ബാഗ് കിടക്കയിലെറിഞ്ഞ് വാതില്ക്കലേക്കു തിരിഞ്ഞു നടന്നു...

കലമന്ത് ഭ്രാന്തനായിത്തീർന്നു. പിസ്റ്റളെടുത്തു ഭാര്യയുടെ നേർക്കു ലക്ഷ്യം വച്ചു.....

വെടിയേറ്റ ജബാല പിടഞ്ഞുവീണു. രക്തം മുറിയിൽ തളം കെട്ടി...

കലമന്ത് കിടക്കയിൽ കുനിഞ്ഞിരുന്നു. തലയാകെ നീറിപ്പുക യുന്നു...

ആശ്വാസത്തിനു മദ്യം കഴിച്ചു. രണ്ടുമൂന്നു കുപ്പികൾ കാലിയാക്കി... പിന്നെ കുഴഞ്ഞു നിലത്തു വീണു...

നേരം പുലർന്നുതുടങ്ങി...

പെട്ടെന്ന് ഒരു പ്രത്യേക സൈറൺ നാടാകെ മുഴങ്ങി...

ജനം കുടിലുകളിൽനിന്നും വീടുകളിൽനിന്നും പുറത്തിറങ്ങി. തൊഴി ലാളികൾ ഫാക്ടറിവിട്ടിറങ്ങി...! സർവ്വകലാശാലകളിൽനിന്ന് അദ്ധ്യാപ കർ...! വിദ്യാർത്ഥികൾ...!

ജയതിലകിന്റെയും ഗബ്രിയേലിന്റെയും സയ്യദിന്റെയും നേതൃത്വ ത്തിൽ... ലാറയുടെയും മഞ്ജരിയുടെയും ആനൂരയുടെയും പിന്നാലെ... അടിവച്ചടിവച്ച്...അലകടൽപോലെ...കൊടുങ്കാറ്റായി...ആർത്തിരമ്പി... പൊട്ടിയ ചങ്ങല അടയാളപ്പെടുത്തിയ നീലക്കൊടി പാറിച്ചുകൊണ്ട്... നീലനഗത്തിലെ വീഥികളിലൂടെ... ആയിരക്കണക്കിന്... ലക്ഷക്കണ ക്കിന്... ജനം ഒഴുകിയെത്തി...!

"ഏകാധിപത്യം നശിക്കട്ടെ...!"

"ജനാധിപത്യം വിജയിക്കട്ടെ...!"

അന്തരീക്ഷത്തിൽ മുഖരിതമായ മുദ്രാവാക്യം...

പൊലീസുകാർ കാലത്തുണർന്നപ്പോൾ ജനതതിയുടെ ഇരമ്പൽ കേട്ടു മിഴിച്ചുനിന്നു...! ഭയന്നുവിറച്ചു...! അവരുടെ ആയുധങ്ങൾ ആ ജനാരവത്തിനു മുന്നിൽ നിശ്ചലമായി...!

ഐ ജി സ്തംഭിച്ചുനിന്നു...ഇനിയെന്ത്? ടെലിഫോൺ ചത്തു കിടക്കുന്നത് അയാളെ കൂടുതൽ അസ്വസ്ഥനാക്കി...കലമന്തിനെ കാണാൻ അയാളോടിപ്പോയി...

നഗരത്തിൽ അസാധാരണമായതെന്തോ നടക്കുന്നുണ്ടെന്നറിഞ്ഞ ചീഫ് സെക്രട്ടറി പരിഭ്രാന്തനായി. പ്രസിഡന്റ് ഇനിയും എത്തിച്ചേർന്നിട്ടില്ല. സാധാരണ ഈ സമയത്ത് എത്തുന്നതാണ്...എന്തു പറ്റി? ഫോൺ കൈയിലെടുത്തു. അതിനു ജീവനില്ലെന്നറിഞ്ഞു... അനർത്ഥങ്ങൾ നടക്കുകയാണ്.

സെക്രട്ടറി ഉടനെ പുറത്തിറങ്ങി. ജീവനക്കാർ പരവശരായി അങ്ങുമിങ്ങും ഓടിപ്പോവുകയാണ്...ജയഘോഷം അടുത്തടുത്തെത്തുന്നു.

സെക്രട്ടറി കലമന്തിനെ കാണാൻ പുറപ്പെട്ടു...

കലമന്തിന്റെ മുറി അടഞ്ഞുകിടക്കുന്നു...പുറത്ത് അംഗരക്ഷകൻ കാവൽനില്ക്കുന്നു.

"പ്രസിഡന്റ് എഴുന്നേറ്റില്ലേ...?"

"ഇല്ല സാർ. സാധാരണ നേരത്തെ ഉണരാറുണ്ട്. രാത്രി വെടി ശബ്ദം കേട്ടിരുന്നു. എന്താണെന്നറിയില്ല. അദ്ദേഹത്തിന് ഒന്നും പറ്റിയിട്ടില്ല... അങ്ങുമിങ്ങും നടക്കുന്ന ഒച്ചയും...വാതിലും ജനലും അമർത്തിയടയ്ക്കുന്നതും കൂർക്കം വലിക്കുന്നതും ഞാൻ കേട്ടതാണ്."

സെക്രട്ടറി വാതിലിൽ മുട്ടി... ഉത്തരമില്ല...

"ജനാല തുറന്നിട്ടുണ്ടോ...?" സെക്രട്ടറിയുടെ ഉൽക്കണ്ഠ വർദ്ധിച്ചു.

"ഇല്ല സാർ..."

സെക്രട്ടറി വാതിലിൽ വീണ്ടും തട്ടി...

തുടരെയുള്ള വാതിൽമുട്ട് കലമന്തിനെ ഉണർത്തി. നേരം പുലർന്നിരിക്കുന്നു. ജബാല രക്തത്തിൽ കുളിച്ചുകിടക്കയാണ്...രാത്രി നടന്നതെല്ലാം അയാളോർക്കാൻ ശ്രമിച്ചു...

അംഗരക്ഷകനെന്തിനാണ് വാതിലിൽ മുട്ടുന്നത്?... പെട്ടെന്നെണീറ്റു തുറക്കാൻ അയാൾക്കു മനസ്സുവന്നില്ല അംഗരക്ഷകനെപ്പോലും വിശ്വസിക്കാൻ പ്രയാസമായിരിക്കുന്നു...

കലമന്ത് പതുക്കെ എണീറ്റ് ജനാല തുറന്നു...കണ്ട കാഴ്ചയും കേട്ട ഘോഷവും അദ്ദേഹത്തെ നടുക്കിക്കളഞ്ഞു. ഇരച്ചുകയറുന്ന ജനസമൂഹം... അന്തരീക്ഷം ഭേദിക്കുന്ന ഉദ്ഘോഷം...

അയാൾ ഫോണെടുത്തു. അതിന്റെ മൗനം കൂടുതൽ പരിഭ്രാന്തിയുളവാക്കി. പുറത്തുള്ളവരുമായി എങ്ങനെ ബന്ധപ്പെടും...?

വാതിലിൽ മുട്ട് ഉച്ചത്തിലായി. മറുഭാഗത്ത് ജനലിലൂടെ അടുത്തെ

ത്തുന്ന ഘോഷം. അല്പസമയത്തിനകം അവർ കൊട്ടാരം വളയും. മുറി
കൾ കൈയടക്കും...

ഇനി തന്നെ രക്ഷിക്കാൻ ആർക്കും കഴിയില്ല...ഉപായം സ്വയം കണ്ടെ
ത്തേണ്ടിയിരിക്കുന്നു...വാതിൽ തുറന്ന് കടൽക്കരയിലേക്ക് ഓടിപ്പോയാ
ലോ...? പുറത്തു തനിക്കായി കാത്തിരിക്കുന്നവരുള്ളപ്പോൾ... ഓടിയതു
കൊണ്ടു ഫലമില്ല...ഇനി വല്ലവിധവും കടലിലെത്തി നീന്തിത്തുടങ്ങി
യാലും രക്ഷയില്ല...ജനം വേട്ടയാടിപ്പിടിക്കും.

തന്നെ രക്ഷിക്കാൻ ഒറ്റ പൊലീസുകാരനുമില്ലല്ലോ...! ഒരു സൈനിക
നുമില്ല...!

ജനം തന്നെ തുണ്ടുതുണ്ടാക്കി നായ്ക്കൾക്കും കുറുക്കന്മാർക്കും
എറിഞ്ഞുകൊടുക്കും. അതിനാൽ... ജീവനോടെ അവരുടെ കൈയിൽ
പെടരുത്...

അകത്തുനിന്നും വെടിയൊച്ച കേട്ടപ്പോൾ സെക്രട്ടറി തരിച്ചു നിന്നു...
മുകളിലേക്കു കയറി വന്ന ഐ ജിയും അതു കേട്ടു...

"എന്താ...? എന്താണുണ്ടായത്...?"

"എല്ലാം അവസാനിച്ചു..." സെക്രട്ടറിയുടെ സ്വരം പതറിയിരുന്നു.

"ഇനിയെന്താ ചെയ്യുക?"

"ഇനി ഒന്നേ ചെയ്യാനുള്ളു...ജീവൻ വേണമെന്നുണ്ടെങ്കിൽ ആരും
കാണാതെ രക്ഷപ്പെടണം. ഇവിടെ നില്ക്കുന്നത് അപകടമാണ്...

ഐ ജി യും ചീഫ് സെക്രട്ടറിയും താഴത്തിറങ്ങി. ഉദ്യോഗസ്ഥന്മാർ
ജീവനുംകൊണ്ടോടുകയാണ്. ഇരുവരും ആ കൂട്ടത്തിൽ ചേർന്നു.

ജനം കൊട്ടാരം വളഞ്ഞു. എല്ലാ മുറികളും അവർ കൈയടക്കി.
ശയനമുറിയുടെ വാതിൽ തല്ലിപ്പൊളിച്ചു. നെറ്റിയിൽ വെടിവച്ചു മരണം
വരിച്ച കലമന്തിനെ കണ്ട് ജനം അത്യാശ്ചര്യംപൂണ്ടു നിന്നു പോയി...!

"ഇത്ര കഷ്ടം സഹിച്ചിട്ടും ഇയാളെ ജീവനോടെ കിട്ടിയില്ലല്ലോ."
ജയതിലക് നൈരാശ്യം പ്രകടിപ്പിച്ചു.

നേതാക്കൾ ഭാവിപരിപാടികൾ കൂടിയാലോചിച്ചു.

ഏകാധിപത്യം അവസാനിച്ച വാർത്ത നിമിഷങ്ങൾക്കകം നീല
നഗരമാകെ പരന്നു...

കൊട്ടാരത്തിന്റെ മുന്നിൽ പറന്നിരുന്ന മഞ്ഞക്കൊടി വലിച്ചു താഴ്
ത്തി. പകരം നീലക്കൊടി പാറിയുയർന്നു... ജനം നൃത്തംവച്ചു... വിമോചന
ത്തിന്റെ ഗാനമാലപിച്ചു. പടക്കം പൊട്ടിച്ചു.

കലമന്തിന്റെ മൃതദേഹം വെളിയിൽ കൊണ്ടുവന്നു. മരണത്തിലും
അയാളുടെ മുഖത്ത് ക്രൗര്യം നിറഞ്ഞുനിന്നിരുന്നു... ആയിരക്കണക്കിനു
മിഴികൾ ആശ്ചര്യത്തോടെ... വെറുപ്പോടെ... ആ ശവശരീരത്തിൽ തുള
ഞ്ഞുകയറി. അവർ തോക്കെടുത്ത് ശവത്തിൽ കുത്തി. കാർക്കിച്ചുതുപ്പി...

ജബാലയുടെ സ്ഥിതിയറിഞ്ഞ് ആനൂറയ്ക്കു കരച്ചിൽവന്നു...

"ജബാല അന്ത്യംവരെ നമ്മോടൊപ്പം നിന്നവളാണ്. പൂർണ്ണ ബഹു
മതികളോടെ ശവം സംസ്കരിക്കണം."

ജബാലയുടെ മൃതദേഹം ആദരാഞ്ജലികളർപ്പിക്കുന്നതിന് സഭാ മന്ദിരത്തിൽ കിടത്തി... മുറ്റത്ത് അനാഥമായിക്കിടന്ന കലമന്തിന്റെ ശവം കണ്ട് കഴുകന്മാർ വട്ടംചുറ്റി.

ജയതിലക് റേഡിയോവിലൂടെയും ടെലിവിഷനിലൂടെയും പ്രക്ഷേ പണം നടത്തി.

"പ്രിയ ബന്ധുക്കളേ, സർവ്വാധിപതിയായ കലമന്ത് ഇന്നു കാലത്ത് ആത്മഹത്യ ചെയ്തിരിക്കുന്നു! ഇതോടെ നമ്മെ ബാധിച്ചിരുന്ന ഒരു ദുരന്തത്തിന്റെ അദ്ധ്യായം അവസാനിക്കുകയാണ്. നീലദ്വീപ് സമൂഹ ത്തിലെ ജനത ഇപ്പോൾ പൂർണ്ണസ്വതന്ത്രരാണ്. ഇനിമുതൽ ജനങ്ങൾ തിരഞ്ഞെടുത്ത സർക്കാരാണ് അധികാരമേറ്റെടുക്കുക. അതുവരെ നമ്മു ടെയെല്ലാം വിശ്വാസപാത്രവും നേതാവുമായ സലോമിൻ രാജ്യകാര്യ ങ്ങൾ നോക്കിനടത്തും. ഇങ്ങനെ നമ്മെയെല്ലാം വീർപ്പുമുട്ടിച്ചുകൊണ്ടി രുന്ന പരിതഃസ്ഥിതി ഇതോടെ അവസാനിച്ചിരിക്കുന്നു. എല്ലാ രാഷ്ട്രീയ കക്ഷികൾക്കും ഏർപ്പെടുത്തിയിരുന്ന നിരോധനം പിൻവലിക്കുന്നു. ജാതി യും മതവും ധർമ്മവും ലിംഗവും നോക്കാതെ ജനങ്ങൾക്കെല്ലാം തുല്യത പ്രദാനംചെയ്യുകയാണ്. സർക്കാരിന്റെ അവകാശികൾ ജനങ്ങളാണ്. എല്ലാവരും സുഖസംതൃപ്തിയോടെ ജീവിക്കണമെന്നാണ് നമ്മുടെ ഉദ്ദേശ്യം. ഈ സന്തോഷവേളയിൽ ജയിലിൽ കഴിയുന്ന മുഴുവൻ തടവു കാരെയും വിട്ടയയ്ക്കുകയാണ്. ഈ എല്ലാ പ്രവർത്തനങ്ങൾക്കും നിങ്ങ ളുടെ പൂർണ്ണ സഹകരണമുണ്ടാകുമെന്നു വിശ്വസിക്കുന്നു."

സുലുദ്വീപിലും കുലുദ്വീപിലും കൂടി അന്ന് സ്വാതന്ത്ര്യത്തിന്റെ തിര യാട്ടമാണ്. കടലിനും വിശ്രമമില്ല. ജനം തോണികളിൽ സ്വന്തം നാടു കളിലേക്കു തിരിച്ചു.

വൈകുന്നേരം മുലുദ്വീപുവാസികൾ ഒത്തുചേർന്നു. ജയിലിൽനിന്നു പുറത്തുവരുന്ന തങ്ങളുടെ ബന്ധുക്കളെ സ്വീകരിക്കാനുള്ള ഉൽക്കണ്ഠ അവരിൽ നിറഞ്ഞുനിന്നു. സമുദ്രംതൊട്ട് ജയിൽ കവാടം വരെ ജന ത്തിരക്കാണ്. എല്ലാ കൈകളിലും നീലക്കൊടികൾ. ആകാശം മുഖരിത മാകുന്ന ജയഘോഷങ്ങൾ!

കൃത്യം അഞ്ചുമണിക്ക് ജയിൽ കവാടം തുറന്നു. അതിന്റെ പാർശ്വ ഭാഗത്ത് ലിംസാഹേബും വാർഡർമാരും മേട്രനും ഗംഭീരഭാവത്തിൽ നിന്നിരുന്നു. പുറത്തേക്കു വരുന്നവർ അവരവരുടെ വസ്ത്രം ധരിക്കുന്നു. എല്ലാവരിലും സന്തോഷം കളിയാടുന്നു. അവർ തടവുപുള്ളികളെപ്പോലെ തോന്നിക്കുന്നില്ല. സാധാരണ വ്യക്തികളിലൊരാളായി അലിഞ്ഞു തീരുന്നു. സ്വീകരിക്കാനെത്തിയവർ കെട്ടിപ്പിടിക്കയും പൊട്ടിക്കരയുകയും ചെയ്യുന്നു.

ജയതിലകും ഗബ്രിയേലും സയ്യദ് മുഹമ്മദും ചേർന്ന് നേതാവ് സലോമിനെ ഹാരമണിയിച്ചു. "നിങ്ങൾ ഞങ്ങൾക്കു വഴികാട്ടണം." ജയ തിലക് പറഞ്ഞപ്പോൾ അയാൾ പറഞ്ഞു. "നമുക്ക് ഓഫീസിലേക്കു പോകാം. നടന്നതെല്ലാം ഒന്നൊഴിയാതെ വിവരിക്കണം. നാളെരാവിലെ പത്രത്തിൽ എല്ലാം അച്ചടിച്ചുവരണം."

"അതിനേക്കാൾ പ്രധാനപ്പെട്ട ഒരു ഉത്തരവാദിത്വം നിങ്ങൾ ഏറ്റെടു ക്കണം." ഗബ്രിയേൽ സൂചിപ്പിച്ചു.

സലോമിൻ ഒന്നും മനസ്സിലാകാത്തതുപോലെ പുഞ്ചിരിച്ചു കൊണ്ടു നിന്നു. ജയതിലകിന്റെ അരികിലായി ചിരിച്ചു നിന്ന യുവതിയെ ചൂണ്ടി "ഇവളാര്" എന്നു ചോദിച്ചു.

"ഞാൻ വിവാഹം കഴിക്കാൻ പോകുന്ന പെൺകുട്ടി, ലാറ."

"എത്ര സന്തോഷകരമായ വാർത്തകൾ! അതും ഒരേദിവസം തന്നെ..."

വിദ്യാർത്ഥികൾ രാജവർദ്ധനെ ചുമന്നുകൊണ്ട് തോണിക്കടവുവരെ നടന്നു. മനുവിന്റെ കൈ പിടിച്ചു നടത്തിക്കൊണ്ടു വന്നിരുന്ന അയാളുടെ ബന്ധു പ്രതികരിച്ചു: "നാടെല്ലാം എത്രമാത്രം ആനന്ദത്തിലാറാടുന്നു! എല്ലാ വീടുകളിലും ഇന്നു മീൻചാറ്..."

"അതെ..."

പുറത്തിറങ്ങിയ ഭൂദേവിയുടെ കൂടെ ഗിൽഡയും കുഞ്ഞിനെയെ ടുത്ത മീനയുമുണ്ടായിരുന്നു. അവരെ കണ്ടയുടൻ ജനം അങ്ങോട്ടു നീങ്ങി. മീനയുടെ കണ്ണുകൾ പിതാവിനെ അന്വേഷിച്ചു.

"അമ്മേ..." എന്നു വിളിച്ച് മഞ്ജരി അമ്മയെ കെട്ടിപ്പിടിച്ചു. മനില നാണത്തോടെ ദൂരെ നില്ക്കയാണ്.

"അയ്യോ! ഇവനാകെ വലുതായയല്ലോ! അച്ഛന്റെ അതേ പ്രകൃതം..." ഭൂദേവി മുന്നോട്ടു കുനിഞ്ഞ് അവനെ തലോടി.

ജനങ്ങളെ വകഞ്ഞുമാറ്റിക്കൊണ്ട് അവർ മുന്നോട്ടു നീങ്ങി. ബഹള ത്തിനിടയിൽ കുഞ്ഞു കരയാൻ തുടങ്ങി. അച്ഛന്റെ തലമുട്ട് എങ്ങും കണ്ടെത്താതിരുന്ന മീനയുടെ മിഴികൾ നനഞ്ഞു. അതു ശ്രദ്ധിച്ചിരുന്ന ഭൂദേവി പറഞ്ഞു:

"മീനേ, എന്റെകൂടെ വരൂ.. നമുക്ക് വീട്ടിലേക്കു പോകാം..."

അവർ തോണിക്കടവിലെത്തിയപ്പോൾ ഗബ്രിയേലും വന്നു ചേർന്നു. അയാൾ അനുരാഗം നിറഞ്ഞ ദൃഷ്ടികൾ മഞ്ജരിയുടെ നേർക്കു പായിച്ചു...

"വേഗം വരൂ. നിങ്ങൾ പെണ്ണുങ്ങളെല്ലാം ആദ്യം തോണിയിൽ കയറി ക്കൊള്ളൂ..." ഗബ്രിയേൽ പറഞ്ഞു.

ജനങ്ങൾക്കൊപ്പം ആകാശവും കടലും സ്വാതന്ത്ര്യത്തിന്റെ വിജയ ഘോഷം മുഴക്കുന്നുണ്ടായിരുന്നു...